24 மணிநேரத்தில் வாழ்க்கையை மாற்றி அமையுங்கள்

ஜிம் ஹார்ட்னஸ் & நீல் எஸ்கெலின்

தமிழில்: நாகலட்சுமி சண்முகம்

MANJUL

மஞ்சுள் பப்ளிஷிங் ஹவுஸ்

First published in India by

MANJUL

Manjul Publishing House

Corporate and Editorial Office

• 2nd Floor, Usha Preet Complex, 42 Malviya Nagar, Bhopal 462 003 - India

Sales and Marketing Office

• C-16, Sector 3, Noida, Uttar Pradesh 201301 - India

Website: www.manjulindia.com

Distribution Centres

Ahmedabad, Bengaluru, Kochi, Kolkata, Chennai,
Hyderabad, Mumbai, New Delhi, Pune

Tamil translation of
The 24-Hour Turn-Around by *Jim Hartness and Neil Eskelin*

This edition first published in 2011
Seventh impression 2025

ISBN 978-81-8322-232-7

Translation by Nagalakshmi Shanmugam
Editing by PSV Kumarasamy

Printed and bound in India by Repro India Ltd.

Printed on Print Demand

24 மணிநேரத்தில் வாழ்க்கையை மாற்றி அமையுங்கள்

உள்ளடக்கம்

மணி 1

உங்களது தலைசிறந்த தீர்மானம்

பூமி சூரியனைச் சுற்றி வரும் நேரத்திற்குள் ஒரு நேர்மறையான, நிரந்தரமான, பரிபூரணமான மாற்றம் ஏற்பட முடியுமா? ஒரே நாளில் உங்கள் வாழ்க்கையைத் தலைகீழாக மாற்ற முடியுமா?

அது சாத்தியம் மட்டுமல்ல, நிகழக்கூடியதும்கூட.

இப்புத்தகம் ஓர் எளிய தத்துவத்தின் அடிப்படையில் அமைந்துள்ளது. உங்கள் வாழ்வில் தாக்கத்தை ஏற்படுத்தும் மாபெரும் மாற்றங்கள் படிப்படியாக, நீண்ட காலகட்டங்களில் நிகழ்பவை அல்ல. குறிப்பிட்டக் கணங்களில் நீங்கள் விழிப்புணர்வுடன் மேற்கொள்ளும் தீர்மானங்களின் விளைவுகள்தான் அம்மாற்றங்கள். இவை அவசரத் தேர்ந்தெடுப்புகள் அல்ல. மாறாக, இவை உங்கள் எண்ணங்களிலும் நடவடிக்கைகளிலும் குறிப்பிடத்தக்க மாற்றங்களை ஏற்படுத்துகின்ற ஆழ்ந்த தீர்மானங்கள்.

எடுத்துக்காட்டாக, உங்கள் உடல் எடையில் ஒன்பது கிலோ குறைய வேண்டும் என்ற உங்கள் இலட்சியத்தை நீங்கள் ஆறு மாதத்தில் அடையலாம். ஆனால், அந்த இலட்சியத்திற்கு உங்களை முழுவதுமாக அர்ப்பணித்துக் கொண்ட அந்தக் குறிப்பிட்ட நேரத்தில், நீங்கள் முன்னதாகவே அப்போராட்டத்தில் வெற்றி பெற்றுவிட்டீர்கள். இதே செயல்முறை, நம் வாழ்வில் நாம் விரும்பும் அனைத்து மாற்றங்களுக்கும் பொருந்தும்.

பரிபூரண மாற்றம் எப்போது துவங்கும்? மாறுவதென்று நீங்கள் தீர்மானிக்கும் அக்கணத்தில் அது நிகழத் துவங்கும். நீங்கள் எதிர்கொள்ளத் தேர்ந்தெடுத்த மாபெரும் சவால்களை நேருக்கு நேர் சந்திக்கும்போது, ஒரு மணிநேரத்திற்கு ஒன்று என்ற கணக்கில் மாற்றங்கள் ஏற்படும். இப்புத்தகம் ஒரு குறிப்பிட்டக் கால நேரத்திற்குள் படித்து முடிக்கப்படும் வகையில் வடிவ மைக்கப்படவில்லை. நாங்கள் உங்களிடம் கேட்டுக் கொள்வதெல்லாம், ஒவ்வொரு தனித்தனி அத்தியாயத்திற்கும் ஒரு மணிநேரம் முழுமையான கவனம் செலுத்துங்கள் என்பதுதான். முதலில் வாசியுங்கள், பின் அதைப் பற்றி சிந்தியுங்கள். பிறகு, மாற்றத்திற்குத் தேவையான உறுதியான தீர்மானத்தை இதயபூர்வமாக மேற்கொள்ளுங்கள்.

நீங்கள் கண்டுபிடிக்கப் போவது இதைத்தான். உங்கள் வாழ்வின் பல முக்கியமான பகுதிகளில் முழுமையான அர்ப்பணிப்பை வழங்குவதன் மூலம், நீங்கள் மேற்கொள்ளும் தீர்மானங்கள் ஒன்றுக்கொன்று தொடர்புடையவையாக, வரிசையான அடுக்கமைப்பு கொண்டவையாக மாறி, நீங்கள் கனவிலும் நினைத்திராத அளவு வலிமையையும் சக்தியையும் உருவாக்கும். இது உங்கள் வேலையிலும், உங்கள் உடலிலும், உங்கள் தனிப்பட்ட உறவுகளிலும், உங்கள் ஒட்டுமொத்த மனப்போக்கிலும் பெரும் தாக்கத்தை ஏற்படுத்தும்.

அது எங்கிருந்து துவங்குகிறது? ஓர் உளவியலாளரையோ, ஓர் ஆலோசகரையோ, அல்லது ஒரு மருத்துவரையோ கேட்டுப் பாருங்கள். உங்களுக்குக் கிடைக்கும் ஒரே விடை இதுதான்: மாற வேண்டும் என்ற தீர்மானம் மேற்கொள்ளப்படாமல் எதுவும் நிகழ்வதில்லை.

நீங்கள் தொடர்ந்து இப்புத்தகத்தைப் படிக்கும்போது, உங்கள் எண்ணங்கள், இலட்சியங்கள், மனப்போக்குகள், மற்றும் பழக்கங்கள் குறித்து முடிவுகள் எடுக்குமாறு கேட்டுக் கொள்ளப்படுவீர்கள். மாற விரும்புவது குறித்தும், மாற்றத்திற்குத் திறந்த மனத்துடன் இருப்பது குறித்தும் எடுக்கப்படும் தீர்மானம்தான் அனைத்தையும்விட மிக முக்கியமான தீர்மானம். இத்தீர்மானம் எடுக்கப்படாமல், வேறு எந்த மாற்றங்கள் குறித்து எடுக்கப்படும் தீர்மானங்களும் ஒரு வீண் முயற்சியே.

"நான் முன்பு பல முறை முயற்சி செய்து பார்த்திருக்கிறேன். ஆனால் ஒன்றும் நடப்பதுபோல் தெரியவில்லை," என்று நீங்கள் கூறலாம்.

எவரெஸ்ட் சிகரத்தை அடைவதற்கு மூன்று முறை முயற்சி செய்து தோல்வியுற்ற மலையேற்ற வீரரால் இதே வார்த்தைகளைக் கூறியிருக்க முடியும். மாறாக, அவர் எவரெஸ்ட் உச்சியை நிமிர்ந்து பார்த்து, "நீ என்னை ஒருமுறை தோற்கடித்தாய். இரண்டாவது முறையும் நீ என்னை வெற்றி கொண்டாய். மூன்று முறை என்னை நீ தோற்கடித்திருக்கிறாய். ஆனால் மலையே, என்றேனும் ஒருநாள் நான் உன்னை வெல்வேன். ஏனெனில், உன்னால் இதற்கு மேல் பெரிதாக வளர முடியாது, ஆனால் என்னால் முடியும்," என்று கூறினார்.

நீங்கள் அறிந்திருக்கிறீர்களோ இல்லையோ, உங்கள் சொந்த உடல் உட்பட, அனைத்தும் ஒரு நிரந்தரமான மாற்ற நிலையிலேயே உள்ளன. மீண்டும் அதே மலையில் நீங்கள்

ஏறும்போது, அது முற்றிலும் ஒரு புதிய அனுபவமாக இருக்கும். பண்டைய கிரேக்கத் தத்துவவியலாளர் ஹெராக்ளைடஸ் இவ்வாறு கூறினார்: "ஒரே ஆற்றுக்குள் உங்களால் இரண்டு முறை காலெடுத்து வைக்க முடியாது." ஏனெனில், ஆற்றில் ஓடும் தண்ணீர், தொடர்ந்து அந்த ஆற்றைப் புதுப்பித்துக் கொண்டிருக்கிறது.

அமெரிக்காவின் அரிசோனா மாநிலத்திலுள்ள கிரான்ட் கேனியன் பள்ளத்தாக்கைப் பற்றி எண்ணிப் பாருங்கள். வேகமாகப் பாய்ந்து செல்லும் கொலராடோ நதியின் காரணமாக அதன் மலைகளுக்கிடையே ஏற்பட்டுள்ள வண்ணமிகு பிளவுகளை நினைவுபடுத்திப் பாருங்கள். கொலராடோ நதியால் தொடர்ந்து அரித்துச் செல்லப்படும் மண், கலிபோர்னியா மாநிலத்தின் மோஜாவ் பாலைவனத்தில் குவிக்கப்படுகிறது. ஒரு நேரத்தில் ஒரு மண் துகள் என்ற நிலையில், கிரான்ட் கேனியன் பள்ளத்தாக்கு மாறிக் கொண்டேயிருக்கிறது.

மாற்றத்தைக் கண்டு பயப்படத் தேவையில்லை; அது வாழ்வின் அடையாளம். உங்கள் உடலில் உள்ள உயிரணுக்கள் தொடர்ந்து தம்மைப் புதுப்பித்துக் கொண்டிருக்கவில்லை என்றால், நீங்கள் இறந்து போவீர்கள். 'மாற்றம்' என்பதற்கு, 'ஒன்றின் இடத்தில், அதற்கு பதிலாக வேறொன்றை வைப்பது,' என்று அகராதி பொருள் கூறுகிறது. திருத்தம் மற்றும் மாற்றியமைத்தலின் நடைமுறைச் செயல்முறை அது.

எவை மாற வேண்டும்?

எதுவும் நிரந்தரமல்ல. உங்கள் ஆளுமை, உங்கள் உணர்ச்சிகள், மற்றும் உங்கள் கண்ணோட்டம் ஆகியவை தொடர்ந்து மாறிக் கொண்டே இருக்கின்றன. இதில் அச்சுறுத்தும் விஷயம் என்னவென்றால், தாங்கள் செல்லும் திசையறியாத, முன்னோக்கு மற்றும் சுயகட்டுப்பாடு

இல்லாத பெரும்பாலான மக்களுக்குத்தான் அதிகமான மாற்றங்கள் நிகழ்கின்றன. மாறுவது குறித்து நாம் சிந்திக்காதபோது, நமக்கு ஏற்படும் விஷயங்களைக் கண்டு அடிக்கடி நாம் ஆச்சரியமும், ஏமாற்றமும் அடைகிறோம். நாம் நம்மை எப்படி மாற்றிக் கொள்ளலாம் என்று தீர்மானிப்பதற்கு மாறாக, வெளிப்புறச் சூழ்நிலைகளில் நம்மைப் பொருத்திக் கொள்ள நாம் முயல்கிறோம்.

வேலையை மாற்றுவது, சக ஊழியர்களை மாற்றுவது, மற்றும் நண்பர்களை மாற்றுவது ஆகியவை வழக்கமாக மக்கள் எடுக்கும் பதில் நடவடிக்கைகள். கச்சிதமான மேலாளரோ, பொருத்தமான வாழ்க்கைத் துணையோ, அல்லது சரியான வீடோ தங்களுக்கு வாய்த்தால்தான் எல்லாம் சரியாக நடக்கும் என்று மக்கள் நினைப்பதுபோலத் தோன்றுகிறது. ஆனால், பெரும்பாலான மக்கள் சுயஉணர்வுடன் தங்களை மாற்றிக் கொள்வது குறித்து ஒருபோதும் சிந்திப்பதேயில்லை.

உங்களைச் சுற்றி இரண்டு வகையான மக்கள் கூட்டத்தை உங்களால் பார்க்க முடியும்: ஒரு குழுவினர், மாறிக் கொண்டிருப்பவர்கள்; மற்றொரு குழுவினர், மாற்றத்தை எதிர்த்துக் கொண்டும், மாற்றத்திலிருந்து தங்களைத் தற்காத்துக் கொண்டும் இருப்பவர்கள். இரண்டாம் வகையைச் சேர்ந்தவர்கள், வாஷிங்டன் இர்விங் கூறிய வார்த்தைகளுக்குச் செவிமடுப்பது நல்லது: “குதிரை வண்டியில் பயணம் செய்ததிலிருந்து நான் தெரிந்துகொண்ட விஷயம் இதுதான்: நாம் அமர்ந்திருக்கும் இடத்தைவிட்டு மாறி ஒரு புதிய இடத்தில் அமரும்போது, வண்டி குலுங்குவதால் ஏற்படும் புதிய அசௌகரியங்கள் முன்பைவிடப் பொறுத்துக் கொள்ளக்கூடியவையாக இருக்கும்.”

“நான் கணினியை ஒருபோதும் பயன்படுத்த மாட்டேன்,” என்று கூறிய ஊழியர்கள் என்ன ஆனார்கள்?

ஒன்று, அவர்கள் தேக்கமடைந்த நிலையிலேயே இருக்க வேண்டும், அல்லது தகவல் புரட்சியில் தாங்களும் சேர அவர்கள் முடிவெடுத்திருக்க வேண்டும். மாறும் மனிதர்களே வெற்றிகரமான மனிதர்கள். பிறர் செய்யவதற்கு பயப்படும் விஷயங்களை இவர்கள் செய்கின்றனர்.

நுகர்வோரின் எதிர்பார்ப்புகளை நிறைவேற்றாத பெருநிறுவனங்கள் திவாலாகும் திசையை நோக்கிப் பயணிக்கின்றன. எத்தனை முறை நீங்கள் 'புதிய, மேம்படுத்தப்பட்ட' கோல்கேட் பற்பசையைப் பார்த்திருக்கிறீர்கள்? அதிநவீனத் தொழில்நுட்ப லேசர் கருவிக்குப் பதிலாக, பண்டைய அறுவைக் கத்தியை உங்கள் மருத்துவர் பயன்படுத்தினால் நீங்கள் என்ன நினைப்பீர்கள்?

திராட்சை ரசத்தை நிரப்பி வைக்கப் பயன்படுத்தப்படும், ஆட்டுத் தோலால் ஆன பழைய பைகளைப் பற்றி இயேசு கூறிய கதையை உங்களால் நினைவுகூர முடிகிறதா? அவை வளைவுத்தன்மை இல்லாமலும், திண்மையானவையாகவும், காய்ந்துபோயும், விரிவாக்கத்திற்கு இடமின்றியும் இருந்தன. பல மனிதர்களும் அப்படித்தான் இருக்கின்றனர். பழைய கருத்துக்களை விடாப்பிடியாகப் பற்றிக் கொண்டும், தாங்கள் தவறிழைக்கும்போது அதை ஒப்புக்கொள்ளாமலும் இருக்கின்றனர்.

மாற்றம் வளைவுத் தன்மையையும், நெகிழ்வுத் தன்மையையும், புதிய கருத்துக்களுக்காகப் பழைய கருத்துக்களைப் பரிமாற்றம் செய்து கொள்வதற்கான விருப்பத்தையும் எதிர்பார்க்கிறது.

இன்றிலிருந்து பத்து வருடங்களுக்குப் பிறகு உங்கள் வாழ்க்கை இப்போது இருப்பதைப் போலவே இருக்கும் என்று நான் கூறினால் உங்களுக்கு எப்படி இருக்கும்? அந்த செய்தி உங்களை உற்சாகப்படுத்துவதற்கான சாத்தியம்

இல்லை. அதனால்தான், உங்கள் வாழ்க்கையைப் பரிபூரணமாக மாற்றுவதற்கான, விழிப்புணர்வுடன்கூடிய ஒரு தீர்மானத்தை நீங்கள் மேற்கொள்ள வேண்டியது முக்கியம்.

அதைத் தாமதப்படுத்துவதில் அர்த்தமில்லை. அச்செயல்முறை உடனடியாகத் துவங்கப்பட வேண்டும். "தீர்மானங்களை எடுப்பதன்மூலம்தான் நாம் தீர்மானங்களை எடுக்கக் கற்றுக் கொள்கிறோம்," என்று கூறுகிறது ஒரு பழமொழி.

மாறுவதென்று நீங்கள் தீர்மானிக்கும்போது நீங்கள் தெரிந்து கொள்ள வேண்டிய நான்கு இன்றியமையாத விஷயங்களை இப்போது பார்க்கலாம்:

1. ஒரு தீர்மானம், அது தவறானதாகவே இருந்தாலும்கூட, நேர்மறையான துவக்கம் மற்றும் முன்னேற்றத்திற்கான ஓர் அறிகுறி

ஒரு செயலை எப்படிச் செய்ய வேண்டும் என்பது குறித்த விளக்கங்கள், முதலில் அச்செயலைத் துவங்குவதற்கான முடிவு மேற்கொள்ளப்பட்டப் பிறகே வருகின்றன. அந்த முடிவே, அச்செயலைச் செய்வதற்கான உத்தியைத் தீர்மானிக்கத் தேவையான படைப்புத்திறனையும் ஆற்றலையும் விடுவிக்கிறது. இருந்தாலும், பெரும்பாலான மக்கள், தீர்மானம் மேற்கொள்ளும் நிலையைத் தாண்டி ஒருபோதும் செல்வதில்லை. அச்செயலை எப்படிச் செய்ய வேண்டும் என்பது அவர்களுக்குத் தெரிந்தாக வேண்டும். பலர் விரிவான திட்டங்களைக்கூட வகுப்பார்கள், ஆனால் அதற்குத் தங்களை அர்ப்பணித்துக் கொண்டிருக்க மாட்டார்கள். நீண்டகாலமாகத் தொடரும் தீர்மானமின்மையானது சந்தேகம், மற்றும் பயம் அடங்கிய ஒரு சுழற்சியைத் தோற்றுவித்து உங்களை நீங்களே தோற்கடிக்கச் செய்துவிடும். ஒரு தவறில் உள்ள முக்கிய

அம்சம், அதிலிருந்து நீங்கள் எதைக் கண்டுகொண்டீர்கள் என்பதுதான். நீங்கள் செய்யாத தவறுகளிலிருந்து உங்களால் எதையும் கற்றுக் கொள்ள முடியாது.

மூழ்கிவிடுவார் என்பதை அறிந்திருந்தும், தண்ணீரின்மீது நடப்பதென்று தன் சீடரான பீட்டர் எடுத்த முடிவை இயேசு மதித்தார். பீட்டர் தோல்வியுற அவர் அனுமதித்ததற்குக் காரணம், தோல்விதான் கற்றல் மற்றும் வளர்ச்சிக்கான திறவுகோல் என்பதால்தான்.

2. தவறான தீர்மானங்களைத் திருத்திக் கொள்ளலாம், ஆனால், இல்லாத ஒரு தீர்மானத்தைத் திருத்த முடியாது

தேர்ந்தெடுப்பதற்கான சுதந்திரம் நம்மிடம் உள்ளது. அதாவது, நம்மை முழு முட்டாள்களாக்கிக் கொள்வதற்கான சுதந்திரம் நமக்கு உள்ளது. தோற்பதற்கான சுதந்திரமும் நம்மிடம் உள்ளது. நம்மிடம் தோற்பதற்கான சுதந்திரம் இருக்கும்போதுதான், நம்மால் சுதந்திரமாக ஆய்வு செய்யவும், கண்டுபிடிக்கவும், வளரவும் முடியும். நாம் நம் தொடுவானத்தை விரிவுபடுத்த விரும்பினால், பொறுப்பின்மையால் தோல்வியுறும் தீர்மானத்தை நாம் தேர்ந்தெடுக்கக்கூடாது.

3. இயக்கத்தில் இருப்பவற்றிற்கு மட்டுமே வழிகாட்டுதல்கள் கிடைக்கின்றன

நிறுத்தி வைக்கப்பட்டுள்ள ஒரு காருக்குத் திசை காட்டத் தேவையில்லை. ஆனால், இஞ்சின் இயங்கத் துவங்கி, காரின் சக்கரங்கள் ஓடத் துவங்கியதும், நீங்கள் விரும்பும் திசை நோக்கி உங்கள் காரை உங்களால் ஓட்ட முடியும். நீங்கள் ஒரு தீர்மானத்தை நிறைவேற்றி, அதை நடைமுறைப்படுத்தத் துவங்கியதும், உங்கள் திட்டத்தைக் கட்டுப்படுத்தி வழிநடத்துவதிலிருந்து கிடைக்கும் சக்தியை உடனடியாக உணர்வீர்கள்.

4. நகர வேண்டும் என்ற தீர்மானம் இன்றி ஒருவரும் நகர்வதில்லை

சூழ்நிலைகள் மற்றும் வெளித் தாக்கங்களைச் சார்ந்திருக்கும்போது, உங்கள் வாழ்க்கை, திசையின்றித் தவிக்கும். அது ஒரு குறிக்கோளின்றிப் போய்க் கொண்டிருக்கும். அதனால்தான், மாற்றம் குறித்து முக்கியமான தீர்மானங்களை மேற்கொள்வதைத் தவிர்ப்பது மிகவும் அபாயகரமானது. 'பாதுகாப்பான தோல்வி'க்கு முயற்சிப்பது தோற்பதற்கான ஓர் உறுதியான வழி.

அறிவியல் முன்னேற்றம் ஆய்வுகளிலிருந்து வருகிறது. ஒரு சிறிய கண்டுபிடிப்பு நிகழ்வதற்கு நூற்றுக்கணக்கான ஆய்வுகள் தோல்வியுற வேண்டியுள்ளது. முன்னேற்றம் என்று வரும்போது, தோல்விக்கும் ஆய்விற்கும் பெரிய வித்தியாசம் கிடையாது.

எங்கிருந்து துவங்குவது?

ஒரு சாலை வரைபடத்தைப் பார்க்கும்போது நீங்கள் கேட்கும் முதல் கேள்வி, "நான் எங்கு இருக்கிறேன்?" என்பதுதான். நீங்கள் விரும்பும் இடத்தைச் சென்றடைவதற்கான முதற்படி, தற்போது நீங்கள் எங்கு இருக்கிறீர்கள் என்று தீர்மானிப்பது.

தாங்கள் எங்கு இருக்கிறோம் என்பதைக் கண்டறிந்து, தங்கள் யதார்த்த நிலையை உணர்ந்து, அதைச் சமாளிக்கத் துவங்காதவரை மக்களிடம் நடத்தை சார்ந்த மாற்றங்கள் ஏற்படுவதில்லை என்பதை 'உதவும்' தொழிலில் உள்ளவர்கள் அறிவர். மக்கள் தங்களுடைய தற்போதைய சூழ்நிலைகளைச் சமாளிக்கத் தவறுவதுதான் அவர்கள் அனுபவிக்கும் பெரும்பாலான விரக்திக்குக் காரணமாக அமைகிறது.

மாறுதல் குறித்து வேறொரு விஷயமும் உள்ளது. ஏற்றுக்கொள்ளுதல் என்பது மாற்றத்திற்கு முன்பு வருவது மட்டுமல்ல, மாறுவதற்கான ஊக்கமும் அதுவே. உள்ளவற்றை உள்ளபடி நாம் உண்மையிலேயே பார்க்கும்போது, பரிபூரணமாக மாறுவதற்கு நாம் அதிக விருப்பம் கொள்கிறோம்.

இலண்டனில் உள்ள தன் கலைக்கூடத்தின் சன்னல் வழியாக ஒரு கலைஞர் கீழே எட்டிப் பார்த்தபோது, வீடற்ற மனிதன் ஒருவன் சாலையின் தடுப்பருகே சுருண்டு படுத்திருப்பதைக் கண்டார். அவர் தன் ஏட்டை எடுத்து அம்மனிதனை வரையத் துவங்கினார். ஆனால் அவர் வரைந்தது அவர் பார்த்ததிலிருந்து முற்றிலுமாக வேறுபட்டு இருந்தது. அம்மனிதன் சாலையில் சுருண்டு படுத்திருக்கவில்லை. மாறாக, நிமிர்ந்த தோள்களுடன் உயர்ந்து நிற்கும் ஒரு மனிதரை அவர் அந்த ஓவியத்தில் வரைந்திருந்தார்.

பென்சிலால் அப்படத்தை வரைந்து முடித்தவுடன், அதை எடுத்துக் கொண்டு வேக வேகமாகக் கீழே சென்று, தெருவில் படுத்துக் கிடந்த அந்த மனிதனிடம், "இதோ பார், நான் உன் படத்தை வரைந்திருக்கிறேன்," என்று கூறினார். அந்த வறியவனால் தன் கண்களை நம்ப முடியவில்லை. ஒரு பக்கமாகப் புரண்டு, "உங்கள் பார்வைக்கு நான் இப்படியா தோன்றுகிறேன்?" என்று கேட்டான்.

"ஆமாம், இப்படத்தில் உள்ளது போலத்தான் நான் உங்களைப் பார்க்கிறேன். இதை நீங்கள் வைத்துக் கொள்ளலாம்," என்று அப்படத்தை அவனிடம் கொடுத்துவிட்டு அவர் கூறினார்.

அவன் எழுந்து நின்று, "இப்படித்தான் நீங்கள் என்னைப் பார்க்கிறீர்கள் என்றால், இனிமேல் நான் அப்படித்தான் இருக்கப் போகிறேன்," என்று கூறினான்.

படத்தைத் தன் இரண்டு கைகளிலும் பிடித்துக் கொண்டு, நேராக நிமிர்ந்து நின்று, “நான் இந்தச் சாக்கடைக்கு இனி ஒருபோதும் திரும்பி வரப்போவதில்லை,” என்று அவன் கூறினான்.

நாம் அனைவரும் நாம் மேற்கொள்ளும் தேர்ந்தெடுப்பின் விளைவுகள்தான். ‘விளைவு’ நமக்குப் பிடிக்கவில்லை என்றால், நம்மிடம் இயல்பாகவே இருக்கும் விருப்பத்தேர்வு செய்யும் திறனைக் கொண்டு நம்மை மறுவடிவமைப்பு செய்து கொள்ளலாம். “எனக்கு இப்படியெல்லாம் ஏற்பட்டிருக்கவில்லை என்றால், விஷயம் வேறு விதமாக இருந்திருக்கும்,” என்று மக்கள் அடிக்கடிக் கூறுகின்றனர். தங்கள் பிரச்சனைகளுக்கு அவர்கள் மற்றவர்கள்மீதும் வெளிச் சூழல்களின்மீதும் குறை கூறுகின்றனர். நாம் ‘பலியானவர்கள்’ என்ற கண்ணோட்டத்தில் நம்மைப் பார்க்கும்வரை, மாறுவதற்கான சக்தி நம்மிடம் ஒருபோதும் இருக்காது.

தங்களைப் பலியானவர்களாகக் கருதும் மக்கள், தங்களது அறிவாற்றல் தங்கள் சொந்த வாழ்வை இயக்குவதைத் தடை செய்கின்றனர். “கீழே படுத்து அதிலேயே உழன்று கொண்டிருந்தீர்கள் என்றால், ஆறு அங்குல மண்கூட உங்களை மூழ்கடித்துவிடும்,” என்று ஒரு கூற்று உண்டு.

எண்ணங்கள், நடவடிக்கைகள், மற்றும் சுற்றுச்சூழல்கள் ஆகிய, ஒன்றுக்கொன்று தொடர்புடைய மூன்று காரணிகள் மூலம் தங்கள் சொந்த வாழ்வை இயக்கும் முடிவு, ஒவ்வொரு தனிமனிதனும் எடுக்கக்கூடிய ஒன்று என்று சமூக அறிவாற்றல் கோட்பாட்டை உருவாக்கிய ஆல்பர்ட் பன்டூரா கூறுகிறார்.

வெளிப்புறச் சூழ்நிலைகள் நம் முடிவுகள்மீது தாக்கத்தை மட்டுமே ஏற்படுத்துகின்றன. இறுதிப் பொறுப்பு

நம் உள் இயக்கத்தைச் சார்ந்தது. தகவல்களை நாம் எண்ணங்களாக மாற்றும் விதம்தான் நம் நடவடிக்கைகளைத் தீர்மானிக்கின்றன. அறிவு எண்ணத்திற்கு முன்பாக வருகிறது; ஒன்றைக் குறித்த நம் எண்ணம்தான் நம் நடவடிக்கையைத் தூண்டுகிறது.

முதலில் செய்ய வேண்டியவற்றை முதலில் செய்ய வேண்டும்

இப்புத்தகத்தின் இனிவரும் அத்தியாயங்களில், உங்கள் வாழ்வில் மிக அதிக கவனம் செலுத்தப்படும் பகுதிகளில் திட்டவட்டமான, நீண்ட கால மாற்றங்களைச் செய்யுமாறு நீங்கள் கேட்டுக் கொள்ளப்படுவீர்கள். இருந்தாலும், அதற்கு முன், பிற அனைத்துத் தீர்மானங்களுக்கும் அடிப்படையான ஒரு மாபெரும் தீர்மானத்தை நீங்கள் எதிர்கொள்ள வேண்டும். "ஆம், நான் மாற விரும்புகிறேன்," என்று நீங்கள் கூற வேண்டிய நேரம் வரும்.

இக்கணத்தில், இந்த அத்தியாயத்தை நிறைவு செய்கையில், உங்கள் எண்ணங்களுடன் தனிமையில் இருப்பதற்கு ஏற்ற ஓர் இடத்தைக் கண்டுபிடியுங்கள். அது உங்கள் வீட்டில் ஒரு தனிப்பட்ட இடமாக இருக்கலாம் அல்லது காலாற நடக்கும்போது கிடைக்கும் அமைதியான தனிமையாக இருக்கலாம். உங்களிடம் கேட்டுக் கொள்ளப்படுவதைக் குறித்து நீங்கள் எண்ணிப் பார்க்கையில், நீங்கள் எங்கு இருக்கிறீர்கள், எங்கு சென்றடைய விரும்புகிறீர்கள் என்ற கணக்கெடுப்பை மேற்கொள்ளுங்கள்.

நீங்கள் இருக்குமிடத்திலிருந்து நீங்கள் விரும்பும் இடத்தை மிகக் குறைந்த நேரத்தில் சென்றடைவதற்கான வழி, 'மாறுவதற்கான விருப்பம்' என்று குறிக்கப்பட்டுள்ள நெடுஞ்சாலை. இது இடர்மிக்கதாக இருக்குமா?

இருக்கலாம்! அங்கு தோல்விகள் இருக்குமா? கண்டிப்பாக இருக்கும்! உங்கள் நோக்கங்களைக் கண்டு மக்கள் எள்ளி நகையாடுவார்களா? அப்படியும் நிகழலாம். உங்களுடைய வளர்ச்சி நிலையில் இல்லாதவர்களுடன் உங்கள் நோக்கங்களைப் பகிர்ந்து கொள்ளும்போது நீங்கள் நகைப்புக்கு ஆளாகக்கூடும். ஆனால், துணிகரச் செயல் எப்போதும் அழிவுக்கு இட்டுச் செல்ல வேண்டும் என்ற கட்டாயம் இல்லை என்பதையும், தோல்வி உயிர்ச்சேதத்தை ஏற்படுத்தாது என்பதையும் நினைவில் வைத்திருங்கள். திசை காட்டும் கருவி நீங்கள் சென்றடைய விரும்பும் இடத்தைத் தொடர்ந்து காட்டிக் கொண்டிருக்கும் பட்சத்தில், தவறான வழிகளில் சென்றாலும் மீண்டு வந்துவிடலாம்.

இலக்கை மனக்காட்சியாகப் படைக்கக்கூடிய நம் திறன், எதிர்கால நடவடிக்கைகளுக்கு உருக்கொடுக்கும் ஒரு சக்தியாக மாறுகிறது என்று ஆல்பர்ட் பன்டூரா கூறுகிறார். மாறுவது குறித்த உறுதியான ஒரு தீர்மானம், நீங்கள் இதுவரை உபயோகித்திராத திறன்கள் அனைத்தையும் முழு வீச்சில் பயன்படுத்த வழிவகுக்கும்.

தீர்மானம் எக்கணத்தில் நிகழும் என்பதை யாரும் உங்களுக்குக் கூறத் தேவையில்லை. அதை நீங்களே அறிந்து கொள்வீர்கள். “நான் செய்வேன்,” என்ற வார்த்தைகளை நீங்கள் கூற வேண்டியதுகூட இல்லை. அவ்வார்த்தைகள் உங்களின் உள்ளத்திலிருந்து எதிரொலிப்பதை நீங்கள் உணர்வீர்கள். உங்கள் மனத்தையும், உங்கள் இதயத்தையும், உச்சியிலிருந்து உள்ளங்கால்வரை உள்ள ஒவ்வோர் இழையையும் அது விழிப்புணர்வு பெறச் செய்யும். அத்தகைய மாற்றத்திற்கு நீங்கள் தயாராக இருக்கிறீர்களா? அந்தத் தீர்மானம் நிச்சயமாக, முழுக்க முழுக்க உங்களுடையதுதான்!

மணி 2

உங்கள் சுயமதிப்பை மறுமதிப்பீடு செய்யுங்கள்

நம்முடைய வீட்டை, நமது அணிகலன்களை, அல்லது வேறு ஏதேனும் விலைமதிப்புள்ள உடைமைகளை நாம் மதிப்பீடு செய்ய விரும்பும்போது, அது பற்றிய அபிப்பிராயத்தை ஒரு தொழில்முறை ஆலோசகரிடம் கேட்பதற்கு அவரைத் தொடர்பு கொள்ள 'எல்லோ பேஜஸ்' தொலைபேசிப் புத்தகத்தைப் பார்ப்போம். ஆனால், நம்முடைய சொந்த மதிப்பு என்ன என்பதை எப்படி நாம் தீர்மானிப்பது? ஒரு தனிநபரின் மதிப்பின் 'விலை'யை யார் நிர்ணயம் செய்வது?

பெரும்பாலான மக்கள் தங்கள் சொந்த விலையைத் தாங்களே நிர்ணயித்துக் கொண்டு, எப்படியோ தங்கள் மதிப்பை ஒட்டுமொத்தமாகக் குறைத்து மதிப்பிட்டு விடுகிறார்கள். ஏன்? அவர்கள் தங்கள் வலிமை மற்றும் வெற்றியின்மீது கவனம் செலுத்துவதற்கு மாறாக, தங்கள்

பலவீனம் மற்றும் தோல்வியின்மீது கவனம் செலுத்துவதுதான் அதற்குக் காரணம். அல்லது, அவர்கள் தங்களைப் பிறருடன் ஒப்பிட்டு, "என்னிடம் போதுமான திறமைகள் இல்லை. சரியான கல்வி எனக்கு வாய்க்கவில்லை. போதுமான பணம் என்னிடம் இல்லை," என்று கூறுகிறார்கள்.

சிலர் தங்களைக் குறித்துத் திருப்தியாக உணர்கின்றனர். ஆனால் ஒரு கட்டத்தில் தங்களது சொத்துகளையும் கடன்களையும் கூட்டிக் கழித்துப் பார்க்கும்போது, ஒன்றுமே மிஞ்சவில்லை என்பதை அறிந்து கொள்கின்றனர். மோசமான சுயகண்ணோட்டம் மன வலிக்கு ஒரு மூல காரணம்.

"சுயமதிப்பு என்பது, ஒரு தனிநபர் தன்மீது வைத்திருக்கும் உயர்வான மதிப்பு," என்று பிரபல மனநல மருத்துவர் ஜேம்ஸ் பி. கோமர் கூறுகிறார். ஆனால் பலருக்கு யதார்த்தத்தில், சுயமதிப்பு என்பது மலை உச்சியில் இருப்பதற்குப் பதிலாக ஆழ்ந்த பள்ளத்தாக்கில் இருக்கிறது.

சுயமதிப்பைப் பரிபூரணமாக மாற்றுவதற்கான பத்துப் படிகள்

உங்களைப் பற்றி நீங்கள் கொண்டிருக்கும் கண்ணோட்டத்தில் ஓர் ஆழ்ந்த வேறுபாட்டை ஏற்படுத்துவதற்கு, நீங்கள் மேற்கொள்ளக்கூடிய திட்டவட்டமான பத்து விஷயங்கள் இங்கு கொடுக்கப்பட்டுள்ளன.

1. உண்மையிலேயே நீங்கள் யார் என்று அறிந்து கொள்ளுங்கள்

'உங்களை அறிந்துகொள்ளுங்கள்,' என்ற கிரேக்கத் தத்துவவியலாளர் சாக்ரடீஸின் பிரபலமான கூற்று இன்றும் பொருத்தமாகத்தான் உள்ளது.

உங்களை நீங்கள் உண்மையிலேயே எவ்வளவு தூரம் அறிந்துள்ளீர்கள்? "எனக்கு நேர்மையான பதில் தேவை. நீ என்னை எப்படிப் பார்க்கிறாய்? என் வலிமைகள் எவையெவை, பலவீனங்கள் என்னென்ன?" என்று எப்போதேனும் உங்களுடைய நண்பர் யாராவது ஒருவரிடம் கேட்டிருக்கிறீர்களா?

"நவீன உளவியலின் முதன்மைக் கவனம், ஒருவர் தன்னைப் பற்றித் தெரிந்து வைத்திருக்கும் சுயஅறிதல் குறித்ததே," என்று சான்பிரான்சிஸ்கோ மாநிலப் பல்கலைக்கழகத்தில் தத்துவவியல் பேராசிரியராகப் பணிபுரியும் டாக்டர் ஜேகப் நீடில்மேன் கூறுகிறார். உண்மையிலேயே நீங்கள் யார் என்பது பற்றிய உள் விழிப்புணர்வை உங்கள் ஒருவரால் மட்டுமே பெற முடியும்.

சுயமதிப்பு உங்கள் பிரச்சனையாக இருந்தால், அப்பிரச்சனை குறித்த உள்நோக்கைப் பெறுவதைத் தவிர வேறு வழியில்லை. ஒருவர் தன்னைப் பற்றித் தான் கொண்டிருக்கும் சுயஅறிதலுக்கும் சுயமதிப்பிற்கும் இடையே ஒரு நேரடித் தொடர்பு இருப்பது, மிச்சிகன் மாநிலப் பல்கலைக்கழகத்தின் உளாவியலாளர் ஆன் எச். பாம்கார்ட்னர் மேற்கொண்ட ஆய்வில் கண்டறியப்பட்டது. ஓர் ஆய்வில், குறைந்த சுயமதிப்பை உடைய மாணவர்கள், தங்கள் சுயபிம்பத்தை மேம்படுத்தும் முயற்சியில், அதிக சுயமதிப்பைக் கொண்ட மாணவர்களைக் காட்டிலும் மிகையான முறையில் தங்களைப் பற்றி விவரித்தனர். ஆனால் தங்களுக்கு மிக நெருங்கிய ஒரு நண்பரைப் பற்றி விவரிக்கும்படி அவர்களிடம் கேட்கப்பட்டபோது, குறைந்த சுயமதிப்பைக் கொண்ட மாணவர்களால் மிகக் குறைந்த தகவல்களையே கொடுக்க முடிந்தது. இது அவர்கள் தங்களையும் பிறரையும் மதிப்பீடு செய்யும் தங்கள் திறனில் அவர்களுக்கு இருந்த சந்தேகங்களைச் சுட்டிக்காட்டுவதாக இருந்தது.

சுயமதிப்பின் வெளிப்பாடான மகிழ்ச்சி, 'ஒருவர் தன்னுடன் முரண்பாடின்றி இருத்தல்' என்று விவரிக்கப்படுகிறது. உங்களுக்கு உள்ளே என்ன நிகழ்ந்து கொண்டிருக்கிறது என்பதைப் பற்றிய நேர்மையான, தெளிவான படம் உங்களிடம் இருப்பது இன்றியமையாதது. உங்களைக் குறித்து எண்ணிப் பார்த்து, உண்மையான உங்களது மதிப்பைக் கூட்டும் திறனை நீங்கள் பெற்றுள்ளீர்கள்.

2. உங்கள் குறைகளைப் பார்த்துச் சிரியுங்கள்

ஒரு 'கச்சிதமான' மனிதரை நீங்கள் எப்போதேனும் சந்தித்ததுண்டா? நாங்கள் சந்தித்ததில்லை. அனைவரிடமும் குறைகள் உள்ளன. நீங்கள் இதற்கு விதிவிலக்காக இருக்க முடியாது. இந்த ஊனக்கள் நிரந்தரத் தடைகளாக மாற நீங்கள் அனுமதிக்காமல் பார்த்துக் கொள்வதுதான் இங்கு முக்கியம்.

தோல்விகளுக்கான சாக்குப்போக்குகளாகக் காட்டத்தக்கக் குறைகள் இயேசுவிடம்கூட இருந்தன. அவரது பிறப்பு இழிவானதாகக் கருதப்பட்டது, வெறுக்கப்பட்ட ஒரு சிறுபான்மை இனத்தில் அவர் பிறந்தார், பொய்யரென்றும், சமயத் துவேஷி என்றும் பழிக்கப்பட்டார். பிறரது கண்களுக்குப் பலவீனமாகப் பட்டவற்றையெல்லாம் ஈடுசெய்யும் விதத்தில் அவர் ஒரு விஷயத்தை அறிந்திருந்தார் — தான் கடவுளின் மைந்தன் என்பதை அவர் அறிந்திருந்தார்.

3. உங்கள் தோல்விகளைச் சரியான கண்ணோட்டத்தில் பாருங்கள்

குழந்தைகள் என்ற முறையில் நாம் அனைவரும் தோல்வியைச் சந்திக்கிறோம். நடப்பதற்குக் கற்றுக் கொள்ளுமுன் நாம் பலநூறு முறைகள் விழுந்தெழுகிறோம். வளர்ந்து பெரியவர்களாகும் வரை ஆயிரக்கணக்கான

தவறுகளைச் செய்கிறோம். ஆனால் நாம் எச்சரிக்கையாக இல்லாவிட்டால், தோல்விகளை நாம் சமாளிக்கும் விதம், வாழ்நாள் முழுக்க நீடிக்கக்கூடிய எதிர்மறைப் போக்குகளை நம்மிடத்தில் ஏற்படுத்தும். யதார்த்தத்தைத் தவிர்ப்பது, குறைந்த எதிர்பார்ப்புகளைக் கொண்டிருப்பது, மற்றும் நிரந்தர ஏமாற்றங்கள் ஆகியவற்றுக்கு அவை வழிவகுக்கும்.

ஒரு பேஸ்பால் விளையாட்டு வீரர், பத்துக்கு ஏழு முறை பந்தை அடிக்கத் தவறினாலும், கோடிக்கணக்கில் ஊதியம் பெறுகிறார், ஒரு பெரிய நட்சத்திரமாகக் கொண்டாடப்படுகிறார். இது சரியான கண்ணோட்டத்தில் பார்க்கப்படும் தோல்விக்கான ஓர் எடுத்துக்காட்டு மட்டும்தான்.

உங்கள் தோல்விகள்மீது அளவுக்கதிகமான அக்கறை காட்டாதீர்கள். அவற்றைப் பற்றி அதீதமான கவலை கொள்ளாதீர்கள். ஏனெனில், வாழ்க்கையைப்போல அவையும் இயல்பானவையே. நீங்கள் இதுவரை தோற்றதில்லை என்றால், நீங்கள் இன்னும் துவங்கவே இல்லை என்று அர்த்தம்.

4. உங்கள்மீது ஓர் ஆரோக்கியமான நேசத்தை உருவாக்கிக் கொள்ளுங்கள்

உங்களை நீங்கள் நேசிப்பது சரிதான் என்பதைக் கண்டுகொண்டிருக்கிறீர்களா? ‘த ஆர்ட் ஆஃப் லவிங்’ என்ற தன் புத்தகத்தில், எரிக் ஃபிராம் இவ்வாறு குறிப்பிடுகிறார்: “ஒரு தனிநபரால் ஆக்கபூர்வமாக அன்பு செலுத்த முடிந்தால், அவர் தன்னையும் நேசிக்கிறார்; அவரால் பிறரை மட்டுமே நேசிக்க முடியும் என்றால், அவரால் எல்லோரிடமும் அன்பு செலுத்த முடியாது.”

“மாபெரும் கட்டளை எது?” என்று கடவுளிடம் கேட்கப்பட்டபோது, “நீங்கள் உங்களை நேசிப்பதுபோல் உங்கள் அயலானையும் நேசியுங்கள்,” என்று அவர் கூறினார்.

உங்களுக்கு பதிலாக உங்கள் அயலானை நேசியுங்கள் என்று அவர் கூறவில்லை. ஆனால், உங்களைப்போல் நேசியுங்கள் என்றுதான் கூறினார்.

சுயஅன்பு என்பது உங்கள் அகங்காரத்தைக் கட்டியெழுப்புவதற்கான ஒரு பயிற்சியல்ல. நீங்கள் என்னவாக இருக்கிறீர்களோ, அது மாபெரும் மதிப்பு வாய்ந்தது, உங்கள்மீது அக்கறை செலுத்தப்பட வேண்டும், நீங்கள் பேணி வளர்க்கப்பட வேண்டும் என்ற உணர்தல்தான் சுயஅன்பு. மக்களால் தங்கள்மீது எவ்வளவு அன்பு செலுத்த முடியுமோ, அந்த அளவிற்குத்தான் அவர்களால் பிறர்மீதும் அன்பு செலுத்த முடியும். இருந்தாலும், நாம் இங்கு சுயஅன்பு என்று கூறுவது ஒரு நேர்மறையான, ஆரோக்கியமான, தனிப்பட்ட மரியாதையைக் குறிக்கிறதே தவிர, தற்புகழ்ச்சியுடைய, அகங்காரமான, சுயநலத்துடன்கூடிய அன்பைக் குறிப்பது அல்ல.

5. உங்கள் உதவி தேவைப்படும் ஒருவரைக் கண்டுபிடியுங்கள்

குறைவான சுயமதிப்பைக் கொண்டவர்கள் கிட்டத்தட்ட எப்போதும் தங்களைப் பற்றியே சிந்தித்துக் கொண்டு, தங்கள் சொந்த எண்ணங்கள் மற்றும் நடவடிக்கைகளில் மூழ்கியிருப்பர் என்று மனித நடத்தைகளைப் பற்றி ஆய்வு செய்வோர் கண்டறிந்துள்ளனர். “உங்களுக்கு என்னால் என்ன செய்ய முடியும்?” என்று கேட்பதற்கு மாறாக, “நீங்கள் என்னைப் பற்றி என்ன நினைக்கிறீர்கள்?” என்று அவர்கள் கேட்பார்கள். தங்களைப் பற்றி மதிப்பீடு செய்வதற்கு அவர்கள் தங்களுக்கு வெளியே ஒருவரை நிரந்தரமாகப் பார்த்துக் கொண்டேயிருப்பார்கள்.

இன்று, உங்கள் உதவி தேவைப்படும் ஒருவரைக் கண்டுபிடித்து, உங்களிடம் இருக்கும் திறமைகள் எதுவாயிருந்தாலும் அவற்றை அவருக்கு வழங்குங்கள்.

அதிலிருந்து கிடைக்கும் திருப்தி, ஒரு புத்துணர்வூட்டப்பட்ட சுயமதிப்பிற்கான முக்கியமான அம்சமாக விளங்கும்.

6. உங்கள் நடத்தையைத் திட்டமிட்டு மாற்றுங்கள்

திட்டமிட்ட ஒரு நடவடிக்கையின் மூலம் சுயகண்ணோட்டத்தில் ஒரு மாபெரும் முன்னேற்றம் ஏற்படும். எடுத்துக்காட்டாக, தினமும் பத்து நிமிடங்கள் உடற்பயிற்சி செய்யும் ஒரு திட்டத்தைத் துவங்க நீங்கள் எடுக்கும் ஒரு தீர்மானம், விரைவில், புதுப்பிக்கப்பட்ட ஆற்றலை உற்பத்தி செய்து உங்கள் உற்பத்தித் திறனில் பெரும் தாக்கத்தை ஏற்படுத்தும். உடல் எடையைக் குறைக்க மேற்கொள்ளும் திட்டமும் அதே சுயநம்பிக்கையைக் கொடுக்கும்.

ஒரு நாள் முழுக்க உயர்வாகச் சிந்திப்பது, நிமிர்ந்து நிற்பது என்று ஒருவன் முடிவு செய்தான். “வெறுமனே உன் தலையை நிமிர்த்தி நில்,” என்று யாரோ ஒருவர் அவனிடம் கூறினார். அவன் நிமிர்ந்து நிற்கத் துவங்கியதும், உடனடியாகத் தன்னை அதிக சுயநம்பிக்கை கொண்டவனாகவும், பிறரால் மதிக்கப்படும் ஒருவனாகவும் பார்த்தான்.

7. படைப்புத்திறனை வெளிக்கொண்டு வரும் ஒரு சவாலைத் தேர்ந்தெடுங்கள்

சுயநம்பிக்கையைக் கட்டியெழுப்புவது உங்கள் சுயமதிப்பின்மீது ஒரு நேரடியான தாக்கத்தை ஏற்படுத்துகிறது. படைப்புத்திறனை வெளிக்கொணரக்கூடிய ஒரு சவாலை மேற்கொள்வதன் மூலம் உங்களால் இதைச் செய்ய முடியும்.

அறுபது வயதுகளிலும் எழுபது வயதுகளிலும் மக்கள் முதன்முறையாகக் காரோட்டக் கற்றுக் கொண்டதைப் பற்றிய பல கதைகள், கார் ஓட்டுவதற்குப்

பயிற்சியளிப்போரிடம் இருக்கும். ஓட்டுனர் உரிமம் பெறுவதற்கான பரிசோதனையில் அந்த வயதானவர்கள் தேர்ச்சி பெற்றது ஒரு தனிப்பட்ட சாதனையைக் காட்டிலும் மிகப் பெரிது; அது அவர்களது சுயமதிப்பை அதிகரித்தது.

தனிநபர்களுக்கு ஏற்படுவது நாடுகளுக்கும் ஏற்படலாம். ஓர் இராணுவ வெற்றியைத் தொடர்ந்து, உடனடியாக ஓர் அளவிடற்கரிய பெருமிதம் நாடு முழுவதையும் ஆட்கொள்கிறது என்பதை வரலாறு நிரூபிக்கிறது. அதன் விளைவுகள் சமூகத்தின் ஒவ்வொரு நிலையிலும் உணரப்படுகின்றன.

8. பாராட்டுகளை சகஜமாக ஏற்றுக் கொள்ளுங்கள்

பாராட்டுக்களை ஏற்றுக் கொள்வதன் முக்கியத்துவத்தை நீங்கள் கற்றுக் கொண்டுள்ளீர்களா? தாங்கள் சிறப்பாகச் செய்த ஒரு வேலைக்காகத் தங்களுக்குக் கிடைக்கும் பாராட்டிற்கு வெறுமனே 'நன்றி' என்றுகூட பலர் சொல்வதில்லை. மாறாக, அவ்வேலையைத் தான் இன்னும் எவ்வளவு சிறப்பாகச் செய்திருக்கலாம் என்று அவர்கள் விளக்குகின்றனர் அல்லது தங்கள் முயற்சியைக் குறைத்துக் கூறுகின்றனர். ஆர்ப்பரிப்புடன்கூடிய புகழ்ச்சியை நீங்கள் ஏற்றுக் கொள்வதற்கு உங்களால் மட்டுமே உங்களுக்கு அனுமதி வழங்க முடியும்.

விமர்சனத்தையும் சகஜமாக ஏற்றுக் கொள்வது அதே அளவு முக்கியமானது. நூற்றுக்குத் தொண்ணூற்று ஒன்பது பாராட்டுகளை நம்மால் ஏற்றுக்கொள்ள முடிகிறபோது, ஒரே ஒரு பரிந்துரை ஏன் கசக்கிறது? மேலும், நம்மை விமர்சிப்பவர் நம்மை அழிப்பதற்காகவே அவ்வாறு செய்வதாக நாம் ஏன் அனுமானிக்கிறோம்? பல நேரங்களில், நம் மனத்தைப் புண்படுத்துவதாக நாம் கருதும் ஒரு விமர்சனம், நம் மேம்பாட்டிற்கு உதவும் எண்ணத்தில் அமைந்த ஓர் உண்மையான நட்பின் வெளிப்பாடே தவிர வேறெதுவும் இல்லை.

நம்மைப் பற்றிப் பிறர் கூறும் வார்த்தைகள், நாம் நினைத்தாலொழிய, நம்மீது ஏவப்பட்டத் தனிப்பட்டத் தாக்குதல் அல்ல என்பதை நினைவில் கொள்ளுங்கள்.

9. உங்கள் மதிப்பை மறுமதிப்பீடு செய்யுங்கள்

அமெரிக்கக் கருவூலத்திலிருந்து வெளியே வரும் ஒரு காகிதத்தின் மதிப்பு ஒரு டாலராக இருக்கலாம் அல்லது ஓராயிரம் டாலர்களாக இருக்கலாம். அதன் மதிப்பு, அக்காகிதத்தில் அச்சடிக்கப்பட்டுள்ள தகவலைப் பொறுத்தது.

ஓர் ஊதாரி மகன் தன் தந்தையிடம் திரும்பி வரும்போது ஒரு முக்கியமான படிப்பினையைக் கற்றுக் கொண்டான். தன்னைத் தானே தோற்கடிக்கும் வார்த்தைகளை அவன் பேசினான்: "இனியும் உங்களுடைய மகன் என்று கூறிக்கொள்ளும் தகுதி எனக்கு இல்லை."

அதற்குத் தந்தையின் பதில் என்னவாக இருந்தது? "இருப்பதிலேயே சிறந்த ஆடைகளைக் கொண்டுவந்து, இவனுக்கு உடுத்துங்கள்," என்று அவர் கூறினார். குடும்பத்தில் தன் நிலை குறித்து அந்த மகன் கொண்டிருந்த கண்ணோட்டத்தை அது முற்றிலுமாக மாற்றியது. அந்தத் தந்தை தன் மகனை மதிப்புமிக்கவனாகவே பார்த்தார். சுயமதிப்பு ஆக்கபூர்வமான வாழ்க்கையைச் சாத்தியமாக்கும்.

"நான் மதிப்பற்றவன்," என்று கூறுவதையோ அல்லது சிந்திப்பதையோகூடத் தவிர்த்துவிடுங்கள். கண்டிக்கபட வேண்டிய விஷயங்களைக் காட்டிலும் உங்களிடம் கொண்டாடப்பட வேண்டிய விஷயங்கள் அதிகமாக இருக்கக்கூடும். ஒரு ராகத்தை நீங்கள் மெல்லியதாக இசைத்துக் கொண்டிருந்தால், நீங்கள் வெறுமனே பாடவில்லை — நீங்கள் அந்தப் பாடலாகவே ஆகிவிடுகிறீர்கள்!

10. ஒரு புத்தம்புதிய காட்சியைப் படையுங்கள்

அழகு அறுவைச் சிகிச்சைக்குத் தங்களை உட்படுத்திய சில மக்கள், சிகிச்சை முடிந்தவுடன் திடீரென்று ஒரு புதிய, உத்வேகமிக்க சுயபிம்பத்தை உருவாக்கிக் கொண்டது பற்றி டாக்டர் மேக்ஸ்வெல் மால்ட்ஸ், 'சைக்கோ சைபர்னெட்டிக்ஸ்' என்ற தன் புத்தகத்தில் கூறுகிறார். அவர்கள் அப்படியொன்றும் அதிகப்படியான மாற்றத்திற்கு ஆளாகவில்லை. ஆனாலும், தங்கள் புதிய கவர்ச்சியில் அவர்கள் நம்பிக்கை கொண்டிருந்தனர். அந்த நம்பிக்கை அவர்களது நடத்தையில் தாக்கத்தை ஏற்படுத்தியது.

உங்கள் சுயபிம்பம் தற்செயலாக ஏற்படுவதில்லை. பிம்பம் என்ற வார்த்தையே அது உங்களை நீங்கள் உருவாக்கும் அல்லது உருக்குலைக்கும் ஏதோ ஒன்று என்பதைக் குறிக்கிறது. நீங்கள் எப்படி இருக்க வேண்டும் என்று விரும்புகிறீர்களோ, அவ்விதத்தில் உங்களை பாருங்கள்; நீங்கள் எப்படி இருக்க விரும்பவில்லையோ, அவ்வழியில் உங்களைப் பார்க்காதீர்கள்.

உங்கள் கண்களை மூடிக் கொண்டு, "ஆறடி உயர முயலை நான் பார்க்க மறுக்கிறேன்," என்று நீங்கள் நினைத்தால், உங்கள் கண்களுக்கு எது தெரிகிறது? "நான் என் தோல்விகளைப் பற்றி நினைக்க மறுக்கிறேன்," என்று நீங்கள் தொடர்ந்து உங்களிடம் கூறிக்கொண்டே இருந்தால், நீங்கள் தானாகவே அதில்தான் கவனம் செலுத்துவீர்கள். உங்கள் அறிவுச் செயல்முறையின்மீது எது ஆதிக்கம் செலுத்துகிறதோ, அது உங்கள் வாழ்விலும் ஆதிக்கம் செலுத்தும், அது நேர்மறையானதாக இருந்தாலும் சரி அல்லது எதிர்மறையானதாக இருந்தாலும் சரி.

பல காலங்களுக்கு முன் ஜோகான் வான் கதே கூறியதுபோல், "அவர்கள் என்னவாக இருக்க வேண்டுமோ, அவ்வாறே அவர்கள் இருப்பதாக நினைத்து மக்களைச் சிறப்பாக நடத்துங்கள். அப்போது, அவர்கள் எதுவாக ஆக

முடியுமோ அதுவாக ஆவதற்கு நீங்கள் உதவியிருப்பீர்கள்." நாம் பிறரை நடத்தும் விதத்தில் அது நிகழக்கூடும் என்றால், நம்மை நாம் சிறப்பாக நடத்தும் விதத்திலும் அது நிகழும்.

செரிட்டா மற்றும் ஜானி

நம் சுயமதிப்பு பெரும்பாலும், மற்றவர்கள் நம்மைப் பற்றி என்ன நினைக்கிறார்கள், கடந்தகாலத்தில் அவர்கள் நம்மை எப்படி நடத்தியிருக்கிறார்கள் ஆகியவற்றைச் சார்ந்திருக்கும். நமது 'மதிப்பு' திடீரென்று மாறினால் என்ன நிகழும்? நெடுங்காலத்திற்கு முன், பசிபிக் பெருங்கடலில் உள்ள ஒரு தீவில் இதுதான் நிகழ்ந்தது.

செரிட்டா என்ற இளம்பெண் கிட்டிவாட்டி என்ற தீவில் வசித்து வந்தாள். அத்தீவின் வழக்கப்படி, திருமணம் செய்து கொள்ளத் தயாராக உள்ள ஓர் இளைஞன், தான் திருமணம் செய்து கொள்ளவிருக்கும் பெண்ணிற்கு ஈடாக, அவளது தந்தைக்கு சில மாடுகளைத் தர வேண்டும். ஓர் அழகான பெண்ணை மனைவியாக்கிக் கொள்வதற்குக் கொடுக்க வேண்டிய சீதனம், நான்கு முதல் ஆறு மாடுகள். ஒரு சராசரிப் பெண் என்றால் மூன்று மாடுகள் கொடுத்தால் போதும்.

செரிட்டா ஒன்றும் அவ்வளவு அழகானவள் அல்ல. தொங்கிப் போன தோள்களும், ஒருபோதும் வாரி முடிக்கப்படாத தலைமுடியும், கந்தலாடைகளுமாக அவள் எப்போதும் காணப்பட்டாள். அவளது தந்தையான சாமுவேல் தன் மனத்தில் ஏற்கனவே ஒரு தீர்மானத்திற்கு வந்திருந்தார். "செரிட்டாவிற்காக நான் இரண்டு மாடுகளைக் கேட்கப் போகிறேன். ஆனால் ஒரு மாடு மட்டுமே கிடைத்தாலும் நான் அதை ஏற்றுக் கொள்வேன்," என்று அவர் நினைத்தார்.

அருகில் உள்ள ஒரு தீவில் ஜானி லிங்கோ என்பவர் வாழ்ந்து வந்தார். அவரது சமூகத்திலேயே அவர்தான்

பெரும் பணக்காரர். ஒரு சாமர்த்தியமான வணிகராக இருந்ததன் மூலம் அவர் தன் சொத்துக்களைக் குவித்திருந்தார். கிட்டிவாட்டி கிராமத்திற்குப் பல முறை விஜயம் செய்த பிறகு, தான் செரிட்டாமீது காதல் வயப்பட்டுள்ளதாக அவர் அறிவித்தார். யாராலும் அதை நம்ப முடியவில்லை.

ஜானி செரிட்டாவின் தந்தையிடம் வந்து, அதிர்ச்சி தரும் விஷயம் ஒன்றைக் கூறினார்: "நான் செரிட்டாவைத் திருமணம் செய்து கொள்ள விரும்புகிறேன். அவளுக்குப் பதிலாக நான் எட்டு மாடுகளைக் கொடுக்கிறேன்."

செய்தி மின்னல் வேகத்தில் அத்தீவு முழுக்கப் பரவியது. "எட்டு மாடுகளா? ஒன்று, ஜானி பைத்தியக்காரனாக இருக்க வேண்டும் அல்லது பார்வையற்றவனாக இருக்க வேண்டும்!" என்று அந்த கிராமத்தைச் சேர்ந்த ஒருவர் ஆச்சரியப்பட்டார்.

"ஒரே ஒரு மாட்டைக் கொடுத்துத் திருமணம் செய்து கொள்ளக்கூடிய ஒரு பெண்ணுக்கு எட்டு மாடுகளை ஏன் ஒரு சாமர்த்தியமான வணிகர் தர வேண்டும்?" என்று இன்னொருவர் கேள்வி எழுப்பினார்.

ஜானி ஒரு மாபெரும் இரகசியத்தை அறிந்திருந்தார். அவரது மனைவிக்கும் அந்த இரகசியம் தெரியவர வெகு நாட்கள் ஆகவில்லை. அக்கணம் வரை, கிட்டிவாட்டியில் வசித்தவர்கள் செரிட்டாவை 'ஒரு மாட்டிற்கு ஈடானவளாக' நடத்தி வந்தனர். அது அவளது ஆளுமையை வடிவமைத்தது.

ஆனால் ஜானி லிங்கோவைப் பொறுத்தவரை, அவள் 'எட்டு மாடுகளுக்கு ஈடானவள்.' அவளும் அவ்வாறே மாறினாள். தன் புதிய மதிப்பை உணர்ந்த அக்கணத்தில், அத்தீவிலேயே மிக அழகான பெண்ணாக செரிட்டா மலர்ந்தாள்.

உங்கள் மதிப்பு என்ன?

உங்களை மதிப்பீடு செய்பவர் உங்களுக்கு என்ன விலையை நிர்ணயம் செய்வார்? நீங்கள் ஒரு கைக்கடிகாரமாக இருந்தால், அதில் எழுதப்பட்டுள்ள வார்த்தைகள் டைமெக்ஸா அல்லது ரோலெக்ஸா என்பதைப் பொறுத்து உங்கள் மதிப்பு நிர்ணயிக்கப்படும். நீங்கள் ஓர் ஓவியமாக இருந்தால், நீங்கள் இலண்டனின் பொதுச் சந்தையில் விற்கப்பட்டவரா அல்லது பாரீசின் கலைக்கூடத்தில் விற்கப்பட்டவரா என்பதைப் பொறுத்து உங்கள் விலை அமையும். மதிப்பு, கடிகாரத்தின் உலோக அம்சங்களிலோ அல்லது ஓவியம் தீட்டப்பட்டிருந்த துணியிலோ அல்ல. உணரப்படும் மதிப்புதான் வித்தியாசத்தை ஏற்படுத்துகிறது.

ஒரு கடையில் உள்ள விற்பனையாளர் ஒரு பொருளின்மீது ஒரு புதிய விலைச்சீட்டை ஒட்டுவதைப்போல, நீங்கள் உங்களை ஆய்வு செய்து, உங்கள் மதிப்பை நிர்ணயம் செய்யுங்கள். இருந்தாலும், அப்படிச் செய்யும்போது, உங்கள் புறத்தோற்றத்தைக் கணக்கில் எடுக்காதீர்கள். உங்களைப் படைத்தது யார், அவரது வேலைப்பாட்டின் தரம் என்ன என்பது பற்றி எண்ணிப் பாருங்கள். அப்போது உங்கள் மதிப்பைப் பற்றிய ஒரு யோசனை உங்களுக்குக் கிடைக்கும். நீங்கள் மதிப்பவற்றை நீங்கள் சிறந்த முறையில் நடத்துவீர்கள். 'சுயமதிப்பைப் பரிபூரணமாக மாற்றுவதற்கான பத்துப் படிக'ளை நீங்கள் உடனடியாக நடைமுறைப்படுத்துவதன் மூலம், உங்கள் எதிர்காலத்தைப் பற்றிய ஒரு துணிச்சலான புதிய நம்பிக்கையுடன் இந்த உலகத்தையும் உங்களையும் உங்களால் எதிர்கொள்ள முடியும்.

மணி 3

சிந்தனை மூலம் பரிபூரண மாற்றம்

சமீபத்தில் ஒரு பேஸ்பால் விளையாட்டைப் பார்க்க வந்திருந்த ஒருவர், அந்த அரங்கத்திலிருந்த ஒரு கடையில் தான் வாங்கிப் பருகிய ஒரு மென்பானத்தில் விஷம் கலக்கப்பட்டிருக்கக்கூடும் என்று சந்தேகப்பட்டுக் கூறியதால், அவசர அவசரமாக மருத்துவமனைக்குக் கூட்டிச் செல்லப்பட்டார்.

துரதிர்ஷ்டவசமாக, அந்த அரங்க அறிவிப்பாளர், "பார்வையாளர்களே! மென்பானம் வழங்கும் பகுதி இப்போது மூடப்பட்டுள்ளது என்பதை மிகவும் வருத்தத்துடன் தெரிவித்துக் கொள்கிறோம். இங்கு வந்திருந்தப் பார்வையாளர் ஒருவர் ஆம்புலன்ஸ் மூலம் மருத்துவமனைக்குக் கூட்டிச் செல்லப்பட்டிருக்கிறார்.

மென்பானம் வழங்கும் இயந்திரத்திலிருந்து அவர் பருகிய மென்பானத்தில் விஷம் கலந்திருக்கலாம் என்ற சந்தேகத்தின்பேரில் சிகிச்சைக்காக அவரை அழைத்துச் சென்றுள்ளனர்," என்று கூட்டத்தாரிடம் கூறினார்.

அவ்வார்த்தைகள் வெளிவந்தவுடனேயே, விஷம் கலந்திருந்தால் ஏற்படக்கூடிய அறிகுறிகளைத் தாங்கள் உணர்வதாகப் பலர் குறைகூறத் துவங்கினர். அரங்கப் பொறுப்பாளார்கள் ஏராளமான வண்டிகளை அமர்த்தி, நோய் அறிகுறி இருப்பதாகக் கூறிய பார்வையாளர்களை உள்ளூர் மருத்துவமனைக்குக் கூட்டிச் செல்லத் துவங்கினர். முதலில் மருத்துவமனைக்குக் கூட்டிச் செல்லப்பட்ட மனிதரின் உடலில் விஷத்திற்கான அறிகுறி ஏதும் இருக்கவில்லை என்பது பின்னர் கண்டறியப்பட்டது. எண்ணத்தின் சக்தி, வலியை உண்டாக்கியது.

டாக்டர் ஆல்பர்ட் க்ளிஃப் என்ற பிரபல வேதியியலாளர், 'லெசன்ஸ் இன் சக்சஸ்ஃபுல் லிவிங்' என்ற தன் புத்தகத்தில், "மழையில் நனைவதற்கு நீங்கள் பயந்தால், நீங்கள் பயப்படும் சளி உங்களைப் பிடித்துக் கொள்ளும். மழையினால் உங்களுக்குச் சளி பிடிக்கவில்லை. ஆனால் அப்படி நீங்கள் கொண்டிருக்கும் நம்பிக்கை நிச்சயமாக உங்கள் உடலில் உள்ள சளியை வெளிக்கொணரும்," என்று கூறுகிறார்.

உங்கள் மனத்தின் சக்தி பிரமிப்பூட்டும் ஒன்று. உங்கள் இதயம், நுரையீரல்கள், மற்றும் மனத்தின் செயல்முறைகள் ஆகிய அனைத்தையும் ஒரே நேரத்தில் நிறுத்தக்கூடிய ஓர் இரசாயனத்தை நம் மூளை உற்பத்தி செய்கிறது, அது உங்கள் எண்ணங்களால் கட்டுப்படுத்தப்படுகிறது என்று மருத்துவ அறிவியல் கண்டறிந்துள்ளது. தங்கள் நெடுங்கால வாழ்க்கைத் துணைவர் இறந்த சில நாட்களுக்குள்ளாகவே, சமயங்களில், சில மணிநேரங்களுக்குள்ளாகவே சிலர் இறந்துபோவது

பற்றியக் கதைகளை நாம் மீண்டும் மீண்டும் கேள்விப்படுகிறோம். 'இறப்பு குறித்த விருப்ப'த்தின் சக்தி நம் புரிதலுக்கு அப்பாற்பட்டது.

மன ஆரோக்கியமும் உடல் ஆரோக்கியமும் ஒன்றுக்கொன்று நேரடித் தொடர்பு கொண்டவை என்பதை மருத்துவ ஆய்வுகள் நிரூபிக்கின்றன. பிறரது எதிர்பார்ப்புகளுக்கு ஏற்ப நாம் நடந்துகொள்ளும் விதமும் அதில் ஒரு முக்கியப் பங்கு வகிக்கிறது.

டாக்டர் எஸ். ஐ. மேக்மில்லனின் 'நன் ஆஃப் தீஸ் டிசீசஸ்' என்ற புத்தகத்தில், குடற்புண், இரத்த அழுத்தம், மற்றும் வலிப்பு நோய்கள், பிறரிடம் நாம் காட்டும் வெறுப்பு மற்றும் கோபத்துடன் எப்படித் தொடர்பு கொண்டுள்ளன என்பதை விளக்குகிறார். "பல்லாயிரக்கணக்கானவர்களின் இறப்புச் சான்றிதழில், அவர்கள் 'பழியுணர்வு'க்குப் பலியானவர்கள் என்று எழுதியிருந்தால் பொருத்தமாக இருக்கும்," என்று அவர் கூறியுள்ளார். பிறரை வெறுக்கும் ஒருவர் தன்னைத் தானே எவ்வாறு அடிமைப்படுத்திக் கொள்கிறார் என்பதை டாக்டர் மேக்மில்லன் விளக்குகிறார்.

> "ஒரு மனிதனை நான் வெறுக்கத் துவங்கும் அக்கணத்தில் நான் அவனுக்கு அடிமையாகிறேன். நான் என் வேலையை மகிழ்ச்சியுடன் அனுபவிக்க முடிவதில்லை. ஏனெனில், அவன் என் எண்ணங்களையும் கட்டுப்படுத்துகிறான். என் கோபங்கள் என் உடலில் அதிகமான மன இறுக்கத்தை ஏற்படுத்துகின்றன. விரைவாகவே நான் களைத்துப் போய்விடுகிறேன். நான் வெறுக்கும் மனிதன் நான் இருக்குமிடத்திலிருந்து பல மைல் தூரத்தில் இருக்கலாம். ஆனால், அடிமைகளை ஆட்டிப் படைக்கும் எஜமானனைவிடக் கொடூரமாக அவன் என் எண்ணங்களை ஆட்டிப் படைக்கிறான். என் பஞ்சணை முட்படுக்கையாக

மாறும் அளவிற்கு அவன் என் எண்ணங்களை ஆக்கிரமித்துள்ளான். நான் என் சீற்றத்தை யாரிடமெல்லாம் வெளிப்படுத்துகிறேனோ, அவர்கள் ஒவ்வொருவருக்கும் நான் அடிமைதான்."

மருத்துவமனைகள் நிரம்பி வழிவதும், புதிய நோயாளிகளைப் பார்ப்பதற்கு நேரமில்லாத அளவிற்கு மருத்துவர்களிடம் நோயாளிகள் கூட்டம் அலை மோதுவதிலும் ஏதேனும் ஆச்சரியம் இருக்கிறதா?

உங்கள் சிந்தனை உங்களது உடல்மீது ஆழ்ந்த தாக்கத்தை ஏற்படுத்துவதால், நீங்கள்ஆரோக்கியத்துடன் வாழ வேண்டுமென்றால், நல்லவற்றயையே சிந்திக்க வேண்டும்.

உங்கள் சுயபேச்சை ஆய்வு செய்யுங்கள்

மக்களின் நடவடிக்கைகள், பொதுவாக அவர்களின் கண்ணோட்டங்களினாலேயே தீர்மானிக்கப்படுகின்றன. அவர்கள் எதைப் பற்றிச் சிந்திக்கிறார்கள்? எதைப் பற்றிப் பேசுகிறார்கள்? பெரும்பாலான சராசரி மனிதர்கள் தங்களைப் பற்றிப் பேசும்போது எதிர்மறையாகவே பேசுகின்றனர். விதை ஒன்று போட்டால் சுரை ஒன்றா முளைக்கும்? இத்தகைய மக்களின் எதிர்காலத்தைக் கணிப்பதற்கு நீங்கள் ஒரு ஞானியாக இருக்க வேண்டியதில்லை.

பலருக்கு, அவர்களிடம் உள்ள நிரந்தர சுயசந்தேகம் அவர்களுக்கு மனத்தளர்ச்சியை ஏற்படுத்துகிறது. அது உங்களைப் பற்றி நீங்கள் நினைப்பவற்றால் ஏற்படும் ஒரு மனநிலை; பிறரைப் பற்றியோ அல்லது பிற நிகழ்வுகளைப் பற்றியோ நீங்கள் நினைப்பவற்றால் அல்ல. முடிவற்ற எதிர்மறை எண்ணங்கள் உண்மை குறித்த ஒரு சக்திமிக்க மாயையை ஏற்படுத்துகின்றன. இறுதியில், அந்த மாயை உங்களையே விழுங்கிவிடுகிறது.

இருந்தாலும், உணர்வுகள் மெய்யானவை அல்ல என்பதைத்தான் நீங்கள் முக்கியமாக அறிந்துகொள்ள வேண்டும். மாறாக, அவை வெறுமனே நம் சிந்தனையின் பிரதிபலிப்பு மட்டுமே. ஆனால் பிரச்சனை இங்குதான் உள்ளது: நம் யதார்த்தமற்ற உணர்ச்சிகள் நியாயமான உணர்வுகளைப் போலவே ஏற்கத்தக்கவையாகவும் யதார்த்தமானவையாகவும் தோன்றுகின்றன. எனவே, நாம் அவற்றை உண்மை என்று நம்பிவிடுகிறோம். நாம் நம் பிரச்சனைகளிலிருந்து சில அடிகள் விலகிச் சென்று அவற்றைப் பார்க்கும்போதுதான், அங்கு உண்மையிலேயே எவை வேலை செய்து கொண்டிருக்கின்றன என்பதைப் பற்றிய ஒரு தெளிவான காட்சி நமக்குப் புலப்படத் துவங்கும்.

நம் சிந்தனையை உண்மையிலேயே நம் கட்டுப்பாட்டிற்குள் கொண்டுவர முடியுமா? நம் மனம் நிர்வகிக்கப்பட வேண்டிய ஒன்றா? அல்லது அது வரம்பிற்கு அப்பாற்பட்டதா? மனம் தொடர்பான அனைத்தையும் நாம் பெரும்பாலும் ஒதுக்கிவிடுகிறோம். அதற்குக் காரணம், அவை புதிரானவையாக இருப்பவற்றோடும், கிழக்கத்திய மதங்களோடும், மெய்யறிவியலோடும் தொடர்பு கொண்டுள்ளதால்தான். ஆனால் நம் எண்ணங்களை நம் கட்டுப்பாட்டிற்குள் வைக்க வேண்டும் என்ற தீர்மானத்தை நாம் சுயஉணர்வுடன் மேற்கொள்ளாதவரை, நாம் எதிர்பார்க்கும் பரிபூரண மாற்றத்தை நம்மால் ஒருபோதும் அனுபவிக்க முடியாது.

நமக்கு எதிராகச் செயல்படும் ஆற்றல்கள் நம் வேலையின் வடிவிலோ, பொருளாதார வடிவிலோ, அல்லது ஒரு விமர்சகரின் வடிவிலோ வருவதில்லை. அவை நம் மனத்திலும், எண்ணங்களிலும், கற்பனையிலும் உள்ளன.

நம் எண்ணங்கள் எதில் குவிக்கப்பட்டிருக்க வேண்டும்?

"உண்மையுள்ளவைகள் எவைகளோ, ஒழுக்கமுள்ளவைகள் எவைகளோ, நீதியுள்ளவைகள் எவைகளோ, கற்புள்ளவைகள் எவைகளோ, அன்புள்ளவைகள் எவைகளோ, நற்கீர்த்தியுள்ளவைகள் எவைகளோ, புண்ணியம் எதுவோ, புகழ் எதுவோ அவைகளையே சிந்தித்துக் கொண்டிருங்கள்." - பிலிப்பர் 4:8

மனத்தின் செயற்பாட்டு விதி

ஒவ்வொரு வினைக்கும் அதே அளவிலான எதிர்வினை உண்டு என்று இயற்பியல் விதி கூறுகிறது. மனச் செயற்பாட்டு விதி ஒன்று பைபிளிலும் மிகப் பொருத்தமாகக் கூறப்பட்டுள்ளது: "அவன் இருதயத்தின் நினைவு எப்படியோ அப்படியே அவன் இருக்கிறான்" (நீதிமொழிகள் 23:7). வேறு வார்த்தைகளில் கூறுவதானால், நம் எண்ண ஓட்டம் நம் வெளிமனத்தில் மட்டும் மையம் கொண்டிருக்கவில்லை, அது இன்னும் அதிக ஆழத்தில் நிலைகொண்டுள்ளது. அது நம் இதயத்திலிருந்து வருகிறது, நம் உள்ளிருந்து வருகிறது.

எண்ணங்களை நேர்மறையான நடவடிக்கைகளாக மாற்றுவதற்கு நான்கு படிகள் உள்ளன. அறிதல், சிந்தித்தல், கூறுதல், மற்றும் செய்தல் ஆகியவையே அவை. இந்த அத்தியாயத்தில், நாம் முதல் இரண்டு படிகள் குறித்து விரிவாக பார்க்க இருக்கிறோம்.

"நீங்கள் எதை உண்கிறீர்களோ, அதைப் பொறுத்துதான் உங்கள் உடல்நலம் இருக்கும்," என்பது பழைய பழமொழி. அது உங்கள் மனத்திற்கும் பொருந்தும்: "நீங்கள் என்ன சிந்திக்கிறீர்களோ, அதைப் பொறுத்துதான் உங்கள் மனநலம் அமையும்." நீங்கள் யார் என்பது நீங்கள் என்ன அறிந்திருக்கிறீர்கள் என்பதிலிருந்து துவங்குகிறது. தவறான தகவல்கள் தவறான சிந்தனையை உருவாக்கும். தவறான சிந்தனை தவறான வார்த்தைகளையோ அல்லது தவறான நடவடிக்கைகளையோ உருவாக்கும்.

ஒரு பிரச்சனையை, "நான் இப்பிரச்சனையில் என் முழு கவனத்தையும் செலுத்தப் போகிறேன்," என்ற எண்ணத்தோடு நீங்கள் அணுகி எவ்வளவு காலம் ஆகியிருக்கும்? இப்படித்தான் படைப்புக் கருத்துக்கள் உருவாகின்றன. தொடர் பயிற்சியின் மூலம், அவை வேகமாக வெளிவரத் துவங்கும். பிரபல அமெரிக்க எழுத்தாளரான எச்.எல்.மெங்கென் இவ்வாறு குறிப்பிட்டுள்ளார்: "என் ஊகப்படி, உலக மக்களில் 80 சதவீதத்தினர், தாங்களாகவே சொந்தமாகச் சிந்தித்து உருவாக்கும் அசலான எண்ணம் ஒன்றுகூட இல்லாமல் தங்கள் வாழ்நாட்களை ஓட்டிவிடுகின்றனர்."

பலரின் எண்ண ஓட்டங்கள் தவறான முடிவுகளுக்கு வழிவகுப்பவையாகவும் மேலோட்டமானவையாகவும் இருக்கின்றன. எடுத்துக்காட்டாக, ஏதோ ஒன்று, முன்பு எப்போதோ ஒருமுறை நிகழ்ந்துள்ளதால், அது மீண்டும் மீண்டும் நிகழக்கூடும் என்று எண்ணற்ற மக்கள் உறுதியாக நம்புகின்றனர். எப்போதாவது ஒருமுறை அவர்கள் தங்கள் காரைக் கழுவியவுடன் மழை பொழிந்நால், அவர்கள் இப்படிக் கூறுவார்கள்? "ஒவ்வொரு முறையும் இப்படித்தான் நிகழ்கிறது!" அல்லது, யாரேனும் ஒருவர் ஒருமுறை அல்லது இருமுறை அவர்களை மோசமாக நடத்தியிருந்தால், "யாருக்கும் என்னைப் பிடிக்கவில்லை!" என்று கூறுவர். மிகையாகப் பொதுப்படுத்தும் போக்கு மற்றும் தவறான காரணங்களைப் பயன்படுத்துவது குறித்து எச்சரிக்கையாக இருங்கள்.

உங்கள் மனம் என்னும் புதையலை, ஒரு பொக்கிஷமாக நடத்துவது குறித்துச் சிந்திக்க வேண்டிய நேரம் வந்துவிட்டது. வாழ்வின் மிகவும் மதிப்பு வாய்ந்த உடைமைகளான ஆரோக்கியம், அபரிமிதம், இரக்கம், மற்றும் அன்பு ஆகியவற்றை உங்கள் எண்ணங்கள் உள்ளடக்கியுள்ளன.

ஒரு புதிய கண்ணோட்டம்

ஒப்புமைக் கோட்பாட்டை உருவாக்குவதற்கு முன், ஐன்ஸ்டீன் எந்தவிதமான பரிசோதனைகளையும் மேற்கொள்ளவில்லை, புதிய தகவல்கள் எதையும் சேகரிக்கவில்லை. மற்ற அனைவருக்கும் கிடைத்திருந்த அதே தகவல்களை அவர் வெறுமனே வேறொரு புதிய கண்ணோட்டத்தில் பார்த்தார். சாமானிய மனிதனிடமும் பிரபலமாக இருந்த தன் கோட்பாட்டை ஐன்ஸ்டீன் கண்டுபிடித்தப் பிறகுதான், அதை உறுதிப்படுத்துவதற்காகப் பரிசோதனைகள் மேற்கொள்ளப்பட்டன.

வரலாற்றின் மிக முக்கியமான மருத்துவக் கண்டுபிடிப்புகளில் ஒன்று, எட்வர்டு ஜென்னர், மக்களுக்குப் பெரியம்மை நோய் ஏன் வருகிறது என்பதற்கான காரணத்தை கண்டுபிடிக்கும் முயற்சியைத் தற்காலிகமாக நிறுத்தியபோதுதான் நிகழ்ந்தது. மாறாக, மாடுகளிடம் பால் கறந்து கொண்டிருந்த பெண்களுக்கு ஏன் இவ்வியாதி வரவில்லை என்று அவர் ஆராயத் துவங்கினார். தீங்கு விளைவிக்காத பசு அம்மையானது, அச்சுறுத்திய பெரியம்மை நோய்க்கு எதிராகப் பாதுகாப்பளித்தது என்ற அவரது கண்டுபிடிப்பின் மூலம், உலகை உலுக்கிய பெரியம்மை நோயை ஒழித்துக் கட்டிய தடுப்பு மருந்து கண்டுபிடிக்கப்பட்டது. தீர்க்க முடியாத நோய் என்று எதுவும் கிடையாது, திருத்த முடியாத மக்கள் மட்டுமே இருக்கிறார்கள் என்று ஒரு கூற்று உண்டு.

'நியூ திங்க்' என்ற தன் அற்புதமான புத்தகத்தில், எட்வர்டு டி போனோ, பக்கவாட்டுச் சிந்தனை மூலம் நம் படைப்புத்திறனை விரிவாக்கம் செய்யும் யோசனையைப் பரிந்துரைக்கிறார். "ஒரே குழியை அதே இடத்தில் ஆழமாகத் தோண்டுவதன் மூலம், இன்னொரு குழியை வேறோர் இடத்தில் உருவாக்க முடியாது. பக்கவாட்டுச் சிந்தனை என்பது மற்றோர் இடத்தில் ஒரு குழியைத் தோண்டுவதைப்

பற்றியது," என்று அவர் கூறுகிறார். செங்குத்துச் சிந்தனை வெறுமனே அதே இடத்தில் தோண்டிக் கொண்டே இருப்பதற்கு ஒப்பானது.

நம் வழியில் வருபவற்றைக் கண்டு பயந்து, அவற்றுக்கு உதறலுடன் செயல்விடை அளிக்கும் பழக்கத்தை சுயஉணர்வுடன் உடைத்தெறிவதன் மூலம், நம்மால் நமக்குள் இருக்கும் மேதைமையை வெளிக்கொண்டு வர முடியும். படைப்புத்திறனால் வரும் வெகுமதி கலைஞர்களுக்கும் கண்டுபிடிப்பாளர்களுக்கும் மட்டுமே உரிமையானவை அல்ல. உங்கள் வாழ்விற்கு முற்றிலும் ஒரு புதிய பரிமாணத்தை வழங்கக்கூடிய தடையற்ற எண்ணத்தின் சக்தி நம் அனைவரிடமும் உள்ளது.

இப்போதிலிருந்து, தினமும் சிறிது நேரம் உங்கள் மனத்தின் ஆற்றலைப் பயிற்றுவித்து, விரிவாக்கி, அதை நடைமுறைப்படுத்துவது என்ற தீர்மானத்தை எடுத்துக் கொள்ளுங்கள்.

மணி 4

உங்கள் இலட்சியங்கள் குறித்து ஒரு புதிய பார்வை

நீங்கள் எங்கே சென்று கொண்டிருக்கிறீர்கள் என்பதை நீங்கள் அறிந்திருக்காவிட்டால், நீங்கள் அவ்விடத்தைச் சென்றடையும்போது அதை உங்களால் ஒருபோதும் அடையாளம் கண்டுகொள்ள முடியாது. பெரும்பான்மையான மக்களுக்கு இலக்கு என்பது திட்டவட்டமாக, சுருக்கமாக வரையறுக்கப்பட்ட ஒரு குறிக்கோளாக இல்லாமல், அடர்ந்த மூடுபனியைப்போல குழப்பமான, மங்கலான ஒன்றாக உள்ளது. நம் வாழ்விற்கான முக்கியத் திட்டங்களை வடிவமைப்பதற்குத் தேவையான பயிற்சியை நாம் அனைவரும் பெற்றுள்ளோம் என்று நினைப்பது சிறந்ததுதான், ஆனால் நிஜம் அதுவல்ல. பதினெட்டு வருடங்கள் நாம் பள்ளிக்குச் சென்றாலும்,

அதில் ஒருமணிநேரம்கூட இலக்குகளை நிர்ணயம் செய்வது எப்படி என்று நமக்குக் கற்பிக்கப்படுவதில்லை.

'த சைக்காலஜி ஆஃப் அச்சீவ்மென்ட்' என்ற புத்தகத்தின் ஆசிரியர் பிரையன் டிரேசி இவ்வாறு குறிப்பிடுகிறார்: "சிறந்த ஆய்வின்படி, மூன்று சதவீதத்திற்கும் குறைவான அமெரிக்கர்களிடம் மட்டுமே அவர்களது இலக்குகள் எழுத்துபூர்வமாக உள்ளன. அதிலும் ஒரு சதவீதத்திற்கும் குறைவானவர்களே தினந்தோறும் அவற்றைப் பரிசீலனை செய்து, தங்கள் இலக்குகளை மீண்டும் எழுதுகின்றனர்."

நீங்கள் எப்படி? "இன்றிலிருந்து பத்து வருடங்கள் கழித்து நீங்கள் என்ன செய்து கொண்டிருக்கப் போவதாகத் திட்டமிட்டிருக்கிறீர்கள்?" என்ற கேள்விக்கு உங்கள் பதில் என்னவாக இருக்கும்?

காரில் சுயதுவக்கி மற்றும் பல தொழிற்துறைச் சாதனங்களைக் கண்டுபிடித்த சார்லஸ் எஃப். கெட்டெரிங், முன்னோக்கிப் பார்ப்பதன் முக்கியத்துவத்தை அறிந்திருந்தார். "என் ஆர்வம் எதிர்காலம் குறித்தது. ஏனெனில், என் எஞ்சிய வாழ்நாள் முழுவதையும் நான் அங்குதான் செலவிடப் போகிறேன்," என்று அவர் கூறியுள்ளார்.

இலக்குகளை நிர்ணயிப்பது என்பது ஒரு தொழில்முனைவோருக்கோ அல்லது உயர் சாதனையாளருக்கோ மட்டுமே உரிய தனியொரு சலுகை அல்ல; அது கடவுள் கொடுத்தத் திறமையும் அல்ல; மாறாக, எவரொருவராலும் கற்றுக் கொள்ளக்கூடிய ஒரு திறமை அது. இருந்தாலும், பெரும்பாலான மக்கள் தங்கள் ஆற்றலை மேலோட்டமாக மட்டுமே பயன்படுத்திக் கொண்டிருக்கின்றனர். ஏனெனில், அவர்கள் தங்கள் எதிர்காலத்தைக் காட்சிப்படுத்துவதைத் தவிர்க்கின்றனர்.

இந்த நேரத்தில், உங்கள் குறிக்கோள்கள் மற்றும் விருப்பங்கள்மீது கவனம் செலுத்துமாறு உங்களைக் கேட்டுக் கொள்கிறோம். இலக்குகளை நிர்ணயம் செய்ய உதவும் திட்டவட்டமான 7 அம்சங்கள் கீழே கொடுக்கப்பட்டுள்ளன.

1. என் இலக்கு திட்டவட்டமானது

தன் பதினைந்தாவது வயதில், ஜான் கோடார்டு, தன் வாழ்வில் தான் அடைய விரும்பிய 127 இலக்குகளை நிர்ணயித்தார். தன் நாற்பத்தேழாவது வயதில் அவற்றில் 103 இலக்குகளை அவர் அடைந்திருந்தார். தெளிவான குறிக்கோள்களின் விளைவாக, அவர் நைல் நதியை ஆய்வு செய்தார், கிலிமஞ்சாரோ மலை உச்சியை அடைந்தார், விமானம் ஓட்டக் கற்றுக் கொண்டார், ஆப்பிரிக்காவிலுள்ள விக்டோரியா நீர்வீழ்ச்சியைப் படம் பிடித்தார்.

அவரது இரகசியம் என்ன? கோடார்டின் ஒவ்வோர் இலக்கும் திட்டவட்டமானவையாக, செயல்நடவடிக்கை சார்ந்தவையாக இருந்தன. எடுத்துக்காட்டாக, அவரது பட்டியலில் இடம்பெற்றவற்றில் சில பின்வருமாறு: "ஈகிள் சாரணர் இயக்கத்தில் உறுப்பினராவது, ஒரு நிமிடத்தில் 50 வார்த்தைகளை தட்டச்சு அடிப்பது, நாற்பதடி உயரத்திலிருந்து குதித்து, நீருக்கடியில் இரண்டரை நிமிடங்கள் மூச்சடக்கி இருப்பது, புல்லாங்குழல் மற்றும் வயலின் வாசிக்கக் கற்றுக் கொள்வது, ஜூஜிட்சு என்ற மற்போர்க் கலையைக் கற்பது, ஐந்தடி 'உயரம் தாண்டுவது,' தன் சொந்தத் தொலைநோக்கியை உருவாக்குவது, பாலித் தீவில் தீமிதி விழாவைப் பார்ப்பது."

மிகப்பிரபலமான ஒரு சாகசக்காரராகவும், சொற்பொழிவாளராகவும் மாறிய கோடார்டு, பிறரால் கற்பனை மட்டுமே செய்து பார்க்கக்கூடிய வாழ்க்கையை வாழ்ந்தார். அது அவருக்கு சாத்தியப்பட்டதற்குக் காரணம், அவரது இலக்குகள் திட்டவட்டமாக வரையறுக்கப்பட்டு இருந்ததுதான்.

நீங்கள் 127 இலக்குகளிலிருந்து துவங்க வேண்டியதில்லை. ஒருசில தெளிவான குறிக்கோள்கள் இருந்தால் மட்டும் போதும். நீங்கள் குறி வைக்கும் இலக்குகள் திட்டவட்டமானவையாக இருப்பதுதான் முக்கியம்.

2. என் இலக்கு அளவிடப்படக்கூடியது

பலருக்கு இலக்குகளுக்கும் குறிக்கோள்களுக்கும் இடையே உள்ள வித்தியாசம் புரிவதில்லை. இரண்டையும் போட்டுக் குழப்பிக் கொள்கின்றனர். “நான் மகிழ்ச்சியாக இருக்க விரும்புகிறேன்,” அல்லது “எனக்கு அதிகமான பணம் வேண்டும்,” என்று நீங்கள் கூறினால், வெற்றிக் கணத்தைத் தீர்மானிப்பது சிரமமான காரியமாக ஆகிவிடும்.

மிகத் தெளிவான இலக்குகள் தரத்தைக் கொண்டு கணக்கிடப்படுவதில்லை; மாறாக அவை அவற்றின் அளவிடப்படும் தன்மையைக் கொண்டுதான் கணக்கிடப்படுகின்றன. ஓர் உயர்ந்த குறிக்கோளைக் கொண்ட விஷயங்களைக் குறி வைப்பது முக்கியம். ஆனால், அந்தக் குறிக்கோளைக் கொண்டு உங்கள் முன்னேற்றத்தை அளவிடுவது கிட்டத்தட்ட இயலாத காரியம்.

சிலர், “நான் இவ்வருடம் அதிக நேரத்தைப் புத்தகங்களைப் படிப்பதில் செலவிடப் போகிறேன்,” என்று ஒரு புத்தாண்டுத் தீர்மானத்தை மேற்கொள்வார்கள். மாறாக, “இவ்வருடம், ஒவ்வொரு நாளும் நான் ஒரு புத்தகத்தின் இரண்டு அத்தியாயங்களைப் படிக்கப் போகிறேன்,” என்பது இன்னும் எளிதாக அளவிடப்படக்கூடிய ஓர் இலக்காக இருக்கும். அப்போதுதான் சாதனைகளைக் கணக்கிட முடியும். அதைச் சரியாக அளவிட முடியும். உங்கள் இலக்குகளை நீங்கள் நிர்ணயம் செய்யும்போது, “இந்த இலக்குகள் எளிதாக அளவிடப்படக்கூடியவையா?” என்று உங்களையே கேட்டுக் கொள்ளுங்கள்.

3. என் இலக்கு சவாலானதாக இருந்தாலும் சாதிக்கப்படக்கூடியது

உங்களது இலக்குகள் சவாலானவையாக இருக்கும் அதே நேரத்தில், சாதிக்கப்படக்கூடியவையாகவும் இருக்க வேண்டும். உங்கள் இலக்கை உங்களால் ஒரே நாளில் அடைய முடியாமல் போகலாம். உண்மையில் அது அப்படி இருந்தால், அதை ஓர் இலக்காகவே கருத முடியாது. இலக்கை அடைவதில் வெற்றி பெறுவதற்கு முன், நீங்கள் சில காலம் தோல்வியைச் சந்திக்கவும் நேரிடலாம். ஆனால் உங்கள் தோல்விகள்தான் உங்களது சிறந்த ஆசான்கள் என்பதை நினைவில் கொள்ளுங்கள்.

சாதனையாளர்கள் தோல்வியை உச்சகட்ட வெற்றியை அடைவதற்கு உதவும் ஓர் இன்றியமையாத அம்சமாகப் பார்க்கின்றனர். நீங்கள் சிறு குழந்தையாக இருக்கும்போது கீழே விழும் செயல், நடக்கக் கற்றுக் கொள்வதிலிருந்து உங்களைத் தடுத்து நிறுத்தாது. நீங்கள் உங்கள் நாக்கைக் கடித்துவிட்டால், சாப்பிடுவதிலிருந்து அது உங்களைத் தடுத்து நிறுத்தாது. சாதனை என்பது முன்னோக்குப் பார்வையுடன் முன்னேறிச் செல்வதற்கான விருப்பத்தை உள்ளடக்கியது. குறைந்த எதிர்ப்பு கொண்ட பாதையில் செல்வதன் மூலம் மாபெரும் அடிகளை எடுத்து வைக்க முடியாது.

பிரபல ஹைஸ்மேன் கோப்பையை வென்ற கால்பந்து வீரர் ஒருவர், “நான் இந்த நாளுக்காகப் பல வருடங்கள் காத்திருந்திருக்கிறேன்,” என்று கூறினார். ஆனால் அது ஒரு பணிவான கூற்று. உண்மையில், அக்கணத்திற்காக அவர் பல வருடங்கள் உழைத்திருந்தார்.

ஆனாலும், வெற்றிக்கு உழைப்பு இன்றியமையாதது. ஜோ நமத் என்ற விளையாட்டு வீரர், “வெற்றி பெறும்போது, அதற்காக அர்ப்பணிக்கப்பட்டக் கடின உழைப்பு ஒரு பொருட்டாகத் தெரிவதில்லை,” என்று கூறினார்.

ஆர்வில் மற்றும் வில்பர் ரைட் சகோதரர்களின் பறக்கும் இயந்திரம், முதல் முயற்சியிலேயே கரோலினா மாநிலத்தின் நீலவானில் வேகமாகப் பறந்து செல்லவில்லை. பன்னிரண்டு குதிரைத்திறன் மற்றும் இரண்டு இறக்கைகள் கொண்ட அவர்களது சிறிய விமானம் வெறும் மூன்றரை வினாடிகள் மட்டுமே வானில் இருந்தது. அந்த மோசமான தரையிறக்கத்தால் ஏற்பட்டப் பாதிப்புகளைச் சரி செய்வதில் அடுத்த இரண்டு நாட்களை அவர்கள் செலவிட்டனர். பிறகு, 1903ஆம் ஆண்டு டிசம்பர் 17ஆம் நாள், மரச் சட்டமும் பருத்தித் துணியும் கொண்டு உருவாக்கப்பட்ட இயந்திரத்தை அவர்கள் பறக்க வைத்தபோது, அது பன்னிரண்டு விநாடிகள் பறந்தது. பிறகு பதினைந்து விநாடிகள். அதன்பின், ஐம்பத்தொன்பது விநாடிகள். அச்சாதனை உலக வரலாற்றில் காலாகாலத்திற்கும் பொறிக்கப்பட்டது. ஆனால் நிலத்திலிருந்து ஒருசில அடிகள் மேலெழுந்து ஒரு நிமிடம் மட்டுமே பறக்கக்கூடிய விமானத்தால் என்ன பிரயோஜனம்? அது வெறும் துவக்கம்தான். நடைமுறைக்கு ஒத்துவரும் விதத்தில் போதுமான உயரத்தில், போதுமான நேரம் பறக்கக்கூடிய ஒரு விமானத்தைக் கச்சிதமாக உருவாக்குவதற்குப் பல வருடங்கள் தேவைப்பட்டன. முயற்சிகளும், தவறுகளும், வெற்றிகளைவிட அதிகத் தோல்விகளும் நிறைந்த காலகட்டம் அது.

உங்கள் இலக்கு நீங்கள் ஏற்கனவே சாதித்துள்ள ஒன்றை மீண்டும் சாதிப்பதாக அமையாமல், ஒரு புதிய சவாலாக இருக்குமாறு பார்த்துக் கொள்ளுங்கள்.

4. இது என் இலக்கு, வேறொருவருடையது அல்ல

உங்கள் எதிர்காலத்தின் நிகழ்ச்சி நிரலைத் தயாரிக்கும்போது, உங்களது இலக்குகள் நீங்கள் சுயமாக உருவாக்கியவையாக இருப்பதை உறுதி செய்து கொள்ளுங்கள். உங்கள் தந்தையோ அல்லது உயரதிகாரியோ

விரும்புகிறார் என்பதற்காகவோ, அல்லது நீங்கள் அதில் வல்லவர் என்பதற்காகவோ அது உங்கள் இலக்காக மாற வேண்டியதில்லை.

தங்கள் நண்பர்களின் கட்டாயப்படுத்தல் காரணமாகத் தங்கள் சுயஉறுதியை இழந்து, போதை மருந்துகள், குடிப் பழக்கம், ஒழுக்கக்கேடு ஆகியவற்றிற்குப் பலியான இளைஞர்களைப் பற்றிய கதைகளை நாம் தினசரிச் செய்திகளில் படிக்கிறோம். சரியானவற்றிற்கும் தவறானவற்றிற்கும் இடையே உள்ள வித்தியாசத்தை அவர்கள் அறிந்திருந்தும், தங்கள் இதயங்கள் காட்டும் வழியைப் பின்பற்றாமல், தங்கள் நண்பர்களின் அறிவுரையைப் பின்பற்றுவதால், அவர்கள் புதைகுழிக்குள் விழுந்துவிடுகின்றனர்.

சூழ்நிலைகள் உங்கள் இலக்குகளைத் தீர்மானிக்க அனுமதிப்பதும் ஆபத்தானது. உங்கள் இளமையின் சுற்றுச்சூழலும், உங்கள் வங்கிக் கணக்கில் உள்ள கையிருப்பும் உங்கள் விருப்பங்களை மட்டுப்படுத்த அனுமதிக்காதீர்கள். இலக்குகளை நிர்ணயிக்கும்போது, வித்தியாசமாகச் சிந்திப்பதன் மூலம் உங்கள் சாத்தியக்கூறுகளுக்கான எல்லையை விரிவுபடுத்துங்கள். ஒரு புதிய சுழ்நிலையில் நீங்கள் இருப்பதாக மனக்காட்சியில் நீங்கள் பார்க்கும் அக்கணத்தில், உங்கள் நடவடிக்கைகளில் ஒரு பெரும் மாற்றம் நிகழ்கிறது. எதிர்பார்ப்புகளுக்கும் தனிப்பட்ட சாதனைகளுக்கும் இடையேயான தொடர்பு மறுக்க முடியாதது.

முன்னேற்றத்தை அளவிடும்போது, நீங்கள் சரியான கேள்விகளைக் கேட்பது முக்கியம். "போட்டியில் நான் எப்படிச் செயல்படுகிறேன்?" என்பதற்கு மாறாக, "கடந்த முறை நான் முயற்சி செய்ததிலிருந்து நான் எவ்வளவு தூரம் முன்னேறியுள்ளேன்?" என்று கேட்டுப் பாருங்கள். உங்கள் முன்னேற்றம்தான் உங்கள் வெற்றிக்கான அளவீடு.

5. இலக்குகள் அனைத்தும் ஒன்றுக்கொன்று வலுவூட்டுகின்றன

ஒரே ஓர் இலக்கை மட்டும் கொண்டிருப்பது அரிதானது. அது ஆபத்தானதும்கூட. ஒரு சமநிலையான வாழ்க்கை என்பது குடும்பம், பொருளாதாரம், தனிநபர், கல்வி, ஆன்மீகம் என்று உங்கள் வாழ்வின் ஒவ்வொரு பகுதியிலும் நீங்கள் சாதிப்பதற்கான வரைபடத்தை உள்ளடக்கியிருக்க வேண்டும்.

ஒன்றுக்கொன்று முரணான இலக்குகளைப் பலர் நிர்ணயித்துள்ளனர். எடுத்துக்காட்டாக, "நான் என் நிறுவனத்தின் தலைவராக ஆவேன். யாரும் என் வழியில் குறுக்கே நிற்க முடியாது," என்ற ஒரு கொடிய வணிகத் தத்துவத்தைப் பின்பற்றும் அவர்கள், பிறகு தேவாலயத்தில், "மற்றவர்கள் உங்களை எப்படி நடத்த வேண்டும் என்று நீங்கள் விரும்புகிறீர்களோ, நீங்களும் அவர்களை அதேபோல் நடத்துங்கள்," என்று கூறப்படுவதைத் தாங்கள் நம்புவதாகப் பிரகடனம் செய்கின்றனர்.

எந்தவொரு குறிப்பிட்ட இலக்கையும் நோக்கித் தொடர்ச்சியான, வேகமான முன்னேற்றம் ஏற்படுவதை நீங்கள் உறுதிப்படுத்த வேண்டும் என்றால், உங்களது அனைத்து இலக்குகளும் ஒரே திசையை நோக்கி இருக்குமாறு பார்த்துக் கொள்ளுங்கள்.

6. என் இலக்கில், அதை அடைவதற்கான திட்டமும் உள்ளடங்கியுள்ளது

ஒரு குறிப்பிட்ட இடத்திற்குச் செல்வதற்கான சிறந்த வழியைக் காட்டும் சாலை வரைபடம் இல்லாமல், வெறுமனே அந்த இடத்தை மட்டும் குறிப்பிடுவது அர்த்தமற்றது. நீங்கள் பயணிக்கத் துவங்கிய பிறகு, எதுவும் நிகழலாம். திடீரென்று, வேறு பாதையில் செல்வதற்கான அறிவிப்புப் பலகை உங்கள் முன் தோன்றலாம். ஆனால்,

நீங்கள் எங்கு சென்று கொண்டிருக்கிறீர்கள் என்பது உங்களுக்குத் தெரிந்திருந்தால், அந்த அறிவிப்பு உங்களை அச்சுறுத்தப் போவதில்லை.

நீங்கள் உங்கள் இலக்கைத் தீர்மானித்தப் பிறகு, அதை அடைவதற்கான ஒரு திட்டவட்டமான திட்டத்தை வகுத்துக் கொள்ளுங்கள். திட்டத்தின் அம்சங்கள் அடங்கிய பட்டியலைத் தயாரிக்க அதிக நேரம் பிடிக்கக்கூடும், ஆனால் அந்த அம்சங்கள்தான் உங்கள் எதிர்காலத்திற்கான வழிகாட்டிகள்.

இதிலுள்ள முக்கியமான விஷயம் இதுதான்: உங்கள் இலக்கு எப்போதாவதுதான் மாறும், ஆனால் உங்கள் திட்டம் எப்போதும் வளைந்து கொடுக்கக்கூடியதாக இருக்க வேண்டும். ஒரு திட்டம் வேலை செய்யவில்லை என்றால் பதற்றம் கொள்ளாதீர்கள். இன்றியமையாத தகவலை நீங்கள் கண்டறிந்திருக்கிறீர்கள். இரண்டாவது திட்டத்தை முயற்சிப்பதற்கான நேரம் இது. பீட்டர் டிரக்கர் இவ்வாறு கூறுகிறார்: "நீண்டகாலத் திட்டமிடுதல் என்பது எதிர்காலத் தீர்மானங்களைப் பற்றியதல்ல, ஆனால் நிகழ்காலத் தீர்மானங்களின் எதிர்காலம் பற்றியது."

நீங்கள் வகுத்துள்ள உத்தியில், நீங்கள் எடுக்க வேண்டிய நடவடிக்கைகளுக்கான ஒரு கால அட்டவணை அடங்கியிருப்பதை உறுதி செய்து கொள்ளுங்கள். அது இல்லாமல் நீங்கள் ஒருபோதும் துவங்க மாட்டீர்கள். தங்கள் குழந்தைகள் கல்லூரிப் படிப்பை முடித்ததும் அல்லது தங்கள் வீட்டிற்காகத் வாங்கிய கடனைத் தாங்கள் கட்டி முடித்ததும் தங்கள் இலக்கை அடையப் போவதாக சிலர் கூறுவர்.

உங்களுக்குக் கிடைக்கும் மாபெரும் திருப்தி, உங்கள் இறுதி இலக்கை அடைவதில் மட்டும் இருக்கப் போவதில்லை, மாறாக அப்பயணம் தரும் மகிழ்ச்சியில்தான்

பெருமளவிற்கு உள்ளது. பாலைவனத்தில் தோன்றும் கானல் நீரைப்போல உங்கள் இலக்கு தள்ளிப் போய்க்கொண்டே இருந்தாலும் அது பற்றிக் கவலைப்படாதீர்கள். உங்கள் இலக்கை நோக்கி நீங்கள் பயணிக்கும் கண்கவர்ப் பாதையில், மைல்கற்களைப்போல் தோன்றும் உங்கள் ஒவ்வொரு சிறு சாதனையையும் அனுபவியுங்கள்.

7. நான் என் இலக்கை எழுதி வைப்பேன்

உங்கள் கனவுகளும் விருப்பங்களும் விரைவாக நிறைவேறுவதற்கான வழி, ஒரு பேனாவையும் காகிதத்தையும் தேடிக் கண்டுபிடித்து அவற்றை எழுதத் துவங்குவதுதான். நீங்கள் நாடுவதை நீங்கள் பார்க்கும் அக்கணத்தில் — அது ஒரு சிறு காகிதத் துண்டில் இருந்தாலும்கூட — அது பௌதீக வடிவத்தைப் பெற்றுவிடுகிறது.

நடத்தை குறித்த ஆய்வாளார் ஷாடு ஹெம்ஸ்டெட்டர், 'த செல்ஃப்—டாக் சொல்யூஷன்' என்ற தன் புத்தகத்தில், இலக்குகளை நிர்ணயிப்பதைப் பொறுத்தவரை நாம் கூற வேண்டிய குறிப்பிட்ட வாசகங்களைப் பட்டியலிடுகிறார். அதில் ஒன்று: "எப்போதெல்லாம் நான் என் வாழ்வில் ஒரு மாற்றத்தை ஏற்படுத்த விரும்புகிறேனோ அல்லது ஒன்றைச் சாதிக்க விரும்புகிறேனோ, அதை நான் எழுதி வைத்துக் கொள்கிறேன். அதோடு, அந்த இலக்கை அடைவதற்கான திட்டத்தையும், அதை நான் எப்போது அடைவேன் என்பதையும் எழுதிக் கொள்கிறேன். இவ்வழியில், நான் என் ஒவ்வோர் இலக்கையும் செயல்வடிவமாக மாற்றுகிறேன்."

"என் இலக்குகளை எழுதுவதன் மூலம், உண்மையிலேயே நான் என் எதிர்கால வாழ்க்கையை ஒரு திரைக்கதையாக இப்போதே எழுதுகிறேன். குறிப்பிட்டத் திட்ட நடவடிக்கைகளை நான் பின்பற்றுவதன் மூலம், என் கனவுகளை நான் நிஜமாக்குகிறேன்," என்று கூறுமாறு அவர் நம்மைக் கேட்டுக் கொள்கிறார். எழுதத் துவங்குங்கள்!

இலக்குகளை நிர்ணயம் செய்வதிலுள்ள ஏழு அம்சங்களையும் நீங்கள் நடைமுறைப்படுத்தாதவரை அவற்றிற்கு அர்த்தமில்லை. ஒவ்வொரு நாளும், உங்களை உங்கள் இலக்கிற்கு அருகில் இட்டுச் செல்லக்கூடிய திட்டவட்டமான ஏதாவது ஒன்றைச் செய்வது மிக முக்கியம். உங்கள் கவனத்தைச் சிதைப்பவற்றைப் பார்க்காமல் உங்கள் இலக்கில் நீங்கள் குறியாக இருந்தால், பாதிக் கிணற்றைத் தாண்டிவிட்டீர்கள் என்று பொருள். ஒரு வெற்றியாளன் பிரச்சனையைப் பார்ப்பதில்லை, தீர்வைப் பார்க்கிறான்.

இன்றைய இருபத்து நான்கு மணிநேரத்தில், உங்கள்வசம் 86,400 விநாடிகள் இருக்கின்றன. அவற்றை நீங்கள் எப்படிப் பயன்படுத்துவீர்கள்? பகற்கனவு கண்டுகொண்டும், வெறுமனே பொழுதை ஓட்டிக் கொண்டும், தீர்மானம் ஏதும் எடுக்காமலும் உங்கள் நேரத்தை வீணாக்கப் போகிறீர்களா? அல்லது உங்கள் இலக்கை அடைவதிலுள்ள உற்சாகத்தால் அதை நிரப்பப் போகிறீர்களா? துப்பாக்கி விற்பனை செய்யும் ஒரு கடையில் ஓர் அறிவிப்புப் பலகை தொங்கிக் கொண்டிருந்தது. அதில் இவ்வாறு எழுதப்பட்டிருந்தது: “வாழ்வில் ஒரு மாபெரும் இலக்கைக் கொண்டிருப்பது முக்கியம். அதே அளவு முக்கியமானது துப்பாக்கியின் ட்ரிகரை எப்போது இழுக்க வேண்டும் என்று தெரிந்திருப்பது.” தயாராகுங்கள்! குறி வையுங்கள்! சுடுங்கள்!

மணி 5

மாபெரும் எதிர்பார்ப்புகள்

நாளைய தினம் இன்றைய தினத்தைவிடச் சிறப்பாக அமையும் என்று நீங்கள் நம்புகிறீர்களா? 'ஆம்' அல்லது 'இல்லை' என்ற ஒற்றை வார்த்தையைத் தாண்டி, உங்கள் பதில் இன்னும் அதிகமானவற்றை வெளிப்படுத்தும். எதிர்காலத்தைப் பற்றிய ஓர் அடிப்படை பயம் உங்களிடம் நிலைகொண்டிருந்தால், விரைவில் அது உங்கள் நடத்தை மற்றும் ஆளுமையின் ஒவ்வோர் அம்சத்திலும் ஊடுருவிப் பரவும்.

வெள்ளிக்கிழமை இரவுச் செய்தியில், புயலும் மழையும் வரவிருப்பதாக வானிலை முன்னறிவிப்பாளர் அறிவித்தால் என்ன நிகழும்? ஆயிரக்கணக்கான மக்கள் தங்கள் வார இறுதித் திட்டங்களை மாற்றுவர். சிலர் தங்கள் திட்டங்களைத் தாண்டி, இன்னும் பலவற்றை மாற்றுவர்.

அந்த நேரத்தில் வானம் தெளிவாக இருந்தாலும், வரவிருப்பதை நினைத்து இம்மக்கள் திடீரென்று உற்சாகமிழந்து, முகத்தைத் தொங்கப் போட்டுக் கொண்டு, சோர்ந்து போவார்கள்.

நாளைய தினத்தைப் பற்றிக் கவலைப்படும் முதலீட்டாளர்கள் பங்குச்சந்தை விளையாட்டில் நொடித்துப் போவார்கள் என்பது பங்குத் தரகர்களுக்கு நன்றாகத் தெரியும். தங்கள்வசம் உள்ள பங்குகளின் விலை மீண்டும் உயரும் என்ற நம்பிக்கை இல்லாத காரணத்தால், பங்குப் பரிமாற்றத்தில் பல பெரும் இழப்புகளைச் சந்தித்த ஏராளமானவர்களை அவர்கள் பார்த்திருக்கின்றனர். எதிர்காலத்தில் நிரந்தரமான நம்பிக்கை கொண்டிருக்கும் மனிதர்கள் பணக்காரர்களாவதையும் அவர்கள் அறிவர். ஏனெனில், அப்படிப்பட்டவர்கள் எப்போதும் நிலையான கொள்கையுடன் இருக்கின்றனர். பங்கு விலை உயர்ந்திருக்கும்போதும் அவர்கள் வாங்குகின்றனர், விலை குறைந்திருக்கும்போதும் வாங்குகின்றனர். காலப்போக்கில் அவர்கள் அதிக எண்ணிக்கையிலான பங்குகளைக் குவித்திருப்பதால், அவற்றின் மதிப்பு ஏராளமாக இருக்கும். பங்குச் சந்தையில் குறிப்பிட்ட வகையான மக்களால்தான் வெற்றி பெற முடியும் என்று கூறப்படுகிறது. ஒருவிதத்தில் பார்த்தால் அது உண்மைதான். ஏனெனில் அதில் நீங்கள் வெற்றி பெற வேண்டுமென்றால் எதிர்காலத்தின்மீது நம்பிக்கை கொள்ள வேண்டும்.

எதிர்பார்ப்புகள் நம் ஆழ்மனம் மற்றும் வெளிமன நடத்தைகளைத் தூண்டி, நாம் எதிர்பார்த்த விளைவுகளை உருவாக்குகின்றன. உண்மையிலேயே மிக மோசமான ஏதோ ஒன்று நடக்கப்போவதாக எதிர்பார்த்துக் கொண்டிருக்கும் மக்களை உளவியலாளர்கள் தினந்தோறும் சந்திக்கின்றனர். பலரது விஷயங்களில், எதிர்பார்ப்புதான் உண்மையான பிரச்சனை. நோயாளிகள் கூறும் சிலவற்றை இங்கே கொடுத்துள்ளோம்:

"அது என்னவென்று எனக்குச் சொல்லத் தெரியவில்லை. ஆனால், என் உடலில் ஏதோ ஒரு தீவிரமான கோளாறு இருக்கிறது என்பது மட்டும் எனக்குத் தெரியும்."

"பொருளாதாரரீதியாக, நம்மால் சமாளிக்க முடியும் என்று எனக்குத் தோன்றவில்லை."

"இத்திருமணம் எப்படி நிலைத்து நிற்கப்போகிறது என்று எனக்குத் தெரியவில்லை."

ஆதிக்கமான எதிர்மறை எதிர்பார்ப்புகள் உங்கள் ஆரோக்கியத்தையும், செல்வத்தையும், மகிழ்ச்சியையும் சிதைத்துவிடும்.

பார்ப்பதும் நம்புவதும்

சிலர் தாங்கள் உறுதியான நம்பிக்கையுடன் இருப்பதாக வெளிவேஷம் போடுவர். எதிர்காலத்தைப் பற்றிச் சிந்திக்கத் துவங்கும்போது, உங்களுக்குள் இருக்கும் உண்மையான நீங்கள் வெளிப்படத் துவங்குவீர்கள். எதிர்பார்ப்பு என்பது நம் வாழ்வில் ஒரு பெரும் பங்காற்றும் இயக்க ஆற்றல் என்பதை நீங்கள் கண்டுகொள்வீர்கள்.

நம்பிக்கையற்ற சூழ்நிலை என்ற ஒன்று கிடையாது, நம்பிக்கையற்ற மக்கள் மட்டுமே உள்ளனர் என்பதை நினைவில் கொள்ளுங்கள். ஒரு நேர்மறையான விளைவை நீங்கள் உணருமுன், உங்கள் எண்ண ஓட்டத்தில் உணர்வுபூர்வமாகப் பதியும் அளவிற்கு அதை உங்கள் மனத்தில் காட்சிப்படுத்திப் பார்க்க வேண்டும்.

ஒரு தலைசிறந்த நீச்சல் வீராங்கனை, கொந்தளிப்பான ஆங்கிலக் கால்வாயைக் கடக்க முயற்சித்தார். ஒவ்வொரு மைல் தூரத்தையும் அவர் அந்தக் குளிரான, ஆபத்தான தண்ணீரில் நீந்திக் கடந்தார். சோர்வடையச் செய்த நீச்சல் பயணத்தை நிறைவு செய்யும்

நேரத்தில், ஒரு கடுமையான மூடுபனியை அவர் எதிர்கொள்ள வேண்டியிருந்தது. அது அவரது பார்வையை மறைத்தது. தன் இலக்கை அடைய இன்னும் அரை மைல் தூரத்தை மட்டுமே அவர் கடக்க வேண்டியிருந்தது. ஆனால் உயிர்காப்புப் படகிற்கு அழைப்பு விடுத்து, ஆங்கிலக் கால்வாயை நீந்திக் கடக்கும் தன் முயற்சியை அவர் கைவிட்டார். அந்த அனுபவத்தைப் பின்னொரு முறை அவர் நினைத்துப் பார்க்கையில், "கரையை மட்டும் என்னால் பார்க்க முடிந்திருந்தால், நான் என் முயற்சியைக் கைவிட்டிருக்க மாட்டேன்," என்று கூறினார். மட்டுப்படுத்தப்பட்டப் பார்வை அவரது தோல்விக்குக் காரணமாக அமைந்தது. நம்மால் எப்போதும் நம் இலக்குகளைப் பார்க்க முடியாவிட்டாலும், நம்பிக்கையுடன் அதை மனக்காட்சிப்படுத்திப் பார்க்கும் திறனை நாம் வளர்த்துக் கொள்ள வேண்டும்.

மிச்சிகன் பல்கலைக்கழகத்தில் டாக்டர் ஹேசல் மார்க்கஸ் நடத்திய ஆய்வில், "நீங்கள் என்னவாக ஆக விரும்புகிறீர்களோ, அந்த பிம்பத்தை விசாலமாக்கி, அவ்வாறு ஆகும்போது நீங்கள் எப்படித் தோன்றுவீர்கள், எவ்வாறு உணர்வீர்கள் என்பதை உங்களால் முடிந்த அளவிற்கு விரிவாக, திட்டவட்டமாகக் கற்பனை செய்து பார்க்கும்" திறனை வளர்த்துக் கொள்வதன் மூலம் சுயமேம்பாட்டை அதிகரிக்க முடியும் என்று உளவியலாளர்கள் கண்டுபிடித்தனர்.

எடுத்துக்காட்டாக, ஒரு கிரிக்கெட் போட்டியில் கலந்து கொள்வதற்கு முன், சிறிது நேரத்தைத் தனிமையில் செலவிடுங்கள்; பேட்ஸ்மேன் என்ற முறையில் களத்தில் உங்கள் இடத்தில் நிற்கும் காட்சியை உங்கள் மனத்தில் பாருங்கள்; மட்டையைச் சுழற்றிப் பந்தை அடிப்பதுபோன்று காட்சிப்படுத்துங்கள்; அல்லது, ஃபீல்டர் என்ற முறையில், உங்களை நோக்கி வரும் பந்தைப் பிடிப்பதைப் போல் மனக்கண்ணில் பாருங்கள்.

நம் வாழ்வை மாற்றக்கூடிய பல உத்திகளைப் போலவே, மனக்காட்சிப்படைப்பும் நீங்கள் கற்றுக் கொள்ளக்கூடிய ஒரு திறமை. முதலில் ஒருமுறை அதைச் செய்து பார்த்து, பிறகு அது நம் கண்ணோட்டத்திலும், மனப்போக்கிலும், நடத்தையிலும் ஆழப் பதியும் அளவிற்கு ஒரு நேர்மறையான வழக்கமாக மாறும்வரை அதை மீண்டும் மீண்டும் செய்து வரும்போது, அதை நம்மால் அனுபவத்தில் உணர முடியும்.

மனரீதியாக நாம் நம் எதிர்காலத்தைப் பார்க்கும்போது, அது நம் வாழ்வில் ஆற்றல்மிக்கத் தாக்கத்தை ஏற்படுத்தும். ஓ.எஸ்.மார்டன் இவ்வாறு எழுதியுள்ளார்: “நம்பிக்கையைபோல் ஒரு மருந்து கிடையாது. நாளை என்ன நடக்கும் என்ற எதிர்பார்ப்பைவிட அதிக சக்தி வாய்ந்த எந்தவொரு டானிக்கோ, ஊக்குவிப்போ கிடையாது.”

மக்கள் தாங்கள் விரும்பும் நடத்தையைப் பற்றிய ஒரு பிம்பத்தைத் தங்கள் மனத்தில் உருவாக்கும்போது, நிஜ வாழ்வில் அவர்களது நடத்தையில் உண்மையான மேம்பாடு பின்தொடர்வது வழக்கம். மனக்காட்சிப்படைப்பைப் பயன்படுத்தும் விளையாட்டு வீரர்கள், போட்டிகளுக்குப் பிறகு வெறுமனே பிறரது கருத்துக்களையும் அபிப்பிராயங்களையும் மட்டுமே பெறும் வீரர்களைக் காட்டிலும் குறிப்பிடத்தக்க அதிக வெற்றிகளைப் பெறுகின்றனர் என்று டெபோரா ஃபெல்ட்சரும் சி.ஏ.ரைசிங்கரும் ‘ஜர்னல் ஆஃப் ஸ்போட் அன்ட் எக்சர்சைஸ் சைக்காலஜி’யில் குறிப்பிட்டுள்ளனர்.

உங்கள் கண்ணோட்டங்கள் உங்கள் நடத்தையைத் தீர்மானிக்கின்றன என்பதை நீங்கள் புரிந்துகொண்ட பிறகு, உடனடியாக நீங்கள் உங்கள் கவனத்தை உங்கள் நடவடிக்கைகளிலிருந்து உங்கள் மனப்போக்குகள் பக்கம் திருப்பத் துவங்கலாம். உங்கள் மனக் கண்ணில் காட்சி

மாறும்போது, உங்கள் புறக் கண்களைக் கொண்டு விஷயங்களை நீங்கள் வேறு விதமாகப் பார்ப்பீர்கள். விரைவில் உங்களுக்கு உள்ளே இருக்கும் காட்சி, உங்கள் நடையிலும், நீங்கள் பேசும் வார்த்தைகளிலும், மக்கள் உங்களிடம் நடந்து கொள்ளும் விதத்திலும் வெளிப்படும்.

ஆச்சரிய உணர்வு

ஏதோ ஒரு மாய சக்தி மூலம் உங்களால் மீண்டும் இரண்டு வயதுக் குழந்தையாக மாற முடிந்தால், நாம் உலகைப் பார்க்கும் கண்ணோட்டத்தைக் கண்டு வியந்து போவோம். அந்த வயதில்தான் நாம் பிரபஞ்சத்தின் இயல்பைக் குறித்து அசலான ஆய்வை மேற்கொண்டிருந்தோம். நம் விவரிப்பிற்கு அப்பாற்பட்ட, முற்றிலும் மாறுபட்ட விதத்தில் நம் சுற்றுச்சூழலை நாம் பார்த்தோம். மாபெரும் கவிஞர்கள் எப்போதும் தங்களுக்குள் ஆச்சரிய உணர்வைக் கொண்டுள்ளனர். அதை அவர்களால் வெளிப்படுத்தவும் முடிகிறது. நாம் மேதைகள் என்று அழைக்கும் மக்கள் அனைவரும் எப்படியோ தங்களுக்குள் இருக்கும் படைப்புத்திறன் வாய்ந்த, எப்போதும் ஆச்சரியத்தில் திளைத்துக் கொண்டிருக்கும் குழந்தையைத் தூங்கப் போடுவதைத் தவிர்த்துவிடுகின்றனர்.

உலகில் இரண்டு விதமான மக்கள் இருக்கின்றனர் — காந்தவிசையூட்டப்பட்டவர்கள், காந்தவிசை அகற்றப்பட்டவர்கள். நாம் அனைவரும் நம் வாழ்க்கையைக் காந்தவிசையுடன்தான் துவங்குகிறோம். நேர்மறையான எதிர்பார்ப்பின் சக்தியால் விசையூட்டப்பட்ட மக்கள், உண்மையில் வெற்றியையும், மகிழ்ச்சியையும் கவர்ந்திழுக்கின்றனர். தங்கள் நம்பிக்கை மற்றும் உறுதியோடு தங்கள் இலக்குகளை அடைவதையும் கவர்ந்திழுக்கின்றனர். ஆனால் அவர்கள் தங்கள் காந்தவிசையைப் பயன்படுத்தவில்லை என்றால், அதை இழந்துவிடுவர்.

காந்தவிசை நீக்கப்பட்ட மக்கள் அப்படிப்பட்டப் பொருட்கள் எதையும் கவர்ந்து இழுப்பதில்லை. வாய்ப்புகள் அவர்களிடம் வருகின்றன. ஆனால், காந்தவிசை நீக்கப்பட்ட ஒரு கனமான உலோகத் துண்டைப்போல் அவர்கள் அங்கு வெறுமனே அமர்ந்திருக்கின்றனர். "நான் தோற்கக்கூடும். பணத்தை இழக்கக்கூடும். மக்கள் என்னைப் பார்த்துச் சிரிப்பார்கள்," என்று அவர்கள் கூறுகின்றனர்.

பின்தோற்றக் கண்ணாடியைப் பார்த்துக் கொண்டு உங்களால் முன்னேறிச் செல்ல முடியாது. உங்கள் கடந்தகால அனுபவங்கள் உங்கள் நிகழ்காலத்தின்மீதோ அல்லது எதிர்காலத்தின்மீதோ ஆதிக்கம் செலுத்த நீங்கள் அனுமதித்தால், நீங்கள் பெரும் பிரச்சனைகளை நோக்கிச் சென்று கொண்டிருக்கிறீர்கள் என்று பொருள். பலர் தங்கள் பழைய சுமையைப் பத்தாண்டுகள் அல்லது இருபதாண்டுகளுக்கும் மேலாகச் சுமந்து கொண்டு திரிகின்றனர். இறுதியில், அச்சுமையின் கனம் அவர்கள் ஆற்றல் முழுவதையும் உறிஞ்சிவிடுவதால், அவர்கள் நிரந்தரமாக தங்கள் சுமைகளுக்கு அடியில் நசுங்கிப் போகின்றனர்.

அவர்கள் என்ன செய்து கொண்டிருக்கிறார்களோ, அவற்றைச் செய்வதற்கான திறன் மட்டுமே தங்களிடம் உள்ளது என்ற தவறான கருத்துடன் தங்கள் மொத்த வாழ்க்கையையும் வாழ்ந்து கொண்டிருக்கும் மக்கள் சிலர் உண்டு. அவர்களைப் பொறுத்தவரை, வாழ்க்கை என்பது ஒட்டுமொத்தமாக அனுபவத்தையும் சூழ்நிலையையும் சார்ந்தது. அவர்களது விழிப்புணர்வு மட்டுப்படுத்தப்பட்டு உள்ளது என்பதைக்கூட அவர்கள் அறிவதில்லை. அதன் விளைவாக, அவர்களால் தங்கள் பிரச்சனைகளைத் தாண்டிப் பார்க்க முடிவதில்லை. தங்கள் மனத்தை அவர்கள் மறுசீரமைக்காதவரை, அவர்களது மகத்துவம் அவர்களுக்கு உள்ளேயே அவர்களது வாழ்நாள் முழுவதும்

புதைந்து கிடக்கும். அப்படிப்பட்ட ஆற்றல் தங்களுக்குள் இருப்பதை அறியாமலேயே அவர்கள் தங்கள் வாழ்க்கையை வாழ்ந்து முடித்துவிடுவர்.

இன்று நீங்கள் இருக்கும் நிலைக்கு உங்களை மாற்றிய உங்களது நேற்றைய நம்பிக்கை மிகவும் சக்தி வாய்ந்தது. அதே சமயம், நீங்கள் இப்போது என்னவாக இருக்கிறீர்களோ அதிலேயே திருப்தி அடைந்துவிட்டால், உங்களால் அதைத் தாண்டிச் மேலே போக முடியாது. எதிர்காலத்தில் நீங்கள் எப்படி இருக்கப் போகிறீர்கள் என்பதில் உங்கள் பார்வையையும் கவனத்தையும் குவிப்பதன் மூலம்தான், உங்களுக்குள் உறைந்திருக்கும் ஆற்றலை உங்களால் உணர்ந்து கொள்ள முடியும்.

உங்களால் முடியும் என்று நம்புங்கள்

உங்கள் நம்பிக்கையை அதிகரிப்பதன்மூலம், உங்கள் வளர்ச்சிக்காக உங்களுக்கு நீங்களே சவால்விடும் நேரம் வந்துவிட்டது. ஒரு பேனாவையும் காகிதத்தையும் எடுத்து, ". . . என்னால் முடியும் என்று நான் நம்புகிறேன்," என்ற வாக்கியத்தைக் குறைந்தது பத்து முறையாவது எழுதுங்கள். எடுத்துக்காட்டாக, "பிரசுரிக்கத்தக்க ஒரு கவிதையை எழுத என்னால் முடியும் என்று நான் நம்புகிறேன்." பிறகு அடுத்த அடியை எடுத்து வையுங்கள். எது சாத்தியம் என்று நீங்கள் நம்புகிறீர்களோ, அதைச் செய்ய முயற்சி செய்யுங்கள். நம்பிக்கைதான் நீங்கள் பறப்பதற்கு உதவும் எரிபொருள். நீங்கள் இதுவரை செய்துள்ளவற்றைக் காட்டிலும், மிகப் பெரிய, மிக உயர்ந்த ஏதோ ஒன்றைச் செய்ய முயற்சி மேற்கொள்ளுங்கள்.

ராபர்ட் ஷுல்லரின் இவ்வார்த்தைகள் கருத்தில் கொள்ளத்தக்கவை: "ஒன்றுமே செய்ய முயற்சிக்காமல் வெற்றி பெறுவதைவிட, ஏதோ ஒரு மாபெரும் விஷயத்தைச் செய்ய முயன்று தோற்பது மேல்."

அதிவேக மாற்றம், திணறடிக்கும் சிக்கல்கள், மற்றும் மாபெரும் போட்டிகள் நிறைந்த காலகட்டத்தில் நாம் வாழ்கிறோம் என்று மனிதவள ஆலோசகர் லெஸ் பிரவுன் கூறுகிறார். நம்மில் பெரும்பாலானவர்கள், பெரும்பாலான நேரங்களில், நம்மைச் சுற்றி நடப்பவற்றைக் கண்டு திணறிப் போய்விடுவதுபோல் தோன்றுகிறது. ஒரு சூறாவளியின் மையத்தில் நாம் இருப்பதுபோல உணர்கிறோம். நாம் அவ்விடத்தைவிட்டு நகர்ந்தால் நம்மைச் சுற்றிச் சுழன்று கொண்டிருக்கும் ஆற்றல்கள், எப்படியோ நம்மைத் தரைமட்டமாக்கிவிடும் என்ற பயத்தால் அங்கிருந்து நாம் நகர்வதில்லை. இருப்பினும், அப்படிப்பட்ட ஒரு சூழ்நிலையில், ஒரே ஒரு நம்பிக்கை மட்டுமே உள்ளது. நம்மால் நம் வலப்பக்கம் திரும்பிப் பார்க்க முடியாது, இடப்பக்கமும் பார்க்க முடியாது, நமக்குக் கீழேயும் பார்க்க முடியாது. நமது ஒரே நம்பிக்கை, கடவுள் நம் வாழ்வில் ஏற்கனவே நமக்குச் செய்துள்ளவற்றை நினைவில் கொண்டு, அவர் நமக்கு வழங்கியிருக்கும் ஆற்றல்மீது கவனம் செலுத்துவதுதான்.

"முன்னோக்கிப் பார்த்துக் கொண்டேயிருங்கள்" என்பது நம் தனிப்பட்டத் தத்துவமாக மாற வேண்டும். அத்தத்துவம், நாம் எதிர்கொள்ளும் ஒவ்வொன்றையும் நாம் அணுகும் விதத்தை வரையறுக்க வேண்டும். வெற்றியைத் தருவதற்கு ஓர் உத்தி உள்ளது என்றால், அது, தொடர்ந்து நேர்மறையான விளைவுகளை உள்ளடக்கிய காட்சிகளை உருவாக்கும் திறன்தான். "ஒரு கனவுடன் வாழ்வது ஒருவேளை பைத்தியக்காரத்தனமாக இருக்கலாம், ஆனால் அது இல்லாமல் வாழ்வது மடத்தனம்," என்று யாரோ எப்போதோ ஒருமுறை கூறினார்கள்.

பூமி தட்டையானது என்று பல நூற்றாண்டுகளுக்கு முன்பு மக்கள் நம்பினர். அவர்களது நம்பிக்கை, அவர்களது சாகச உணர்வை மட்டுப்படுத்தியது. அக்காலத்தில் தாய்மார்கள் தங்கள் குழந்தைகளிடம், "கரையோரத்திலிருந்து

அதிக தூரம் விலகிச் சென்றுவிடாதே. பூமியிலிருந்து கீழே விழுந்துவிடுவாய்," என்று கூறுவதைக் கற்பனை செய்து பாருங்கள். துரதிர்ஷ்டவசமாக, இன்று பல பெற்றோர்கள், எதிர்காலத்தைப் பற்றிய சந்தேகம் மற்றும் கவலைகளை ஏற்படுத்தக்கூடிய வார்த்தைகளைத் தங்கள் குழந்தைகளிடம் கூறுவதன் மூலம், அதே போன்ற செய்திகளைத்தான் அவர்களுக்கு அனுப்புகின்றனர். பல நேரங்களில், கண்டுபிடிப்பைப் பற்றிய கனவுகள், அவை உருவாவதற்கு ஒரு வாய்ப்புக் கிடைக்கும் முன்பாகவே அழிக்கப்பட்டுவிடுகின்றன. ஆனால் தேர்ந்தெடுப்பதற்கான சுதந்திரத்தை உடையவர்கள், தாங்கள் இழந்த நம்பிக்கையை மீண்டும் நிர்மாணித்துக் கொள்ளலாம்.

நாம் குழந்தைகளாக இருந்தபோது, நம் அடையாளமும் சுயபிம்பமும் நம் வாழ்வில் உள்ள மிக முக்கியமானவர்களால், வழக்கமாக, நம் பெற்றோர்களின் வரையறையால் வடிவமைக்கப்பட்டன. அந்த வரையறை, நாம் நம்மைப் பற்றி நம்பும் அனைத்து விஷயங்களையும், நம் சுற்றுச்சூழலுடன் தொடர்புபடுத்திப் பார்க்கும் நம் திறனையும் ஆழமாகப் பாதிக்கிறது. இருந்தாலும், இனிமேலும் நம்மால் வேறொருவரின் வரையறைப்படி வாழ முடியாது என்று நாம் உணரும் நேரம் வந்தே ஆக வேண்டும். இறுதியில், நம் வாழ்வை மீண்டும் வடிவமைக்கத் தேவையானவற்றை நாம் மேற்கொண்டாக வேண்டும். நாம் எதைக் கழித்துக்கட்ட வேண்டும், எதை வைத்துக் கொள்ள வேண்டும், எதைப் புதைக்க வேண்டும், எதை நம்ப வேண்டும் என்பதை நம்மால் தேர்ந்தெடுக்க முடியும்.

உங்கள் வாழ்வின் அனுபவங்கள் உங்கள் விளைவுகளைத் தீர்மானிப்பதில்லை. ஒவ்வோர் அனுபவத்திற்கும் நாம் கொடுக்கும் அர்த்தம்தான் உங்கள் விளைவுகளைத் தீர்மானிக்கின்றன. இதனால்தான் நாம் நம் கண்ணோட்டங்களும் நம்பிக்கைகளும் ஏற்கத்தக்கவையா என்பதைப் பற்றித் தொடர்ந்து கேள்வியெழுப்பிக்

கொண்டேயிருக்க வேண்டும். எடுத்துக்காட்டாக, அடி உதைக்கு ஆளாகும் பெண்களைப் பற்றி நடத்தப்பட்ட ஆய்வில், அவர்கள் துன்புறுத்தப்படாதபோதுதான் இன்னும் அதிக மகிழ்ச்சியற்று இருந்தது தெரிய வந்தது. ஏன்? தாங்கள் கடுமையாக நடத்தப்படுவதை அவர்கள் தங்கள்மீது 'செலுத்தப்படும் கவனம்' என்ற கண்ணோட்டத்தில் பார்த்தனர். அடித்துத் துன்புறுத்தப்படாததைவிட, 'கண்டுகொள்ளப்படுவதை' அவர்கள் விரும்பினர் என்பது மீண்டும் மீண்டும் நிரூபிக்கப்பட்டுள்ளது. நம் நம்பிக்கையின் அடித்தளத்தைக் குறித்துக் கேள்விகள் எழுப்பப்படாதவரை, அவை மாற்றப்படாதவரை, நம் நடத்தையில் எந்த மாற்றமும் ஏற்படாது.

நீங்கள் எதைப் பார்க்கிறீர்கள்?

"நீங்கள் எதைப் பார்க்கிறீர்களோ, நீங்கள் அதுவாகவே ஆவீர்கள்" என்ற சொற்றொடரை நீங்கள் கேள்விப்பட்டதுண்டா? அது உண்மைதான். தாங்கள் யாராக இருக்கிறார்களோ, அதை விரும்பாத மக்கள், தங்களை வித்தியாசமாகப் பார்க்கத் துவங்கும் அக்கணத்தில் மாறத் துவங்குகிறார்கள். உங்கள் வாழ்வை ஆற்றலுடன் இயக்கும் 'எதிர்பார்ப்பு' என்ற காரணியின்மீது நேர்மையான நடவடிக்கை எடுக்க வேண்டிய காலம் வந்துவிட்டது. நீங்கள் தொடர்ந்து சந்தேகத்தோடும் பயத்தோடும் நடுக்கத்தோடும் செயல்பட்டுக் கொண்டு ஜீவனற்ற வாழ்க்கையை வாழலாம். அல்லது தீர்மானத்துடன் உங்கள் நடத்தையை மாற்றலாம். "எதிர்காலத்தைப் பற்றி நான் உணரும் விதத்திற்கு என்னால் எப்படிப் பொறுப்பேற்க முடியும்? நான் அப்படித்தான்," என்று நீங்கள் கூறலாம்.

அதிர்ஷ்டவசமாக, எதிர்மறையான சூழ்நிலைகள், மோசமான சுற்றுச்சூழல், அல்லது பிறரது தலைவிதி குறித்த நம்பிக்கைகள் ஆகியவற்றால் நீங்கள் ஒட்டுமொத்தமாகச் சிறைப்படுத்தப்படவில்லை. வாழ்வதற்கான சக்தியை

உங்களுக்கு அளித்துள்ள கடவுள், மாறுவதற்கான ஆற்றலையும் வழங்கியுள்ளார்.

இன்று, உங்கள் வாழ்வில் உங்களைக் கவலை கொள்ளச் செய்யும் அல்லது பயமுறுத்தும் ஒரே ஒரு குறிப்பிட்டப் பகுதியை மட்டும் தேர்ந்தெடுங்கள். அது நீங்கள் உங்கள் பல் மருத்துவரைப் பார்க்கப் போவதிலிருந்து, உங்கள் பணித் திறன் மதிப்பீட்டிற்கான சந்திப்புவரை எதுவாக வேண்டுமானாலும் இருக்கலாம். ஒரு நேர்மறையான விளைவில் கவனம் செலுத்துவது என்று தீர்மானிப்பதன் மூலம், நீங்கள் செல்ல வேண்டிய அந்த நிகழ்ச்சியை குறித்த உங்கள் ஒட்டுமொத்தக் கண்ணோட்டத்தையும் உங்களால் மாற்ற முடியும். திடீரென்று, நீங்கள் ஆசுவாசமாகிவிடுகிறீர்கள். உங்களுக்குப் பெரும் கவலையையும், பல உறக்கமற்ற இரவுகளையும் விளைவித்திருக்க வேண்டிய ஒரு நிகழ்ச்சி உங்கள் உதட்டில் ஒரு புன்னகையைக்கூடத் தோற்றுவிக்கிறது.

உங்கள் வாழ்வின் ஒரே ஒரு பகுதியில் உங்கள் கண்ணோட்டத்தை மாற்ற முடிந்தால், உங்கள் வாழ்வின் அனைத்துப் பகுதிகளிலும் மாற்றத்தை ஏற்படுத்த உங்களால் முடியும்.

உங்கள் எதிர்காலத்தை ஏன் தலைவிதியின் கைகளில் ஒப்படைக்க வேண்டும்? எதிர்பார்ப்பு உங்கள் எதிர்காலத்தைச் சிறப்பாக அமைக்கும்!

மணி 6

மனப்போக்கில் ஒரு முக்கிய சீர்திருத்தம்

நீங்கள் உங்கள் காரை உங்கள் கார் விற்பனையாளரின் சேவைப் பிரிவிற்குக் கொண்டு சென்றால், அதன் மேலாளர் உங்களிடம், “உங்கள் காரை முழுமையாகப் பரிசோதனை செய்து சரிசெய்ய வேண்டுமா அல்லது சில சிறிய பழுதுகளைச் சரி செய்ய வேண்டுமா?” என்பதைக் கேட்டுத் தெரிந்து கொள்வார்.

உங்கள் வாழ்க்கையை நீங்கள் பார்க்கும் விதத்தைப் பற்றி நீங்களும் அதே கேள்வியை உங்களிடம் கேட்கலாம். எது மாற்றப்பட வேண்டியுள்ளது? வாழ்க்கை குறித்த உங்கள் பொதுவான மனப்போக்கைத் தீர்மானிக்க ஒரு தொழில்முறை ஆலோசகரின் கணிப்பு வழக்கமாக இங்கு தேவையில்லை. நீங்கள் நன்னம்பிக்கையுடைவரா அல்லது

தோல்வி மனப்பான்மையுடைவரா, பரந்த மனப்பான்மை உடைவரா அல்லது குறுகிய மனப்போக்கைக் கொண்டவரா, நகைச்சுவையுணர்வு கொண்டவரா அல்லது மிகவும் தீவிரமானவரா என்பது ஏற்கனவே உங்களுக்குத் தெரியும். மேற்கூறப்பட்ட ஒவ்வொன்றிலும் நீங்கள் உச்சபட்ச நிலையில் இருப்பவராக இருக்க வேண்டியதில்லை. ஆனால் உங்கள் பொதுவான போக்குகளை நீங்கள் அறிவீர்கள்.

சில மக்களுக்கு, எதிர்மறையான காட்சிகளை முன்னறிவிப்பது, வாழ்வின் ஓர் இயல்பான போக்காகவும், அவர்களது கண்ணோட்டம் மற்றும் ஆளுமையின் குறிப்பிடத்தக்க ஒரு பகுதியாகவும் மாறிவிடுகிறது. தோல்வி மனப்பான்மையாளர்களும் சரி, நன்னம்பிக்கையாளர்களும் சரி, இருவருமே தங்கள் கனவுகள் நனவாகும் என்று எதிர்பார்க்கிறார்கள். ஆனால், தோல்வி மனப்பான்மை உடையவர்களின் கனவுகள் பயங்கரமானவையாக இருக்கின்றன.

உங்களைச் சுற்றி நடக்கும் நிகழ்வுகளுக்கு உங்களது அடிப்படை நடவடிக்கைகள் என்னவாக இருக்கும்? உங்களது அந்த பதில் நடவடிக்கையை மாற்றுவதற்கு என்ன செய்ய வேண்டியிருக்கும்? அமெரிக்காவிலுள்ள இடாஹோ மாநிலத்தில் வாழ்ந்த ஒரு பத்திரிகை ஆசிரியர் தன் வீட்டு வேலைக்காரியிடம், "இந்த வருடம் உருளைக்கிழங்கு விளைச்சல் சிறப்பாக இருக்கும் என்று நான் நினைக்கிறேன்," என்று கூறினார்.

"இல்லவே இல்லை! அது மிகவும் மோசமாக இருக்கப் போகிறது என்று நான் நினைக்கிறேன்," என்று அந்த வேலைக்காரி கூறினாள்.

அவர் தன் அலுவலகத்தில், உருளைக்கிழங்கு விளைச்சல் அமோகமாக இருக்கப் போவதைக் கணித்து ஒரு தலையங்கம் எழுதிக் கொண்டிருக்கும்போது, தன் வீட்டு

வேலைக்காரியின் வார்த்தைகளை நினைத்துப் பார்த்தார். அன்றிரவு அவர் வீட்டிற்கு வந்தபோது, கையில் செய்தித்தாளுடன் அவரது வேலைக்காரி வீட்டின் கதவருகே நின்று கொண்டிருந்தாள். "நான் கூறியது தவறு. உருளைக்கிழங்கு விளைச்சல் அமோகமாக இருக்கப் போவதாக இந்த செய்தித்தாளில் குறிப்பிடப்பட்டுள்ளது," என்று அவரிடம் கூறினாள்.

அச்சிடப்பட்ட எதையும் நம்புபவளாக அவள் இருந்தாள். உருளைக்கிழங்கு விளைச்சல் மோசமாக இருக்கும் என்ற அவளது சொந்தக் கண்ணோட்டத்தை அவள் நமபவில்லை. மாறாக, வெளியிலிருந்து வந்த ஆதாரத்துடன் அவள் ஒத்துப் போனாள். அவள் தன் அபிப்பிராயத்தை சற்று மாற்றிக் கொண்டாள்.

நமது மனப்போக்குகளின் மூலம்

இந்த நேரத்தில் உங்கள் மனப்போக்கு எப்படியிருக்கிறது என்று கணியுங்கள். ஓர் எதிர்மறையான முறையில் நடந்து கொள்ளும் அல்லது பதிலளிக்கும் மனப்போக்கு உங்களிடம் நிலைத்திருப்பது உங்களுக்குத் தெரிய வந்தால், உங்கள் வாழ்வில் நீங்கள் மாற்ற வேண்டிய ஒரு முக்கியமான பகுதியை நீங்கள் கண்டுபிடித்துவிட்டீர்கள் என்று எடுத்துக் கொள்ளலாம். அதிர்ஷ்டவசமாக, உங்கள் மனப்போக்குகள், உங்கள் தோலின் நிறத்தையோ அல்லது உங்கள் கண்களின் நிறத்தையோ போன்று நிரந்தரமான ஒன்றல்ல. உங்கள் பதில்நடவடிக்கைகளை சுயஉணர்வுடன் தேர்ந்தெடுப்பதன் மூலம், நீங்கள் உங்கள் நடவடிக்கைகளில் பெரும் மாற்றங்களை உண்டாக்கலாம்.

"மனப்போக்கு என்பது ஒரு 'திட்டமிட்டக் கொள்கை.' அது நம் 'விழிப்புணர்வு' மற்றும் 'சுயஉணர்வு' ஆகியவற்றின் ஓர் அங்கமாக விளங்குகிறது," என்று 'ஜர்னல் ஆஃப் ஃபினாமினல் சைக்காலஜி'யில் உளவியலாளர்

பீட்டர் ஆஷ்வொர்த் கூறுகிறார். அதாவது, மனப்போக்கு என்பது நம் கட்டுப்பாட்டிற்குள் வைத்துக் கொள்ளக்கூடியது, மாற்றப்படக்கூடியது.

நம் மனப்போக்குகளின் மூலத்தை ஆராய்வதிலிருந்து நாம் துவங்கலாம். மூன்று முக்கிய மூலங்கள் உள்ளன: கலாச்சாரம், குடும்பம், மற்றும் தனிப்பட்ட அனுபவம். பல சமயங்களில், நாம் சார்ந்துள்ள கலாச்சாரத்தின் கண்ணோட்டத்தை நாம் பிரதிபலிக்கிறோம். மேலும், பல மனப்போக்குகள் நம் குடும்ப அமைப்பிற்குள் தலைமுறை தலைமுறையாக ஊடுருவிச் செல்கின்றன. ஆனால் நாம் நம் குழந்தைப் பருவத்தின் ஒட்டுமொத்தப் பிரதிபலிப்பு அல்ல. நமது பல மனப்போக்குகள், நாம் பெரியவர்களாக வளரும்போது ஏற்படும் அனுபவங்களின் அடிப்படையில் உருவாக்கப்படுகின்றன என்று ஆய்வுகள் தெரிவிக்கின்றன. நம் கண்ணோட்டம் மற்றும் நடத்தையின்மீது பிரச்சாரங்கள், அரசாங்கப் பரிந்துரைகள், வியாபாரங்கள், மற்றும் கல்வி நிறுவனங்கள் ஆகியவை தொடர்ந்து பெரும் தாக்கத்தை ஏற்படுத்தி வருகின்றன.

பெரும்பாலான மக்கள் தங்கள் அன்றாட வாழ்வின் இருண்ட அம்சங்களை மட்டுமே பார்ப்பதில் ஆச்சரியம் ஏதுமில்லை. நாம் அவ்வாறு பக்குவப்படுத்தப்பட்டுள்ளோம். இரவுச் செய்திகள், "வணக்கம்," என்று துவங்குகின்றது. வழக்கமாக அதுதான் அச்செய்தியில் நாம் கடைசியாகக் கேட்கும் நல்ல விஷயமாக இருக்கும்.

பிரச்சனை என்னவென்றால், நாம் நடைமுறையிலுள்ள ஒரு மனப்போக்கைத் தத்தெடுத்துக் கொண்டால், அது நாம் பார்க்கும் அனைத்திலும் சாயம் பூசிவிடும். அதன் அடிப்படையில் நாம் விஷயங்களை வகைப்படுத்துகிறோம், பிரித்துப் பார்க்கிறோம். எடுத்துக்காட்டாக, வாழ்வுரிமை இயக்கத்தைக் குறித்து சாதகமான அபிப்பிராயம் கொண்டுள்ள ஒருவர், அதே

கண்ணோட்டத்தைக் கொண்டுள்ள பிறரிடம் சாதகமான முறையில் நடந்துகொள்வார். அதோடு, அந்த இயக்கத்தைச் சேர்ந்தவர்களின் எதிர்மறைப் பண்புநலன்களை அவர் பொருட்படுத்த மாட்டார்.

அதேபோல, நியூ யார்க் மாநில மக்கள் அனைவரும் விரும்பத்தகாதவர்கள், பிடிவாதக்காரர்கள் என்று நம்பும் ஒருவர், நியூ யார்க் நகர மக்களிடமும் அதே எதிர்மறை மனப்போக்குடன் நடந்து கொள்வார், அவர்களது நடத்தை எப்படி இருந்தாலும் சரி.

வெளியுலகை நாம் எப்படி அனுபவிக்கிறோம் என்பது நம்முள் இருக்கும் உலகத்தால் தீர்மானிக்கப்படுகிறது. உலகம் உண்மையில் எப்படி உள்ளதோ அப்படி நாம் அதைப் பார்ப்பதில்லை. மாறாக, உலகம் எப்படி இருக்கும் என்று நாம் கருதுகிறோமோ அப்படிப் பார்க்கிறோம். எடுத்துக்காட்டாக, மனச்சோர்வு என்பது நமக்கு ஏற்படும் ஒன்று அல்ல, நாம் உணர்பவற்றிற்கு நாம் அளிக்கும் எதிர்ச்செயல்தான். கோபத்துடனும் மனச்சோர்வுடனும் இருப்பதற்கு மாறாக, மக்கள் தங்களை தாங்களே கோபப்படுத்துகின்றனர், தங்களுக்கு மனச்சோர்வை ஏற்படுத்துகின்றனர் என்று மனநல மருத்துவர் வில்லியம் கிளாசர் கூறுகிறார்.

உங்கள் அடிப்படை மனநிலை

சுவிட்சர்லாந்தைச் சேர்ந்த உளநிலைப் பகுப்பாய்வாளரான கார்ல் ஜங், மக்களின் மனநிலைக்கு ஏற்ப அவர்களை வகைப் பிரித்தார். அடிப்படையில் இரண்டு வகையினர் உண்டு: ஒரு வகையினர் கலகலப்பாகப் பழகுபவர்கள், மற்றொரு வகையினர் கலகலப்பாகப் பழகாதவர்கள். கலகலப்பாகப் பழகாதவர்கள் எப்போதும் ஒரு கூட்டுக்குள்ளேயே இருப்பர், குறிப்பாக, மன அழுத்தக் காலங்களில், அவர்கள் தங்களுக்குள் கட்டுண்டு கிடப்பர்.

அவர்கள் தன்னிறைவு கொண்டவர்களாகவும், காரியத்தில் குறியானவர்களாகவும் இருக்கும் போக்கைக் கொண்டிருப்பர். கலகலப்பாக இருப்பவர்களுக்கு மற்றவர்களுடன் கலந்துரையாடுவது முக்கியத் தேவை.

உங்கள் அடிப்பட மனநிலை எதுவாக இருந்தாலும் பரவாயில்லை, உங்கள் மனப்போக்குகளை மாற்றக்கூடிய திறன் உங்களிடம் உள்ளது. "நான் பிறருடன் சிறப்பாகக் கலந்து பழகினால் எவ்வளவு நன்றாக இருக்கும்!" அல்லது "ஒவ்வொரு விஷயத்திலும் அதன் பிரகாசமான பக்கத்தை என்னால் பார்க்க முடிந்தால் எவ்வளவு சிறப்பாக இருக்கும்!" என்று ஒருவேளை நீங்கள் கூறியிருக்கக்கூடும். பலருக்கு, உறுதியான நம்பிக்கை இல்லாத காரணத்தால் இவ்விருப்பங்கள் அவர்களை வெறுப்படையச் செய்கின்றன. அதன் சில வெளிப்படையான அடையாளங்கள் இவை:

- **சமீபத்தில் நீங்கள் புதிதாக எதையும் செய்யவில்லை.**

- **சவாலைத் தவிர்ப்பதற்குச் சாக்குப்போக்குகளைத் தேடுகிறீர்கள்.**

- **பொறுப்பை ஏற்றுக் கொள்ளத் தவறுகிறீர்கள்.**

- **உங்கள் உதறல் வெளிப்படையாகவே தெரிகிறது.**

- **உங்கள் மேலதிகாரி உங்களை அழைத்தால், கண்டிப்பாக எனக்குச் சம்பள உயர்வு கிடைக்கப் போகிறது," என்று நினைப்பதற்கு மாறாக, "நான் என்ன தவறு செய்தேன்?" என்று நினைக்கிறீர்கள்.**

எதிர்காலத்தைப் பற்றிய உறுதியான நம்பிக்கையுடன் இருப்பதை நீங்கள் தேர்ந்தெடுக்கும்போது, அதாவது, நம்பிக்கையுடன் வாழும்போது மாற்றம் துவங்கும்.

உறுதியான நம்பிக்கை, விசுவாசம், மற்றும் நேர்மறையான விளைவுகளிடம் நீங்கள் காட்டும் அர்ப்பணிப்பு, நடவடிக்கைகளுக்கான ஒரு வலிமையான அடித்தளமாக அமையும்.

கரடிகளை வேட்டையாடுவதில் தங்களில் யார் சிறந்தவர் என்று டெக்சாஸ் மாநிலத்தைச் சேர்ந்த இருவர் தம்பட்டம் அடித்துக் கொண்டிருந்தது பற்றியப் பழைய கதை ஒன்று உண்டு. ஒருவன், "என் கத்தியை மட்டும் கொண்டு என்னால் ஒரு கரடியை வேட்டையாட முடியும்," என்று கூறினான். அதற்கு மற்றொருவன், "எனக்கு அதுகூடத் தேவையில்லை. நான் என் கைகளாலேயே அதை வேட்டையாடிவிடுவேன்," என்று கூறினான். யார் மிகவும் துணிச்சல் வாய்ந்த வேட்டைக்காரன் என்பதைத் தீர்மானிக்க அவர்கள் இருவரும் அலாஸ்கா மாநிலத்திற்குச் சென்று ஆள் அரவமற்ற ஒரு பகுதியிலுள்ள ஓர் அறையில் தங்கியிருந்தனர். கரடியைத் தன் கைகளால் வேட்டையாடுவதாகப் பெருமை பேசியவன் வெளியே சென்றான். சுமார் 200 மீட்டர் தூரம் சென்றபோது, ஒரு ராட்சஸக் கரடியை அவன் நேருக்கு நேர் எதிர்கொண்டான். உடனே அவன் திரும்பி ஓட்டமெடுத்தான். அக்கரடியும் அவனைத் துரத்திக் கொண்டு வந்தது. தன் அறையை அடைந்தவுடன், கதவைத் திறந்து ஓடிப் போய்ச் சுவரோடு சுவராக நின்றான். கரடியும் உள்ளே நுழைந்தது.

கத்தியுடன் நின்று கொண்டிருந்த தன் நண்பனிடம் அவன், "நீ இந்தக் கரடியின் தோலை உறி. நான் இன்னொரு கரடியைப் பிடிக்கப் போகிறேன்," என்று கூறினான்.

தன் கைகளை மட்டுமே பயன்படுத்துவதாக வீண் பெருமை பேசிய வேட்டைக்காரன், நன்னம்பிக்கை உடையவனாக இருந்தபோதிலும் யதார்த்தமானவனாக இருக்கவில்லை. கத்தியுடன் இருந்தவன்தான் இக்கதையைக் கூறுவதற்கு உயிருடன் இருந்தான்.

பிரிட்டனின் முன்னாள் பிரதம மந்திரி ஹரால்டு வில்சன் ஒருமுறை இவ்வாறு கூறியுள்ளார்: "நான் நன்னம்பிக்கை மனப்போக்கை உடையவன். ஆனால், கையோடு ஒரு மழைக்கோட்டை எடுத்துச் செல்லும் நன்னம்பிக்கையாளன்."

பயத்திற்கு மாற்றாக, வலுக்கட்டாயமாக நம்பிக்கையைத் தேர்ந்தெடுப்பது என்று தீர்மானிப்பது முதலில் நம் இயல்பிற்கு அப்பாற்பட்டதாகத் தோன்றும். ஆனால் அம்முயற்சி பலன் தரும். தேர்ந்தெடுப்பதற்கான சுதந்திரம் உங்களுக்கு இருக்கிறது என்ற விழிப்புணர்விலிருந்து அத்தீர்மானம் துவங்குகிறது. என்ன நிகழ்கிறது என்பது குறித்த விழிப்புணர்வு உங்களுக்கு இல்லையென்றால், எதிர்மறைச் சிந்தனைக்கு நீங்கள் பலியாக நேரிடும்; அதனால் உங்கள் ஒட்டுமொத்த வாழ்க்கையும் பாதிக்கப்படும். பிரான்சு நாட்டு எழுத்தாளர் ராபர்ட் மாலட் இவ்வாறு கூறியுள்ளார்: "தங்கள் நம்பிக்கை சரியானது என்று நிரூபிப்பதற்காக, தோல்வி மனப்பான்மை உடையவர்கள், தாங்கள் பயப்படும் விஷயங்களை விரும்பும் நிலைக்கு ஆளாகின்றனர்." பிரச்சனைகளைப் பார்ப்பதில் தவறேதுமில்லை, ஆனால், அவற்றிற்கான தீர்வுகளைக் காண்பதற்கும் நாம் தயாராக இருக்க வேண்டும்.

நன்றி மனப்போக்கு

நம்மிடம் பரிபூரண மாற்றத்தை ஏற்படுத்த நாம் முயன்று கொண்டிருக்கும்போது, ஒரு பகுதியில் நம்மால் சீரான விளைவுகளைப் பார்க்க முடியும். ஒருவரது பரிவிற்காக நாம் அவரைப் பாராட்டும் விதம்தான் அது. அதற்கு நன்றி மனப்போக்கு என்று பெயர்.

சிறந்த அறுவடைக்கு நன்றி பாராட்டுவதற்காகவும் புதிய நம்பிக்கைக்காகவும் மூன்று நாள் விருந்து வழங்கப்பட வேண்டும் என்று 1621ஆம் ஆண்டு டிசம்பர் 13ஆம் நாள்,

ஆளுநர் வில்லியம் பிராட்ஃபோர்டு அறிவித்தார். அன்று முதல், அமெரிக்கர்கள் நன்றித் திருநாளைக் கொண்டாடி வருகின்றனர். பிரச்சனைகள் நம்மைச் சூழ்ந்திருக்கும்போதுகூட, நாம் நன்றியுடன் இருப்பதற்கு ஏராளமான விஷயங்கள் இருக்கின்றன.

ஒரு விஷயம் நிச்சயம் — இதயபூர்வமான நன்றியும் மன இறுக்கமும் ஒரே நேரத்தில் உங்களிடம் நிலைகொண்டிருக்க முடியாது. நன்றியின்மை உணர்ச்சிரீதியாக நம்மை முடக்கிவிடும். நன்றியுணர்வு நிறைந்த இதயம் அபரிமிதமான நேர்மறை விளைவுகளைத் தொடர்ந்து அளித்துக் கொண்டேயிருக்கும்.

மாற்றத்திற்கான திறவுகோல்

நன்றியுணர்தல், நன்னம்பிக்கை மனப்போக்கு, உற்சாகம், அல்லது கலகலப்பு என்று, எந்த ஒரு பகுதியாக இருந்தாலும் சரி, தற்போது உங்களிடம் உள்ள மனப்போக்கு நிரந்தமானதல்ல என்ற உணர்தல்தான் மாற்றத்திற்கான திறவுகோல். எதிர்மறையான மனப்போக்கைக் கொண்ட இலட்சக்கணக்கான மக்கள் தங்கள் மனப்போக்கைத் தலைகீழாக மாற்றிக் கொண்டுள்ளனர்.

‘மேன்ஸ் சேர்ச் ஃபார் மீனிங்’ என்ற தனது புத்தகத்தில், விக்டர் ஃபிராங்கெல் இவ்வாறு குறிப்பிட்டுள்ளார்: “ஒரு மனிதனிடமிருந்து ஒன்றே ஒன்றைத் தவிர பிற அனைத்தையும் அப்புறப்படுத்திவிட முடியும்; மனித சுதந்திரங்களிலேயே முக்கியமானதாக விளங்கும், எந்தவொரு சூழ்நிலையிலும் தன் மனப்போக்கைத் தேர்ந்தெடுக்கும் சுதந்திரம்தான் அது.” மனிதர்கள் விரும்பக்கூடியதிலேயே மிக உயர்ந்த இலக்கு அன்புதான் என்ற தன் நம்பிக்கையில் உறுதியாக இருந்ததன் மூலம் அவர் கொடூரமான ஜெர்மனியின் வதை முகாம்களிலிருந்து தப்பிப் பிழைத்தார்.

ஒரு மருத்துவரின் அறிவு, உத்தி, அல்லது கோட்பாட்டைவிட அதிக முக்கியமானது அவரது மனப்போக்கு என்பதை அனுபவம் வாய்ந்த எந்தவோர் ஆலோசகராலும் கூற முடியும். உங்கள் இலக்கு பிறருக்கு உதவுவதானாலும் சரி, உங்களுக்கு உதவுவதானாலும் சரி, உங்கள் மனப்போக்கை உயர்த்துவதற்கான தீர்மானம் இன்றியமையாதது. நன்னம்பிக்கை மனப்போக்கைக் கொண்டிருப்பது என்பது பிரச்சனையை மறுப்பதல்ல. மாறாக, ஒரு நேர்மறையான விளைவிற்குத் தயாராவதற்காக, தடையை ஒரு சவாலாக ஏற்றுக்கொள்வது என்று அர்த்தம்.

“நான் எங்கிருந்து துவங்குவது?” என்று நீங்கள் கேட்கக்கூடும். உங்களைச் சுற்றி இருப்பவர்களைப் பாராட்டுவதன் மூலம் இன்றே துவங்குங்கள். ஓர் உணவகத்தில் உணவு பரிமாறுபவரை ஊக்குவிக்கும் விதமாக சில வார்த்தைகளைக் கூறுங்கள். உங்கள் சக ஊழியரையும் உங்கள் குழந்தைகளையும் பாராட்டுங்கள்.

“என்ன நடக்கும் என்று நினைக்கிறீர்கள்?” என்று யாரேனும் உங்களைக் கேட்டால், அவருக்குப் பதிலளிக்கும் முன் ஒரு விநாடி எடுத்துக்கொண்டு, உங்கள் பதிலை நேர்மறையான வாக்கியத்தில் அமையுங்கள். நன்னம்பிக்கை மனப்போக்கு உங்களது புதிய வாழ்க்கைமுறையாக மாறப் போகிறது என்றால், மகிழ்ச்சியை அறுவடை செய்ய உங்களைத் தயார்படுத்திக் கொள்ளுங்கள்.

மணி 7

உங்கள் குழுவைக் கவனமாகத் தேர்ந்தெடுங்கள்

எட்மன்ட் ஹிலாரியும் அவரது ஷெர்ப்பா வழிகாட்டியான டென்சிங் நார்கேயும் எவரெஸ்ட் மலைமீது ஏறிய நிகழ்வு, வரலாற்றில் பதிவு செய்யப்பட்ட முக்கியச் சாதனைகளில் ஒன்றாகும். அந்த அபாயகரமான மலையுச்சியிலிருந்து கீழே இறங்கி வரும்போது, திடீரென்று ஹிலாரியின் கால் தவறிவிட்டது. டென்சிங் கயிற்றை இறுக்கமாகப் பற்றிக்கொண்டு, தன் பனிக் கோடாலியைப் பனிக்குள் செருகி, அவர்கள் இருவரும் விழாமல் பார்த்துக் கொண்டார். பின்னர், ஹிலாரியின் வாழ்க்கையைக் காப்பாற்றியதற்காக அவர் எந்தவொரு சிறப்புப் பெருமையையும் ஏற்றுக்கொள்ள மறுத்துவிட்டார். அதை அவர் தன் வேலையின் ஒரு பகுதியாகவே பார்த்தார். "மலை

ஏறுபவர்கள் எப்போதும் ஒருவருக்கு ஒருவர் உதவி செய்து கொள்வார்கள்," என்று அவர் அது குறித்து வெகு சாதாரணமாகக் கூறிவிட்டார்.

நம் மாபெரும் வாழ்க்கைப் பயணத்தில் ஒவ்வொரு நாளும் நாம் நம் சொந்த எவரெஸ்ட் சிகரத்தை எதிர்கொள்கிறோம். அப்பயணத்தில் நம்முடன் வருவதற்கு நாம் தேர்ந்தெடுப்பவர்களால் நம் முன்னேற்றம் பெரிதும் அதிகரிக்கும்.

இந்த நேரத்தில், இந்த மாபெரும் சாகசத்தில் உங்களுக்கு உதவக்கூடிய உங்கள் குழுவினரைப் பற்றி நீங்கள் விரிவாக ஆய்வு செய்யுங்கள். அவர்கள் உங்கள் முன்னேற்றத்தில் எத்தகையத் தாக்கத்தை ஏற்படுத்துகின்றனர்? அவர்கள் உங்களை முன்னேற ஊக்குவிக்கிறார்களா? அல்லது நிரந்தரமாகப் பின்னுக்கு இழுத்துக் கொண்டிருக்கிறார்களா?

உறவுகளால் சூழப்பட்டிருப்பதற்கு மாறாக, பலர் ஒரு சூழ்நிலைக்குள் அகப்பட்டுக் கொண்டிருக்கின்றனர். பல சிறந்த மனிதப் பிணைப்புகள் அதீத ஆளுமை, குற்ற உணர்வு, அதிகாரம், மற்றும் கட்டுப்பாடு ஆகியவற்றின் அடிப்படையில் அமைந்துள்ளது என்பது வருத்தத்திற்குரிய உண்மை.

மனநல மருத்துவர் ஃப்ரிட்ஸ் பெர்ல்ஸ், இரண்டு வகையான மனிதர்களைப் பற்றிக் கூறுகிறார்: நச்சுத்தன்மை கொண்டவர்கள் மற்றும் பேணி வளர்ப்பவர்கள். உங்கள் நண்பர்களைத் தேர்ந்தெடுக்கும்போது இந்த வேறுபாட்டை நினைவில் கொள்வது முக்கியம். நச்சுத்தன்மை கொண்டவர்கள் உங்கள் ஆற்றலை உறிஞ்சி, உங்களைச் சோர்வடையச் செய்துவிடுவர். ஆனால் பேணி வளர்க்கும் மக்கள், அவர்களது ஆதரவு மற்றும் உறுதியான நம்பிக்கை மூலம் உங்கள் வளர்ச்சியை ஊக்குவிப்பார்கள்.

உங்கள் அடிப்படைக் குழு

இக்கேள்வியை உங்களுக்கு நீங்களே கேட்டுக் கொள்ளுங்கள்: "என் வாழ்வில் சக்திமிக்க ஐந்து நபர்கள் யார்?" பிறகு, அவர்கள் ஒவ்வொருவரையும் பற்றி நினைத்துப் பார்க்கையில், உங்கள் நலனுக்கு அவர்கள் ஆற்றியுள்ள பங்கை நியாயமாக மதிப்பீடு செய்யுங்கள். உங்கள் பட்டியலில் உள்ள ஐந்து பேரில் நான்கு பேர் நேர்மறையானவர்களாக, உற்சாகமிக்கவர்களாக, ஊக்கப்படுத்துபவர்களாக இருந்தால், நீங்கள் மிகவும் அதிர்ஷ்டக்காரரர். உண்மை அதற்கு நேர்மாறானதாக இருந்தால், உடனடியாக நடவடிக்கை எடுக்க வேண்டிய ஒரு நெருக்கடியான சூழ்நிலையில் நீங்கள் இருக்கிறீர்கள் என்று பொருள்.

உங்கள் காரின் இஞ்சின் சிறப்பாகச் செயல்பட வேண்டுமென்றால், ஸ்பார்க் பிளக், பிஸ்டன் உட்பட, உங்கள் காருக்குள் இருக்கும் ஒவ்வொரு பாகமும் நன்றாகச் செயல்படும் நிலையில் இருக்க வேண்டும் என்பதை ஒரு நல்ல கார் மெக்கானிக் உங்களுக்குக் கூறுவார். ஒரே ஒரு பாகம் பழுதுப்பட்டிருந்தால்கூட அது பேராபத்தை ஏற்படுத்தும். இது உங்களுடன் இருக்கும் மக்களுக்கும் பொருந்தும்.

"நான் ஏன் தோற்பேன் என்று தொடர்ந்து என்னிடம் கூறும், அல்லது நான் எடுக்கும் ஒவ்வொரு தீர்மானத்தையும் விமர்சிக்கும் ஒருவரைப் பற்றி நான் என்ன செய்வது?" என்று நீங்கள் கேட்கக்கூடும். ஒருவேளை அவர் உங்களுக்கு நெருக்கமானவராகவோ அல்லது குடும்பத்தில் ஒருவராகவோ, அல்லது வாழ்நாள் நண்பராகவோ இருக்கலாம். நச்சுத்தன்மை கொண்ட மனிதர்களிடம் பழகும்போது நயமாக, பக்குவமாகப் பழகுவது மிகமிக முக்கியம்.

உங்கள் எதிர்காலத்திற்கு முட்டுக்கட்டைகளாக இருப்பதாக நீங்கள் கருதும் மக்களிடமிருந்து திடீரென்று ஒட்டுமொத்தமாக விலகுவது பற்றிய ஓர் அவசரத் தீர்மானத்தை எடுக்காதீர்கள். எல்லோரும் உங்களுடன் ஒத்துப் போவதற்குக் காத்திருக்காதீர்கள். அப்படி அவர்கள் அனைவரும் உங்களுடன் ஒத்துப் போவதாகக் கூறினால், அவர்கள் உண்மையில் அந்த அர்த்தத்தில் கூறவில்லை என்பது உறுதி. அவர்களது நடவடிக்கைகளைப் பற்றி முழுவதுமாக அறிந்து கொண்டு, அவற்றிற்கு ஏற்றாற்போல் பதில்நடவடிக்கையில் ஈடுபடுங்கள். மக்களை, அவர்கள் உண்மையிலேயே யாராக இருக்கிறார்கள் என்பதற்காகப் பார்த்து, அவர்களை அவர்களது வலிமைகள் மற்றும் பலவீனங்களோடு ஏற்றுக் கொள்ளுங்கள். அவர்களது நேர்மறையான நடவடிக்கைகளை ஏற்றுக் கொள்ளுங்கள். பிறகு, அவர்கள் ஏற்படுத்த முயற்சிக்கும் தடைகள் மற்றும் மாற்றுவழிகள் ஆகியவற்றை விழிப்புணர்வுடன் ஆக்கபூர்வமாகக் கண்காணியுங்கள்.

அதற்கான ஓர் எடுத்துக்காட்டு இது. ஒரு விஷயத்தைச் செய்ய முடியாது என்று ஐந்து பேர் உங்களிடம் கூறும்போது, "நான் சரியான பாதையில் சென்று கொண்டிருக்கிறேன் போலும்," என்று உங்களுக்கு நீங்களே கூறிக் கொள்ளுங்கள். அவர்களது அறிவுரைக்கு நீங்கள் செவி சாய்க்கவில்லை என்பதைக் கண்டு அவர்கள் உங்கள்மீது கோபப்படக்கூடும். ஆனால், நீங்கள் வெற்றி பெறும்போது, "நீ வெற்றி பெறப் போகிறாய் என்பதை நான் எப்போதும் அறிந்திருந்தேன்," என்று அவர்கள் கூறுவர்.

இந்த ஐந்து பேரும் உங்கள் நண்பர்கள் வட்டத்தின் பெரும் பகுதியினராக இருந்தால், ஓரிரு புதிய நபர்களை நீங்கள் உங்கள் குழுவில் சேர்த்துக்கொள்ள வேண்டும். அவர்கள் யார் என்பதை ஒருவேளை நீங்கள் ஏற்கனவே அறிந்திருக்கக்கூடும். வாழ்வு குறித்து மகிழ்ச்சியான, நன்னம்பிக்கையான கண்ணோட்டத்தைக் கொண்ட,

தனிப்பட்ட வளர்ச்சியையும் வெற்றியையும் பறைசாற்றும் மக்கள்தான் அவர்கள். அவர்களுடன் நேரத்தைச் செலவிடுவதற்கான வழிகளை வலுக்கட்டாயமாகக் கண்டுபிடியுங்கள்.

நீங்கள் உங்கள் பழைய நண்பர்களைப் புறக்கணிக்க வேண்டிய அவசியமில்லை. மாறாக, நீங்கள் சிகரத்தை அடைவதற்கு உதவக்கூடிய மக்களை உங்கள் குழுவில் சேர்த்துக் கொண்டு, உங்கள் குழுவை விரிவாக்குங்கள்.

பார்பரா ஸ்டிரைசேன்ட் பல வருடங்களாக இவ்வாறு பாடி வந்துள்ளார்: "எவரொருவருக்கு மக்கள் தேவைப்படுகிறார்களோ, அவரே இவ்வுலகில் மிகவும் அதிர்ஷ்டக்காரர்." நமக்குப் பிறரின் தேவை உள்ளது. உடலில் உள்ள ஒரு பாகம் செயல்படுவதற்கு அதன் பிற பாகங்கள் எவ்வாறு அவசியமோ, அதேபோல, நம் வாழ்வின் அனைத்துப் பகுதிகளிலும் நாம் நம் உச்சபட்ச ஆற்றலுடன் செயல்பட, பிறர் நமக்குத் தேவை. இவ்வாழ்வில் நாம் அனைவரும் இணைந்திருக்கிறோம். தலைசிறந்த பங்களிப்பை வழங்கும் நண்பர்களைத் தேர்ந்தெடுப்பதுதான் முக்கியமான விஷயம்.

வியாபார ஆலோசகர் ஜாக் ரூஃபெல்ட் இவ்வாறு கூறுகிறார்: "ஒரு விஷயத்தை எப்படிச் செய்ய வேண்டும் என்பதை நீங்கள் தெரிந்துகொள்ள வேண்டும் என்றால், அதில் திறமை வாய்ந்த அல்லது வெற்றிகரமாகத் திகழும் மக்களிடம் பேசுங்கள். வருடத்திற்கு 30,000 டாலர்கள் ஊதியம் என்ற நிலையிலிருந்து வருடத்திற்கு 70,000 டாலர்கள் சம்பாதிப்பது எப்படி என்பதை, வெறுமனே 45,000 அல்லது 50,000 டாலர்கள் சம்பாதித்துக் கொண்டிருக்கும் ஒருவரிடம் போய்க் கற்றுத் தரும்படிக் கேட்காதீர்கள். அவர் தற்போது இருக்கும் நிலையை எப்படி அடைந்தார் என்பதைத்தான் அவரால் உங்களுக்குக் கற்றுத் தர முடியும்."

வெற்றிகரமான சில தொழில்முனைவோர்கள், தங்களுக்குக் கொடுத்துக் கொள்ளும் ஊதியத்தைவிட அதிக ஊதியத்தை, குறிப்பிட்ட சில ஊழியர்களுக்குக் கொடுப்பது பொதுவான ஒன்றுதான். ஏனெனில், ஒரு வலிமையான, திறமையான குழுவை உருவாக்குவதன் முக்கியத்துவத்தை அவர்கள் அறிந்துள்ளனர்.

எதிர்மறைச் சக்திகளால் சூழப்பட்டிருக்கும்போது, பல மக்கள், சமுதாயத்திலிருந்து ஒதுங்கி, தங்களைத் தனிமைப்படுத்திக் கொள்ளும் ஒரு மாபெரும் தவறைச் செய்கின்றனர். தங்கள்மீது தாக்கத்தை ஏற்படுத்தக்கூடிய புதிய மையங்களைத் தேடுவதை விடுத்து, தனிமைக் கூட்டிற்குள் புகுந்து கொள்கின்றனர். திடீரென்று, பல மணிநேரங்கள் தொலைக்காட்சிப் பார்த்தல், திரைப்படங்களுக்குச் செல்லுதல், வானொலி நிகழ்ச்சிகளைக் கேட்டல் ஆகியவை அவர்களது கருத்துப் பரிமாற்றங்களாக மாறிவிடுகின்றன. ஆனால் இவை அனைத்தும் ஒருவழித் தகவல் தொடர்புகள். இவை உண்மையான கருத்துப் பரிமாற்றங்கள் அல்ல.

கருத்து ஒற்றுமையின் சக்தி

வாழ்வதற்கு மிகச் சிறப்பான இன்னொரு வழி உள்ளது. மக்கள்சக்தியைப் பயன்படுத்திக் கொள்வது என்ற தீர்மானத்தை நடைமுறைப்படுத்தும்போது, குறைந்த நேரத்தில் அதிக முன்னேற்றம் ஏற்படும். அப்படிப்பட்ட மாற்றம் எவ்வாறு நிகழும்? இது, "அடுத்த வாரம், மதிய உணவை நான் தனிமையில் உண்ணப் போவதில்லை. ஒவ்வொரு நாளும், நான் இன்னும் நன்றாகத் தெரிந்து கொள்ள வேண்டிய யாரேனும் ஒருவருடன் உணவருந்தப் போகிறேன்," என்று கூறுவதைப்போல எளிமையானது. தொலைபேசியை எடுத்து, அவர்களுடனான சந்திப்புகளுக்கு ஏற்பாடு செய்யுங்கள்.

தனியாகச் சாதிக்க முயற்சிக்கும்போது, எப்போதாவதுதான் வெற்றி கிட்டும். வியாபார உலகில், ஒரு நிறுவனத்தை முன்னேற்றத்திற்கு இட்டுச் செல்லும் சக்திமிக்கத் தீர்மானங்கள், ஒரு வலிமையான, ஆதிக்கம் செலுத்தும் தலைவரால் மேற்கொள்ளப்பட்டவை அல்ல. மாறாக, ஒரு தீர்வு காண்பதற்காக நிர்வாகமும் ஊழியர்களும் ஒன்று சேர்ந்து எடுத்தத் தீர்மானங்கள்தான் அவை.

தன் பெயரில் வாடகைக் கார் நிறுவனம் ஒன்றைத் துவங்கிய வாரன் ஏவிஸ், 'பகிர்ந்துகொண்டப் பங்களிப்பு' என்னும் கோட்பாட்டின் சக்தியை நமக்கு எடுத்துக்காட்டுகிறார். 'த ஆர்ட் ஆஃப் ஷேரிங்' என்ற தன் புத்தகத்தில், அது எவ்வாறு செயல்படுகிறது என்று அவர் விளக்குகிறார்.

"குறிப்பிட்டப் பிரச்சனைகளுக்கான தகவல்களையும் தீர்வுக்கான பரிந்துரைகளையும் ஒரு குழுவிலுள்ள உறுப்பினர்கள் அனைவரும் அளிக்கிறார்கள். அவை யாரிடமிருந்து வருகின்றன என்பது பொருட்படுத்தப்படுவது இல்லை. ஒரு துறையில் பயிற்சி பெற்றிராதவர்களிடமிருந்து வரும் தீர்வுகள், அதே துறையில் வல்லுனர்களாக இருப்பவர்களிடமிருந்து வரும் தீர்வுகள் விவாதிக்கப்படுவது போலவே விவாதிக்கப்படுகின்றன. ஒப்புக்கொள்ளப்பட்டத் தீர்வு, குழுவின் ஒட்டுமொத்த கருத்தாகும். பெரும்பாலான நேரங்களில், அத்தீர்வு, முதலில் பரிந்துரைக்கப்பட்டவற்றில் உள்ள ஒன்றாக இருப்பதில்லை. மாறாக, உறுப்பினர்களின் விவாதங்களிலிருந்து பரிணமித்த ஒரு புதிய பரிந்துரையாக அல்லது கலவையாக இருக்கலாம்."

எல்லா யோசனைகளும் சம அளவு முக்கியத்துவம் வாய்ந்தது என்று கருதப்படுவதுதான் இச்செயல்முறை சரியாக வேலை செய்வதற்கான காரணம். பெயர் குறிப்பிடப்படாமல் அவை எழுதப்பட்டு, சத்தமாகப் படிக்கப்படுகின்றன. ஒரு சக்திமிக்கத் தலைவரிடமிருந்து

வருகிறது என்ற ஒரே காரணத்தால் ஒரு கொள்கையை ஏற்றுக் கொள்வதற்கு ஒருவரும் கட்டாயப்படுத்தப் படுவதில்லை. இன்னொன்றும் நிகழ்கிறது. முன்னேறிச் செல்வது என்ற தீர்மானம் எடுக்கப்பட்டவுடன், வெற்றி வாய்ப்புகள் ஆச்சரியப்படும் வகையில் அதிகரிக்கின்றன. ஏனெனில், ஒரு குழுவின் ஆற்றல் அதற்குப் பக்கபலமாய் இருக்கின்றது.

'மியூட்டினி ஆன் த பவுன்டி' திரைப்படத்தில் வரும் கப்பற்தலைவன் ப்ளைக்கின் கதை உங்களுக்கு நினைவிருக்கிறதா? அவன் தன் கப்பலை ஓர் இரும்புக் கரத்தால் செலுத்தினான். தன் கப்பற்குழுவினரைப் பயத்திற்கும் மிரட்டலுக்கும் ஆளாக்கிய அவனது செய்கைகள் பொறுத்துக் கொள்ள முடியாத எல்லையைத் தொட்டன.

அவனது குழுவினர் ஏன் அவனை எதிர்த்தனர்? அவர்களது கப்பல் இருந்த அதே சூழ்நிலையில்தான் இன்னும் ஓராயிரம் கப்பல்கள் இருந்தன. அவற்றில் எதிலும் கலகம் பிறக்கவில்லை. அத்தலைவனுக்கு மக்களை வழிநடத்தத் தெரியாமல் இருந்ததுதான், இக்குழுவினர் கலகம் செய்ததற்குக் காரணம். இப்படிப்பட்டவனின் காட்டு தர்பாருக்குக் கட்டுப்பட்டு வாழ்வதைவிட இறப்பது மேல் என்று அவர்கள் போராடத் துணிந்தனர்.

தலைமைத்துவத்தின் மாபெரும் படிப்பினைகள் ஒவ்வொரு நாளும் தனிப்பட்ட அளவில் பின்பற்றப்பட வேண்டும். அன்புக் கொள்கை வேலை செய்யக்கூடியது. அடித்து வேலை வாங்குவதைவிட, தட்டிக் கொடுத்து வேலை வாங்குவது அதிக முன்னேற்றத்திற்கு வழிவகுக்கும்.

கல்வியைப் பொறுத்தவரையிலும் இது உண்மை. போட்டிக்கு பதிலாக ஒத்துழைப்பின் மூலம் அதிகக் கற்றல் ஏற்படுகிறது. மாணவர்கள் தங்கள் சொந்தப் பாதையை

வகுத்துக் கொண்டு, தேர்வில் உயர்ந்த மதிப்பெண் பெறுவதற்கான வழிகளைத் திட்டமிடும்போது, அங்கு வெற்றியாளர்களும் தோல்வியாளர்களும் மட்டுமே உள்ளனர்.

மறுபுறம், ஒரு பிரச்சனை குறித்து மாணவர்கள், குழுக்களாக இணைந்து செயல்படும்போது, தனித்துவமான கற்றல் நிகழ்வதால் அனைவராலும் வெற்றி பெற முடியும். அப்பிரச்சனையைத் தீர்ப்பதற்கு சில மாணவர்கள் உண்மைகளைத் தொகுத்தளிப்பார்கள், சிலர் காரணங்களைக் கொடுப்பார்கள், மற்றும் சிலர் படைப்புக் கருத்துக்களை வழங்குவார்கள். சிலர் விளைவுகளை வரைபடங்கள் மூலமும், வாய்மொழியாகவும் வழங்குவதில் திறமை பெற்றிருப்பார்கள். குழு அணுகுமுறை சிறப்பான பலன்களைத் தரும் என்பது உறுதி.

அனைத்து நிலைகளிலும் வெற்றி

பிறருடன் இணைந்து செயலாற்றும்போது ஏதோ ஓர் அசாதாரண நிகழ்வு நடைபெறுகிறது. தனியாகச் செய்வது இயலாததாக உங்களுக்குத் தோன்றும் ஒரு விஷயம், அதே திசையில் பயணிக்கும் பலரது கூட்டு முயற்சியால் திடீரென்று மிகவும் எளிமையானதாகிவிடுகிறது. ஊக்குவிப்பின் சக்தி அற்புதமானது. இது, உங்கள் இலக்குகளை அடைவது, ஒரு வியாபாரத்தை உருவாக்குவது, நண்பர்களைப் பெறுவது உட்பட, வாழ்வின் அனைத்து நிலைகளிலும் வேலை செய்கிறது.

வெவ்வேறு மறைநூல்களில் கூறப்பட்டுள்ள இவ்வார்த்தைகளுக்கு நாம் செவி மடுப்பது நல்லது: “ஒருவருக்கொருவர் ஆறுதலாக இருங்கள், அடுத்தவரது சுமைகளைத் தாங்கிக் கொள்ளுங்கள், ஒருவருக்கொருவர் நல்வழிப்படுத்துங்கள், ஒருவர்மீது ஒருவர் அன்பு செலுத்துங்கள்.”

பல வருடங்களுக்கு முன், ஜான் டான் இவ்வாறு எழுதியுள்ளார்: "மனிதன் ஒரு தீவு அல்ல; ஒவ்வொரு மனிதனும் ஒரு கண்டத்தின் ஒரு துண்டுதான்." தரமான மக்கள் உங்களைச் சூழ்ந்திருக்கச் செய்யுங்கள். மற்ற அனைவரையும் ஊக்குவிக்கத் துவங்குங்கள்.

ஒத்தவை ஒத்தவற்றையே ஈர்க்கும் என்று ஈர்ப்பு விதி கூறுகிறது. ஒருவேளை, கடந்த காலத்தில் நீங்கள் சுமந்து கொண்டிருந்த சில சுமைகள், சில குறிப்பிட்ட மக்களை உங்களிடம் ஈர்த்திருக்கலாம். ஆனால் இப்போது, மாறுவதற்காகவும், பல வழிகளில் புதுமையுடன் விளங்குவதற்காகவும் நீங்கள் முக்கியமான தீர்மானங்களை எடுத்துக் கொண்டிருக்கிறீர்கள். இந்த விதி தொடர்ந்து வேலை செய்துகொண்டே இருக்கும். நீங்கள் யாராக உருவாகிக் கொண்டிருக்கிறீர்களோ, அந்த நபரை விரும்பக்கூடிய, மாபெரும் புதிய நண்பர்கள் வட்டத்தை உருவாக்க நீங்கள் தயாராக இருக்க வேண்டும்.

உங்கள் ஏற்றத்தில், யாருடைய காலடிகள் உறுதியானவையாக, நிச்சயமானவையாக உள்ளதோ, அவர்களை உங்களது துணையாக்கிக் கொள்ளுங்கள். சிகரத்தை அடைய இதுவே மிகவும் பாதுகாப்பான வழி.

மணி 8

உடைந்து போகாதவண்ணம் வளைந்து கொடுங்கள்

ஒரு பெரும் புயலுக்குள் சிக்கிக் கொண்ட ஒரு ஜம்போ ஜெட் விமானத்தில் நீங்கள் இருந்திருக்கிறீர்களா? "நாம் அனைவரும் பிழைப்போமா?" என்று நீங்கள் நினைத்திருக்கலாம். அந்த விமானத்தை வடிவமைத்தப் பொறியியல் வல்லுனர்கள், அத்தகையக் கொந்தளிப்புகளைப் பற்றி நன்றாக யோசித்து, பறக்கும்போது இயற்கையின் ஆற்றல்களோடு வளைந்து கொடுத்துப் போகும்படி அந்த விமானத்தை வடிவமைத்துள்ளனர். அடுத்த முறை நீங்கள் ஒரு புயலில் சிக்க நேர்ந்தால், விமானத்தின் இறக்கைகளைப் பாருங்கள். காற்றிற்கு ஏற்றவாறு அவை வளைந்து, இசைந்து செல்வதை உங்களால் காண முடியும்.

நீங்கள் எப்படிப்பட்டவர்? கொந்தளிப்புகளுக்கு நடுவே நீங்கள் எப்படி நடந்து கொள்கிறீர்கள்? உங்களது சொந்த ஆற்றலைவிட அதிக வலிமையான ஓர் ஆற்றலை நீங்கள் எதிர்கொள்ள வேண்டியிருந்தால், உங்கள் நடத்தை எப்படி இருக்கும்? துரதிர்ஷ்டவசமாக, பெரும்பாலான மக்கள் ஒரு பெரும் பிரச்சனையைச் சந்திக்கும்போது, அவர்கள் மிகவும் இறுக்கத்துடன், வளைந்து கொடுக்காமல் நடந்து கொள்கின்றனர். தங்கள் கை முட்டிகளை மடக்கிக் கொண்டு, பற்களைக் கடித்துக் கொண்டு, பத்தடி தூரத்திற்குள் வந்து பார்க்க மற்றவர்களுக்குச் சவால்விடுகிறார்கள்.

உங்கள் பதில்நடவடிக்கைகள் வளைந்து கொடுக்காதவையாக இருந்தால், அதைவிடச் சிறப்பான, இந்த வளைந்து கொடுக்கும் அணுகுமுறையைக் கண்டறிவதற்கு இந்த நேரத்தைச் செலவிடுங்கள். மறுபுறம், கடினமான சூழ்நிலைகளில் இணக்கமாகவும், வளைந்து கொடுத்தும் போகும் கலையை நீங்கள் ஏற்கனவே பின்பற்றுபவராக இருந்தால், வாழ்வின் புயல்களை வெற்றிகரமாக எதிர்கொள்ளும் உங்கள் திறனை வலுப்படுத்திக் கொள்ளவும், அவை உங்களுக்காக வேலை செய்வதற்கு அனுமதிக்கவும் இந்த நேரத்தைப் பயன்படுத்திக் கொள்ளுங்கள்.

பொருந்து திறன்

சிரமமான சூழ்நிலைகளுக்கு ஏற்றவாறு விரைவாகப் பொருந்தும் திறனை வளர்த்துக் கொள்வது பெரும் பலன்களைக் கொடுக்கும். ஒரு தொழிலதிபரின் வெற்றியில் 15 சதவீதம் மட்டுமே அவரது தொழில் அறிவினாலும், தொழில்நுட்பத் திறமைகளாலும் ஏற்படுகிறது என்று கார்னகி நிறுவனம் நடத்திய ஓர் ஆய்வு தெரிவித்தது. இவை இன்றியமையாத அம்சங்கள், ஆனால் ஒட்டுமொத்தமாகப் பார்த்தால், இவை ஒரு சிறிய பங்களிப்பை மட்டுமே

வழங்குகின்றன. மிக முக்கியமானது எது? சுமார் 85 சதவீத வெற்றி, மனப்போக்கு மற்றும் மக்களைச் சமாளிக்கும் திறன் ஆகியவற்றால் தீர்மானிக்கப்படுகிறது என்று அந்த ஆய்வு சுட்டிக்காட்டியது.

தங்கள் வேலையில் உச்ச நிலையை அடைந்தவர்கள் பொதுவாக மனித உறவுகளில் அசாதாராணத் திறமைகளை வளர்த்துக் கொண்டுள்ளனர் என்று அறியப்பட்டுள்ளது. அவர்களது திறமைப் பட்டியலில் முதலிடத்தில் இருப்பவை, நேசிக்கத்தக்கவர்களாகவும், பொருந்துபவர்களாகவும் அவர்கள் இருப்பதுதான்.

எடுத்துக்காட்டாக, ஒரு வெற்றிகரமான உயரதிகாரியாக இருப்பதற்கு, வளைந்து கொடுக்கும் தன்மை அவசியம். டெக்சாஸ் இன்ஸ்ட்ருமென்ட்ஸ் நிறுவனத்தின் தலைவர் ஃப்ரெட் பூசி இவ்வாறு கூறியுள்ளார்:

"கட்டளைகள் இடுவதற்கு, திறமை தேவையில்லை. நீங்கள் வழிநடத்திச் செல்லும் பல்வகைப்பட்ட மக்களை ஊக்குவிப்பது எது, அவர்கள் தங்களையும் தங்கள் நிறுவனத்தையும் வெற்றி பெறச் செய்வதற்குத் தங்கள் முழு ஆற்றலையும் பயன்படுத்த அவர்களை உத்வேகப்படுத்துவது எது என்பதைப் புரிந்து கொள்ள, தொடர்ச்சியான முயற்சி தேவை. ஓர் ஆற்றல்மிக்கத் தலைவராக இருப்பது என்பது முடிவற்ற ஒரு பணி. ஏனெனில், காலம் எல்லா விஷயங்களையும் மாற்றுகிறது. ஒரு நேரத்தில் செயல்படும் ஒன்று, மற்றொரு நேரத்தில் செயல்படுவதில்லை."

ஒரு காரியத்தைச் செய்வதற்குப் பழைய வழிகளைப் பற்றிக் கொண்டிருப்பது இனிமேல் உதவாது. ஏதேனும் ஓர் உயர் தொழில்நுட்பப் பத்திரிகையை எடுத்துப் பார்த்தால், அது உங்களுக்குத் தெளிவாகப் புரியும். ஆய்வுகளும் உருவாக்கங்களும் நேற்றையப் பொருட்களையும் வழிமுறைகளையும் பொழுது சாய்வதற்குள்

காலாவதியாக்கிவிடுகின்றன. புதிய கண்டுபிடிப்புகளுடன் நாம் நம்மைப் பொருத்திக் கொள்ளும்போது உபயோகிக்கும் அதே வளைவுத்தன்மையை, மக்களையும் வழிமுறைகளையும் கையாளும்போதும் நாம் பயன்படுத்த வேண்டியது இன்றியமையாதது. விரைவாக வளைந்து கொடுக்கவும், பொருந்திக் கொள்ளவும் கற்றுக் கொள்ளுங்கள்.

இருந்தாலும், ஒரே ஒரு விஷயத்தில் நீங்கள் உறுதியாக நிலைத்து நிற்க வேண்டும். தனிமனிதத் தரங்கள் மற்றும் கொள்கைகளை நீங்கள் ஒருபோதும் விட்டுக்கொடுக்கக்கூடாது. முடிவெடுப்பதில் வளைந்து கொடுத்துப் போவதற்கும், சூழ்நிலைக்கேற்ப நம் நெறிமுறைகளை மாற்றிக் கொள்வதற்கும் இடையே பெரும் வித்தியாசம் உள்ளது.

பெப்சிகோ நிறுவனத்தின் தலைவர் டொனால்டு கென்டால் இவ்வாறு கூறுகிறார்: “ஒரே ஒரு தரம்தான் உள்ளது. ஓர் உயர்ந்த தரத்தை நீங்கள் நிர்ணயித்துக் கொள்ளவில்லை என்றால், உங்கள் கீழுள்ளவர்கள் சரியாக நடந்து கொள்ள வேண்டும் என்று உங்களால் எதிர்பார்க்க முடியாது.”

இன்று பல நிறுவனங்கள், நெறிமுறைகளுக்கு உயர்ந்த முக்கியத்துவம் கொடுக்கத் துவங்கியுள்ளன. எடுத்துக்காட்டாக, ரேத்தியான் நிறுவனத்தில், நெறிமுறை அமலாக்க இயக்குனர் ஒருவர் இருக்கிறார். தவறான நடவடிக்கைகள் தொடர்பான விவகாரங்களும், சிரமமான ஊழியர் பிரச்சனைகளும், நெறிமுறைக் குழப்பங்களும் இவரிடம் எடுத்துச் செல்லப்படுகின்றன.

மக்களைக் கவர்ந்திழுக்கும் கலை

வியாபாரத்தில், பள்ளியில், சமூகக் கழகங்களில், தேவாலயத்தில், அல்லது வீட்டிலும்கூட, ஓர் ஆற்றல்மிக்கத் தலைவராக விளங்குவதற்கு அதே திறமைகள்தான் தேவை.

உங்கள் யோசனைகளை மக்கள் ஏற்றுக் கொள்ள வேண்டுமானால், முதலில் அவர்கள் உங்களை ஏற்றுக் கொள்ள வேண்டும்.

உங்கள் கண்ணோட்டத்திற்கு மக்களைக் கவர்ந்திழுப்பதற்கு உங்கள் தனிப்பட்ட உத்தி என்ன? "இதைச் செய்யுங்கள். இல்லையேல்?" என்ற மிரட்டல் தொனியா? அல்லது நீங்கள் விரும்பும் இடத்திற்குச் செல்ல மக்களை வழிநடத்தும் கலையை நீங்கள் கற்றிருக்கிறீர்களா?

நண்பர்களைத் தேடிக் கொள்ளவும், மக்களிடம் செல்வாக்குடன் விளங்கவும் வேண்டுமென்றால், உண்மையின் மொத்த உருவமாகவும், அதிகாரத்தின் உறைவிடமாகவும் உங்களைப் பிரதிபலிப்பதைத் தவிர்க்க வேண்டும்.

அவர்கள் இருக்கும் இடத்திலிருந்து துவங்குங்கள்

மாபெரும் தத்துவவியலாளர் தாமஸ் அக்வினாஸ், தன் கருத்துக்கு மற்றாவர்களைச் செவிசாய்க்க வைப்பதில் வல்லவராய் விளங்கினார். உங்கள் கருத்திற்கு ஒருவரை இணங்கச் செய்ய நீங்கள் விரும்பினால், அவர் இருக்கும் இடத்திற்கு நடந்து சென்று, அவரது கையைப் பிடித்து அவரை வழிநடத்துங்கள் என்று அவர் கூறினார். அதாவது, அறையின் ஒரு மூலையில் நின்றுகொண்டு, அவரிடம் கத்தாதீர்கள், அவரை 'முட்டாள்' என்று அழைக்காதீர்கள், நீங்கள் இருக்குமிடத்திற்கு வர அவருக்கு உத்தரவிடாதீர்கள் என்று அவர் கூறினார். அவர் எங்கிருக்கிறாரோ, அந்த நிலையிலிருந்து துவங்குங்கள். யார் வளைந்து கொடுப்பவராக இருக்க வேண்டும்? நீங்கள்தான்! நீங்கள் அதை நோக்கி அடியெடுத்து வைக்கும்போது அது துவங்குகிறது. நீங்கள் வழிநடத்திக் கொண்டிருந்தாலும் சரி, கற்பித்துக் கொண்டிருந்தாலும் சரி, அல்லது பேரம் பேசிக் கொண்டிருந்தாலும் சரி, இக்கொள்கை வேலை செய்யும்.

'வாட் தே டோன்ட் டீச் யு அட் ஹார்வேர்டு பிசினஸ் ஸ்கூல்' என்ற புத்தகத்தில், மார்க் மெக்கார்மக், பிரச்சனையில் தொடர்புள்ள இருவருக்கும் வெற்றி கிட்டும் வகையில் எப்படிப் பேரம் பேசுவது என்பது பற்றி இவ்வாறு கூறுகிறார். "உங்கள் இலக்கு, அடுத்தவரின் உணர்வுகள் காயப்படாதவாறு பேரம் பேசுவதாக இருக்க வேண்டும். அதற்கு வளைவுத்தன்மை அவசியம்."

இந்த உத்தியை ஒரு தந்தை தன் மகன்மீது இவ்வாறு உபயோகித்தார். ஒருநாள் இரவு சுமார் ஒன்பது மணிக்கு அவர் தன் நான்கு வயது மகனிடம், "படுக்கப் போவதற்குமுன் உன் பொம்மைகளை எல்லாம் எடுத்து வைத்துவிட்டுச் செல்," என்று கூறினார். அது நடக்கவில்லை. "நான் மிகவும் களைப்பாக இருக்கிறேன்," என்று அச்சிறுவன் கூறினான்.

ஒரு சர்வாதிகாரியாக மாறுவதற்குப் பதிலாக, அவர் கீழே இறங்கி வந்து, தன் மகனைத் தூக்கித் தன் முழங்காலின்மீது உட்கார வைத்து, "ஹம்டி டம்டி சாட் ஆன் எ வால், ஹம்டி டம்டி ஹேட் எ கிரேட் ஃபால்," என்ற மழலையர் பாடலைப் பாடினார். பாடல் முடியும்போது அச்சிறுவனைக் கீழே உருட்டினார்.

"அப்பா, நாம் மறுபடியும் அதைச் செய்யலாம்," என்று கூறினான்.

அவர்கள் அதை மீண்டும் மீண்டும் பல முறை செய்தனர். அவர் போதும் என்று நிறுத்த நினைத்தபோது, அச்சிறுவன், "இன்னும் ஒரே ஒரு முறை," என்று கெஞ்சினான். "உன் பொம்மைகளை நீ எடுத்து வைத்தால்தான்," என்றார் அவர்.

சற்றுகூட யோசிக்காமல், ஒரு மணிநேரத்தில் செய்து முடிக்கப்பட வேண்டிய வேலையைத் தொண்ணூறு விநாடிகளில் அவன் செய்து முடித்தான்.

பிறகு, அவன் தன் தந்தையின் முழங்காலில் வந்து அமர்ந்தபோது, "பொம்மைகளை எடுத்து வைப்பதற்கு நீ மிகவும் களைத்துப் போயிருப்பாய் என்று நான் நினைத்தேன்," என்று அவர் கேட்டார். "உண்மைதான். ஆனால், எனக்கு இந்த விளையாட்டை தொடர்ந்து உங்களுடன் விளையாட வேண்டும் போலிருந்தது," என்று அவன் பதிலளித்தான்.

"நாம்" என்பது மிக முக்கியமான வார்த்தை

உங்கள் பரிந்துரைகளுக்கும் கட்டளைகளுக்கும் மக்கள் பதிலளிக்காதபோது, கடுமையானவராக மாறிவிடாதீர்கள். மாறாக, வளைந்து கொடுத்துப் போங்கள். ஒரு நேர்மறையானஅணுகுமுறையை முயன்று பாருங்கள். விளைவுகளைக் கண்டு நீங்கள் ஆச்சரியப்பட்டு நிற்பீர்கள்.

சாம்பியன் பட்டத்தை வெல்லத்தக்க ஒரு குழுவை எப்படித் தயார் செய்வது என்று பிரபல கால்பந்துப் பயிற்சியாளர் பால் பிரையன்டிடம் கேட்கப்பட்டது. அதற்கு அவர் அளித்த பதில் இது:

"நான் அர்கன்சாஸ் மாநிலத்தைச் சேர்ந்த ஒரு சாதாரண விவசாயக் கூலி. ஆனால், ஒரு குழுவை எப்படிக் கட்டுக்கோப்பாக வைப்பது என்பதை நான் கற்றுக் கொண்டுள்ளேன். அனைவரது இதயமும் ஒன்றுபோல் துடிக்கும்வரை — அனைவரும் ஒரே குழுவாக மாறும்வரை, ஒருசிலரை எப்படி ஊக்குவிப்பது, ஒருசிலரை எப்படி ஆசுவாசப்படுத்துவது என்பதை நான் அறிவேன். மூன்று விஷயங்களைத்தான் நான் அவர்களிடம் கூறுகிறேன்:

ஏதேனும் தவறாக நடந்தால், நான் அதைச் செய்தேன்.

ஏதேனும் ஓரளவு சரியாக நடந்தால், நாம் செய்தோம்.

ஏதேனும் உண்மையிலேயே சரியாக நடந்தால், நீ செய்தாய்."

கால்பந்து விளையாட்டில் உங்களுக்கு வெற்றியைப் பெற்றுத் தர, விளையாட்டு வீரர்கள் செய்ய வேண்டியதெல்லாம் இதுதான்.

'நீ' என்ற வார்த்தை மக்களுக்கு சக்தியூட்டும் வார்த்தை என்பதை பிரையன்ட் அறிந்திருந்தார்.

அட்லான்டா மாநிலத்தில் ஒரு பெரிய கடையில், ஊழியர்கள் அறிவிப்புப் பலகையில் காணப்பட்ட ஓர் அறிவிப்பு இது:

> **ஊக்குவிப்பு அகராதியில் உள்ள மிக முக்கியமான ஆறு வார்த்தைகள் இவை:**
>
> ***"நான் ஒரு தவறு செய்துள்ளேன் என்பதை ஒப்புக்கொள்கிறேன்."***
>
> ***மிக முக்கியமான ஐந்து வார்த்தைகள்: "நீங்கள் சிறப்பான ஒரு வேலையைச் செய்துள்ளீர்கள்."***
>
> ***மிக முக்கியமான நான்கு வார்த்தைகள்: "உங்கள் கருத்தும் அபிப்பிராயமும் என்ன?"***
>
> ***மிக முக்கியமான மூன்று வார்த்தைகள்: "உங்களுக்கு விருப்பம் இருந்தால்."***
>
> ***மிக முக்கியமான இரண்டு வார்த்தைகள்: "மிக்க நன்றி."***
>
> ***மிக முக்கியமான ஒரே வார்த்தை: "நாம்."***
>
> ***மிகக் குறைந்த முக்கியத்துவம் வாய்ந்த வார்த்தை: "நான்."***

நீங்கள் பிறரை எப்படிக் கையாள்கிறீர்கள் என்று யாரோ ஒருவர் விவரிக்க வேண்டியிருந்தால், அவர் என்ன கூறுவார்? கட்டளைகளிடும், கடுமையான அதிகாரி என்று உங்களை விவரிப்பாரா? அல்லது மக்களை நேசிப்பவர், அவர்களிடம் உள்ள சிறந்தவற்றை எப்படி வெளிக்கொணர்வது என்பதை அறிந்தவர் என்று கூறுவாரா?

புதிய சூழ்நிலைகளுக்கு உங்களை விரைவில் பொருத்திக் கொள்ளும் உங்களது திறனைப் பற்றி நேர்மையாக மதிப்பீடு செய்யுங்கள். மெல்லிய இரும்புத் தகடு நொறுங்கிவிடக்கூடியது. வலுவூட்டப்பட்ட எஃகுத் தகடு ஒரு பெரும் பூகம்பத்தைக்கூடத் தாங்கி நிற்கும்.

உங்களுடன் ஒரு தனிப்பட்ட ஒப்பந்தம் செய்து கொள்ளுங்கள்: "ஒவ்வொரு சூழ்நிலையிலும், நான் முரண்பாட்டிற்குப் பதிலாக உடன்பாட்டை நாடுவேன், எதிர்ப்பதற்கு மாறாக ஏற்புத்தன்மையுடன் விளங்குவேன், சச்சரவுக்குப் பதிலாக விட்டுக் கொடுப்பேன் என்று உறுதியெடுத்துக் கொள்கிறேன்." அந்த இலக்குகளை நடைமுறைப்படுத்துவதன் மூலம், 'உடைந்து போகாதவண்ணம் வளைந்து கொடுப்பது' மற்றும் 'இழக்காமல் அன்பு செலுத்துவது' என்றால் என்ன என்பதை உங்களால் அறிந்து கொள்ள முடியும்.

நேர்மறையான சிந்தனையின் சக்தி மிகப் பெரிது. ஆனால், வளைந்து கொடுக்கும் சிந்தனையின் வலிமை இன்னும் அதிக பலன்களைக் கொடுக்கும்.

மணி 9

ஆரோக்கியமற்ற பயத்திற்கு விடைகொடுங்கள்

மனக் கலக்கத்தையும் கவலையையும் கையாள்வது அமெரிக்காவில் கோடிக்கணக்கான டாலர்கள் புழங்கும் ஒரு தொழிற்துறையாக மாறியுள்ளது. நம் வீடுகளைப் பாதுகாப்பதற்காக அதிநவீன மின்னணுப் பாதுகாப்புக் கருவிகளை நாம் பொருத்துகிறோம், நமது நோயெதிர்ப்பு அமைப்புகளைப் பரிசோதித்துக் கொள்வதற்காக மருத்துவமனைக்குச் செல்கிறோம், நம்மை ஊக்குவித்துக் கொள்வதற்காக சுயஉதவிக் கருத்தரங்குகளுக்குச் செல்கிறோம். பயத்தால் முடங்கிப் போயுள்ளவர்கள் நிறைந்த ஓர் உலகத்தில் நாம் வாழ்கிறோம். பாதுகாப்பின்மையைச் சமாளிப்பதற்கு முயற்சித்துக் கொண்டிருக்கும் மக்களைப் பற்றிய செய்திகள் இல்லாத பத்திரிகையே கிடையாது.

இருட்டைக் கண்டு பயப்படும் குழந்தைகள் தங்கள் பெற்றோரைப் பற்றிக்கொள்கின்றனர். பலமான போட்டிகளைக் கண்டும், வேலை இழப்பை நினைத்தும் ஆண்கள் பயப்படுகின்றனர். பாலின வன்முறை குறித்த பயத்தால் நகர வீதியில் நடந்து செல்வதற்குப் பெண்கள் பயப்படுகின்றனர். பயம் ஒன்றும் புதிய விஷயமல்ல.

ஒரு புதிய சூழலில் சற்று நடுக்கம் ஏற்படுவது இயல்பானதுதான்; ஆனால் மன இறுக்கமும் மனக் கலக்கமும் உங்கள் வாழ்க்கைமுறையாக, தினசரி நடவடிக்கையின் ஓர் அங்கமாக மாறிவிட்டால், நீங்கள் கவலை கொள்வதற்குக் காரணம் உள்ளது. நாட்பட்ட பயமும் கவலையும் நிறைந்த ஒரு நிலை, கிட்டத்தட்ட ஒவ்வொரு வியாதியும் நம் உடலில் குடியேறும் வகையில், நம் உடலில் பாதிப்பை ஏற்படுத்துவதாக மருத்துவ அறிவியல் அறிவிக்கின்றது. அந்நிலை நம் உடலில் உள்ள சுரப்பிகள் மற்றும் வேதியல் சமநிலையைச் சூறையாடி, அனைத்து விதமான பிரச்சனைகளும் நம் உடலில் குடிபுகுவதற்குக் கதவுகளைத் திறந்து விடுகிறது.

பயமும் கவலையும் பலரை முடக்கிப்போட்டு விடுகிறது. ஒருவர் தன் ஆலோசனையாளரிடம், "நான் போதுமான அளவு கவலைப்படாவிட்டால், நல்ல விஷயங்கள் நடைபெறாது," என்று கூறினார். 'மனக் கலக்கத்திற்கான விருது' பெறுவதற்கு அவர் தகுதியானவர்தான், ஆனால் அவரது கவலையால் எதுவும் சாதிக்கப்படப் போவதில்லை. அது ஒரு சிறப்பான வேலைக்கு அவரை வழிநடத்தப் போவதில்லை, அவரது வாழ்வை அதிக ஆக்கபூர்வமாக மாற்றப் போவதும் இல்லை. கவலை என்பது அறிவுக் குலைவு. மிக மோசமான ஒரு நிகழ்வை முன்கூட்டியே எதிர்பார்ப்பதன் அடிப்படையில் அமைந்த ஒரு பொய்யான எதிர்பார்ப்பு அது. பலருக்கு அது அவர்களுடைய தினசரிச் சிந்தனை ஓட்டத்தின் ஓர் அங்கமாக மாறியுள்ளது.

நிரந்தரக் கவலை மற்றும் வேதனைகளோடு வாழ்ந்து கொண்டிருக்கும் ஒருவரால் ஒரு தலைகீழ் மாற்றத்தை அனுபவிக்க முடியுமா? பயமும் அச்சக் கோளாறுகளும் நிறைந்த ஒருவரால், முழுமையான ஓய்வு மற்றும் பாதுகாப்பை அறிய முடியுமா? நிச்சயமாக முடியும்! இலட்சக்கணக்கானவர்களுக்கு அது நடந்துள்ளது.

பயமும் ஆழ்விருப்பமும் வெவ்வேறு வழிகளில் ஊக்குவிக்கின்றன

சிலர் பயத்தை ஒரு தனித்துவமான கண்ணோட்டத்தில் பார்க்கின்றனர். எது தவறாகப் போகக்கூடுமோ அதில் கவனம் செலுத்தினால், அது மோசமான நிகழ்ச்சிகள் ஏற்படாமல் தடுக்கும் என்று அவர்கள் உண்மையிலேயே நம்புகின்றனர். ஆனால் அது அவ்வாறு வேலை செய்வதில்லை. கவலை என்பது உங்கள் நேரத்திற்கான விரயம். அது உங்கள் ஆற்றலை உறிஞ்சி, உங்கள் மகிழ்ச்சியைத் தள்ளிப்போடும்.

நீங்கள் கவலைப்பட்ட விஷயங்களில் எத்தனை விஷயங்கள் உண்மையிலேயே நிகழ்ந்திருக்கின்றன என்று என்றேனும் கணக்கெடுத்திருக்கிறீர்களா? பெரும்பாலான மக்களுக்கு அந்த எண்ணிக்கை மிகச் சிறியதாகத்தான் இருக்கும். இருந்தாலும், பிரச்சனையின்மீது கவனம் செலுத்துவதைத் தவிர்க்கும் தீர்மானத்தை அவர்கள் எடுத்திருந்தால், அந்த எண்ணிக்கை இன்னும் குறையும்.

ஆரோக்கியமற்ற பயத்தை அல்லது கவலையைப் பெரும்பாலான உளவியலாளர்கள் ‘அறிவுக் குலைவு’ என்று விவரிக்கின்றனர். வேறு வார்த்தைகளில் கூறுவதானால், அதை, ‘உங்கள் தலைக்குள்தான் அனைத்தும் இருக்கிறது’ என்று கூறலாம். மறுபுறம், ஆரோக்கியமான பயம் ஒரு நேர்மறையான குறிக்கோளுக்கு உதவி செய்யும், உங்கள் வாழ்க்கையைக்கூடப் பாதுகாக்கும்.

"மனக் கலக்கத்திற்கான அடிப்படைக் காரணம் என்ன?" என்று நீங்கள் கேட்கக்கூடும். பலரது விஷயத்தில், யதார்த்தத்தை மறுப்பதன் விளைவுதான் அது. யதார்த்தத்தை எதிர்கொள்வதற்குப் பதிலாக, நாம் ஒரு எதிர்மறையான முடிவுக்குத் தாவிவிடுகிறோம். என்ன நிகழக்கூடும் என்பதில் நாம் ஒரேயடியாக மூழ்கிப்போய்விடுவதால், அதற்கேற்றவாறு நாம் உடல்ரீதியான மற்றும் உணர்ச்சிரீதியான மாறுதல்களை அனுபவிக்கத் துவங்குகிறோம். ஒருபோதும் நடைபெறாத நிகழ்வுகள் குறித்து மக்கள் அடிக்கடித் தங்கள் கோபம், வெறுப்பு, மற்றும் பகைமை உணர்வுகளை வெளிப்படுத்துகின்றனர்.

பயம், ஆழ்விருப்பம் ஆகிய இரண்டிற்கும் நம்மை ஊக்குவிக்கும் சக்தி உண்டு. பயம் என்பது தண்டனை அல்லது வலி குறித்த எதிர்பார்ப்பு. ஆழ்விருப்பம் என்பது வெகுமதி குறித்த எதிர்பார்ப்பு. பல்வேறு சமயங்களில், நாம் இவற்றில் ஏதாவது ஒன்றை நோக்கிப் போகிறோம். இந்த உணர்வுகளுக்கு ஏற்றவாறு இறுதியில் நிகழ்வுகள் நடந்தேறுகின்றன.

"என்னை யாரேனும் ஊக்குவித்தால் எவ்வளவு நன்றாக இருக்கும்!" என்று மக்கள் கூறுவதுண்டு. ஆனால் அவர்கள் ஏற்கனவே ஏதோ ஒன்றால் ஊக்குவிக்கப்பட்டுள்ளனர் என்பதுதான் உண்மை. இருந்தாலும், அவர்கள் சரியான விஷயத்தால் ஊக்குவிக்கப்பட்டுள்ளனரா?

அனைத்து எதிர்மறையான ஆற்றல்களிலும், பயம்தான் அதிக சக்தி வாய்ந்தது என்று அடிக்கடி விவரிக்கப்படுகிறது. அது உங்களைக் கட்டுப்படுத்துகிறது, தடுக்கிறது, மன உளைச்சலையும் அச்ச உணர்வையும் தோற்றுவிக்கிறது. உங்கள் நம்பிக்கை மற்றும் வலிமையை அழிப்பதற்கும் அது வழி வகுக்கிறது. ஆனால், ஆழ்விருப்பம்

இதற்கு நேர் எதிரானது. அது ஒரு வலிமையான, நேர்மறையான காந்தத்தைப் போன்றது. அது கவர்ந்திழுக்கும், சாதிக்கும், திறக்கும், ஊக்குவிக்கும்.

எந்த ஆற்றல் அனைத்தையும் கட்டுப்படுத்திக் கொண்டிருக்கிறது என்பதை அறிந்து கொள்வது மிகவும் எளிது. ஒவ்வொரு மனிதனும் தன்னிடமுள்ள ஆதிக்கமான எண்ணங்கள் மற்றும் கண்ணோட்டங்களின் தாக்கத்திற்கு, அவை நேர்மறையானவையாக இருந்தாலும் சரி, எதிர்மறையானவையாக இருந்தாலும் சரி, ஆளாகிறான்.

"அடுத்த அறுபது விநாடிகளுக்கு நீங்கள் ஒரு பறக்கும் யானையைப் பற்றி நினைக்காதீர்கள்," என்று உங்களிடம் யாரேனும் கூறினால், அடுத்து என்ன நிகழும்? ஒரு யோசனை நம் மனத்தில் பதிக்கப்பட்டால், அதைத் தவிர்ப்பது இயலாத காரியம். அந்த யோசனைக்கு நேர்மாறானதைப் பற்றி நீங்கள் சிந்தித்தாலும், அந்த எண்ணத்தால் நீங்கள் கட்டுப்படுத்தப்படுவீர்கள்.

தப்பிக்க முயற்சிப்பதன் மூலம் ஓர் இக்கட்டான சூழ்நிலையைச் சமாளித்து, அதற்குத் தீர்வு கண்டுவிடலாம் என்று பலர் நம்புகின்றனர். அவர்கள் எதை எதிர்க்கிறார்களோ அதிலேயே அவர்கள் கட்டுண்டு கிடக்கிறார்கள். எவ்வளவு அதிகமாக அவர்கள் போராடுகிறார்களோ, அவ்வளவு அதிகமாக அதில் சிக்கிக் கொள்கின்றனர்.

உளவியலாளர் ஸ்காட் பெக் ஒரு வலிமையான அறிக்கையை விடுக்கிறார்: "பிரச்சனைகளையும், அவற்றில் உள்ளடங்கியிருக்கும் உணர்ச்சிரீதியான துன்பத்தையும் தவிர்க்க நினைக்கும் மனப்போக்குதான் அனைத்து மனநோய்க்கும் முக்கிய அடிப்படை." பிரச்சனையைத் தவிர்க்க நாம் மேற்கொள்ளும் முயற்சிதான் பெரும் சிரமங்களுக்கு நம்மை இட்டுச் செல்கின்றது.

"இது ஓர் இக்கட்டான, நம்பிக்கயற்ற நிலைமையாக இருக்கிறது! என் பிரச்சனைகள்மீது நான் கவனம் செலுத்தினால் நான் சிக்கலில் மாட்டிக் கொள்வேன், என் பயங்கள் குறித்து நான் சிந்திக்காமல் இருந்தாலும் அதே நிலைதான். இதற்கு என்னதான் விடை?" என்று நீங்கள் கேட்கலாம்.

ஒரு புதிய கண்ணோட்டம்

'பயப்படுபவர்' என்ற வார்த்தையை உங்கள் சுயமதிப்பீட்டிலிருந்து நீக்குவதற்கு ஒரு வழி இருக்கிறது. உங்கள் ஆதிக்க எண்ணங்களை உங்கள் கட்டுப்பாட்டிற்குள் கொண்டு வருவது என்று நீங்கள் தீர்மானிக்க வேண்டும். நேர்மறையான மக்கள், பிறக்கும்போதே அவ்வாறு பிறப்பதில்லை. அவர்களில் பெரும்பாலானோர் தங்கள் வாழ்நாளில் போதுமான அளவு வலியையும் வேதனையையும் அனுபவித்துவிட்டு, இனிமேலும் அந்த வழியில் செல்ல வேண்டாம் என்று தீர்மானித்தவர்கள்தான். ஆரோக்கியமான விளைவுகள்மீது உங்கள் எண்ணங்களை வலுக்கட்டாயமாகக் குவியுங்கள். நம்பிக்கை மற்றும் எதிர்பார்ப்பைக் கொண்ட ஒரு காட்சியைத் தேர்ந்தெடுத்து, அதை உங்கள் மனத்தில் காட்சிப்படுத்திப் பாருங்கள். மத்தியக் கிழக்கு நாடுகளில் பல வருடங்களாக, இருண்ட, கடுமையான சிறைகளில் வாடிய பிணைக் கைதிகளில் சிலர், தங்கள் அவலமான சூழ்நிலையைப் பற்றி நினைப்பதற்குப் பதிலாக வித்தியாசமான கற்பனைகளில் தங்கள் எண்ணத்தை நிலை நிறுத்தியதன்மூலம் உயிர் பிழைத்தனர். டெர்ரி ஆன்டர்சன் என்ற ஒரு பிணைக் கைதி, ஒரு முழுமையான பால் பண்ணையை அதன் அனைத்து அம்சங்களுடன் தன் மனத்தில் வடிவமைத்துக் காட்சிப்படுத்திப் பார்த்துக் கொண்டே எட்டு மாதங்களைத் தான் சிறையில் கழித்ததாகத் தெரிவித்தார். அதோடு, பைபிளையும் அவர் ஐம்பது முறைகளுக்கு மேல் படித்தார்.

அடுத்து, உங்கள் பிரச்சனைகளை முறைத்துப் பார்க்காமல், ஒரு புதிய கண்ணோட்டத்தைப் பெறுங்கள். முதல் வகுப்பில் படிக்கும் குழந்தைகளிடம் அவர்களது அம்மா அல்லது அப்பாவின் படத்தை வரையுமாறு கேட்டால், மிக நீண்ட கால்களும் சிறிய தலைகளும் கொண்ட குச்சி உருவங்களை வரைவதற்கான வாய்ப்புகள் அதிகம். ஏன்? ஏனெனில், அவர்கள் அவ்வாறுதான் பெரியவர்களைப் பார்க்கிறாகள். அவர்களது கண்ணோட்டத்திலிருந்து பார்க்கும்போது, அவர்களது பெற்றோரின் கால்கள் மிக நீண்டவையாகத் தெரிகின்றன.

நியூயார்க் நகரின் வானளாவ உயர்ந்த கட்டிடங்கள் மிகவும் பிரமிப்பூட்டுபவைதான். ஆனால், அந்நகரின் தெருக்களில் நடந்து சென்றால், நீங்கள் பார்க்கும் காட்சி அவ்வளவு அழகானதாக இருப்பதில்லை. மன்ஹாட்டன் நகரின் முற்றிலும் வித்தியாசமான காட்சியை நீங்கள் பார்க்க வேண்டுமென்றால், லிஃப்டில் ஏறிச் சென்று, எம்பயர் ஸ்டேட் கட்டிடத்தின் மேலிருந்து பார்க்க வேண்டும். அந்த இடத்திலிருந்து பார்க்கும்போது, தெருக்கள் தொடர்பான பிரச்சனைகள் சிறியதாகிவிட்டதுபோல் தோன்றுவதால், ஒரு புதிய கண்ணோட்டத்துடன் நீங்கள் நகரத்தைப் பார்க்கிறீர்கள்.

நீங்கள் எதிர்கொள்ளும் பிரச்சனைகளுக்கு வெகு அருகாமையில் நீங்கள் நிற்கும்போது, அவை உங்களை மூச்சுத் திணற வைப்பதாகத் தோன்றும். ஆனால் அவற்றை நீங்கள் ஓர் உயர்ந்த கண்ணோட்டத்திலிருந்து பார்க்கும்போது, அவை சிறியவையாகத் தோன்றும்.

உங்கள் அடுத்த நடவடிக்கை உங்கள் கற்பனா சக்தியை விரிவாக்குவது. வியாபார உலகில், உயரதிகாரிகள் தங்கள் அசல் தன்மையையும் கற்பனையையும் வெளிப்படுத்துவதன் மூலம் உச்சத்தை அடைகின்றனர். ஒரு கணிணி நிறுவனம் தன் பொருட்களில் புதுமையை

மேம்படுத்துவதற்காக, "ஒருவேளை அப்படி இருந்தால்?" என்ற கேள்வியை எழுப்புகிறது. எடுத்துக்காட்டாக, "ஒரே ஒரு கையில் உள்ள மூன்று அல்லது நான்கு விரல்களைக் கொண்டு கீபோர்டைப் பயன்படுத்தும் விதத்தில் நாம் அதை மாற்றி அமைத்தால் என்ன?" அல்லது "கணிணியை 'ஆம்' அல்லது 'இல்லை' என்று வாய்வழியாகக் கட்டளையிடுவதன் மூலம் இயங்க வைத்தால் எப்படி இருக்கும்?"

பழைய வழியிலேயே உங்கள் பிரச்சனைகளைப் பற்றித் தொடர்ந்து நீங்கள் சிந்தித்துக் கொண்டிருந்தால், உங்களுக்கு நீங்களே குழி தோண்டிக் கொண்டிருக்கிறீர்கள் என்று பொருள். என்றேனும் ஒருநாள் அது மிக ஆழமான ஒன்றாகி, நீங்கள் அதிலிருந்து தப்பிக்க முடியாத அளவுக்கு ஆகிவிடும். அதற்குப் பதிலாக, புதிய இடங்களில் விடைகளைத் தேடத் துவங்குங்கள். "ஒருவேளை அப்படி இருந்தால்?" என்ற ரீதியில் நீங்கள் விடைகளைத் தேடும்போது வெளிப்படும் உங்கள் மன ஆற்றலைக் கண்டு நீங்கள் ஆச்சரியப்பட்டு நிற்பீர்கள்.

துணிச்சலான காரியத்தில் ஈடுபடுங்கள்

பயத்தை நீக்க முயற்சிக்காதீர்கள். ஏதேனும் ஒரு புதிய விஷயத்திற்குள் நீங்கள் காலெடுத்து வைக்கும்போது ஏற்படும் இயல்பான உணர்வாக அதை ஏற்றுக் கொள்ளுங்கள். "அது ஓர் ஆபத்தான வழியாகத் தோன்றுகிறதே!" என்று நீங்கள் கூறலாம். எல்லோருமே மனக் கலக்கத்தை அனுபவிக்கின்றனர் என்பதைப் பலரும் உணரத் தவறிவிடுகின்றனர். தன்னம்பிக்கை நிறைந்த நடிகர்கள்கூட, அவர்களது நாடகத்தின் முதல் காட்சி துவங்கவிருக்கும் நேரத்தில் நடுங்கத்தான் செய்கின்றனர். தலைசிறந்த நிறுவனங்களின் தலைவர்கள்கூட, பிரபல தொலைக்காட்சி நேர்காணல்களில் பங்குகொள்ளும்போது வியர்த்துப் போவர்.

ஒரு புதிய சூழ்நிலையைக் குறித்து நீங்கள் பயப்படுகிறீர்கள் என்பதை ஒத்துக் கொள்வதில் தவறேதும் இல்லை. அச்ச உணர்வு உங்களுக்கு ஏற்படவில்லை என்றால் நீங்கள் இயல்பானவர் அல்ல என்று அர்த்தம். உண்மையைக் கூறுவதென்றால், பயத்தை அங்கீகரிப்பது அதை வெற்றி கொள்வதற்கான சக்தியை உங்களுக்கு அளிக்கும்.

எதிர்காலத்தைப் பற்றிய பயத்தைச் சமாளிப்பதற்குச் சிறந்த வழி எது? நிகழ்காலத்தின்மீது அக்கறை செலுத்துவதுதான். வேறு வார்த்தைகளில் கூறுவதானால், ஒரு துணிச்சலான காரியத்தில் ஈடுபடுவது.

'ஃபீல் த ஃபியர் அன்ட் டூ இட் எனிவே' என்ற தன் புத்தகத்தில் டாக்டர் சூசன் ஜெஃபர்ஸ் இவ்வாறு கூறுகிறார்:

> "உலகில் நான் தொடர்ந்து முன்னேறிக் கொண்டிருக்கும்வரை, என் திறன்களை நீட்டித்துக் கொண்டிருக்கும்வரை, என் கனவுகளை மெய்ப்பிப்பதற்கு நான் தொடர்ந்து துணிச்சலான காரியங்களை மேற்கொள்ளும்வரை, நான் பயத்தை அனுபவித்துக் கொண்டிருக்கத்தான் போகிறேன்."

பயம் நம்மைவிட்டு விலகிச் செல்வதற்காக நம்மில் பலர் காத்திருக்கிறோம், ஆனால், பயத்தை நீக்குவதற்குச் சிறந்த வழி அதை எதிர்கொள்வதுதான். ஒவ்வொரு புதிய சவாலோடும் கூடவே மனக் கலக்கமும் வருகிறது. இயல்பான வளர்ச்சியின் அடையாளம் அது. சூழ்நிலைகள் உங்களைக் கட்டுப்படுத்துவதற்காக ஏன் காத்திருக்க வேண்டும்? ஒவ்வொரு சூழ்நிலையிலும் உள்ள சவாலை ஏற்றுக் கொள்ளுங்கள், அது உங்களிடம் துணிவை எதிர்பார்க்கும் ஒரு காரியத்தை உள்ளடக்கியிருந்தாலும் சரி. பயத்தை ஒரு நேர்மறையான விஷயமாக ஏற்றுக் கொள்ளக் கற்றுக் கொள்ளுங்கள்.

பயத்தின் இடத்தில் நம்பிக்கையை விதையுங்கள்

ஒரு தீர்வுக்காக ஏன் மனக் கலக்கத்துடன் காத்திருக்கிறீர்கள்? உங்களால் செய்ய முடிந்தவற்றைச் செய்துவிட்டு, விளைவுகளிலிருந்து விலகி இருங்கள். கடவுளை நம்புங்கள். விசுவாசத்துடன் இருங்கள்.

பயம் உங்கள் எதிர்காலத்தை முடக்கிப் போடுவதற்குப் பதிலாக, அதை நீங்கள் நேருக்கு நேர் எதிர்கொண்டு, உங்களை முன்னோக்கிச் செலுத்துவதற்கான ஒரு சக்தியாக அதைப் பயன்படுத்திக் கொள்ளுங்கள். எல்லா வாத்துக்களுக்கும் இறக்கைகள் உள்ளன. ஆனால், அவற்றில் பலவற்றால் பறக்க முடியாது. அதற்குக் காரணம், அவை தண்ணீரில் நெடுங்காலமாக நீந்திக் கொண்டிருந்ததுதான். நீச்சல் குளத்தில் நடந்து கொண்டு, நீந்துவதாகப் பாசாங்கு செய்யும் குழந்தைகளைப்போல பல பெரியவர்கள் உள்ளனர்.

ஆரோக்கியமற்ற பயத்திற்கு விடைகொடுப்பது என்பது வாழ்நாள் முழுவதும் தேவைப்படும், ஒரு மெதுவான, வலிமிக்கச் செயல்முறை அல்ல. உங்களைத் தவறான திசையில் வழிகாட்டிக் கொண்டிருக்கும் நிகழ்வுகளையும் எண்ணங்களையும் உங்கள் கட்டுப்பாட்டிற்குள் கொண்டு வருவது என்ற தீர்மானத்தை நீங்கள் எடுக்கும் பட்சத்தில் அது இன்றுகூட நிகழலாம். ஒரு புதிய கண்ணோட்டத்தைப் பெறுங்கள், ஒரு துணிச்சலான காரியத்தில் ஈடுபடுங்கள், நம்பிக்கையுடன் செயல்படத் துவங்குங்கள். அப்படிச் செயல்படும்போது ஆரோக்கியமான பயங்களுக்கு வரவேற்பளித்து, ஆரோக்கியமற்ற பயங்களுக்கு விடைகொடுக்கும் திறனை நீங்கள் பெறுவீர்கள்.

மணி 10

விலகுவதன் மூலம் வெற்றி

"நான் இப்பழக்கத்தை எப்படித்தான் விட்டொழிக்கப் போகிறேனோ?" என்று ஒவ்வொரு நாளும் கோடிக்கணக்கான மக்கள் சிந்தித்துக் கொண்டிருக்கின்றனர்.

"நான் பிடிக்கும் கடைசி சிகரெட் இதுதான்," என்று அட்லான்டா நகரில் உள்ள ஒரு கணக்காய்வாளர் கூறுகிறார். முப்பது நிமிடங்களுக்குப் பின், எப்படி ஒரு சிகரெட் தன் உதடுகளுகளைத் தொட்டது என்று வியந்தவாறே, அவர் ஒரு மால்பரோ சிகரெட்டைப் புகைத்துக் கொண்டிருக்கிறார்.

லாஸ் ஏஞ்சலிஸ் நகரில் உள்ள ஒரு பெண், தானே கண்டுபிடித்த ஓரிரு உணவுக் கட்டுப்பாட்டு முறைகள் உட்பட, நூற்றுக்கணக்கான உணவுக் கட்டுப்பாட்டு முறைகளை அறிந்துள்ளார். இருந்தாலும், தேவைக்கு

அதிகமாக உணவு உண்ணும் அவரது பழக்கம், அவரை முற்றிலும் சக்தியற்றவராக ஆக்கிவிடுகிறது. “நான் ஏன் அதைச் செய்தேன்?” என்று ஒரு சாக்லேட் கட்டியின் கடைசித் துண்டை விழுங்கிய பிறகு அவர் யோசித்தார்.

மிக மோசமான குடிப்பழக்கம், போதை மருந்துகள், கீழ்த்தரமான நடத்தைகள், சூதாட்டம், அச்சுறுத்தும் சுயஅழிவுபூர்வமான நடவடிக்கைகள் ஆகியவற்றிலிருந்து விடுபட முடியாமல், தங்களைக் கட்டுப்படுத்த முடியாமல் தவிப்பவர்களைப் பற்றிய திகைப்பூட்டும் கதைகளால் நம் ஊடகங்கள் நிறைந்துள்ளன. எண்ணற்ற மக்கள், திணறடிக்கும் தீய பழக்கங்களுக்கு அடிமையாகியுள்ளனர்.

ஆனால் எரிச்சலூட்டும் சிறு சிறு பழக்கங்களைப் பற்றி என்ன சொல்வது? மக்கள் தங்கள் நகங்களைக் கடிப்பது, தொடர்ந்து தலையைச் சொறிந்து கொண்டிருப்பது, சொடுக்குப் போடுவது, அல்லது ‘ஒன்றுமில்லை, சும்மாதான்’ போன்ற வார்த்தைகளை ஐந்து நிமிடங்களுக்கு ஒருமுறை கூறுவது ஆகியவற்றைப் பார்க்கும்போது நீங்கள் எப்படி நடந்து கொள்கிறீர்கள்? அவையெல்லாம்கூடக் கட்டாய நடத்தைகள்தான். ஆனால், அவற்றை அப்படியே விட்டுவிட்டால் அவை வளர்ந்து, வாழ்வில் மாபெரும் கவனச் சிதறல்களாக மாறிவிடும். ஹோரேஸ் மன் கூறியதைப்போல, “பழக்கம் என்பது ஓர் உறுதியான கயிற்றைப் போல; ஒவ்வொரு நாளும் நாம் அதன் ஓர் இழையை நெய்கிறோம். இறுதியில் அதை நம்மால் உடைத்தெறிய முடியாமல் போய்விடுகிறது.”

மக்கள் தங்கள் வாழ்வின் முதற்பகுதியில், அதன் இரண்டாம் பகுதியைச் சுருக்கக்கூடிய தேவையற்றப் பழக்கங்களைக் கைவசப்படுத்திக் கொள்வதில் செலவிடாமல் இருந்தால், அவர்களது வாழ்நாள் இரட்டிப்பாகும் என்று உடல்நல வல்லுனர்கள் நம்புகின்றனர்.

உங்கள் தனிமனித நடத்தைப் பட்டியலை நீங்கள் சீர்தூக்கிப் பார்க்கும்போது, நீங்கள் மாற்ற விரும்பும் விஷயங்கள் கண்டிப்பாக அதில் இடம்பெற்றிருக்கும். நீங்கள் எங்கிருந்து துவங்க வேண்டும்? உங்களுக்கு வேண்டாத பழக்கங்கள் அனைத்தையும் ஒட்டுமொத்தமாகத் தூக்கி எறிந்துவிடலாமா? வேண்டாம். அது சரிப்பட்டு வராது. அவற்றை ஒவ்வொன்றாக நீங்கள் கையாள வேண்டும்.

பழைய பழக்கங்களை உடைத்தெறிதல்

அனைத்துவிதமான தனிமனிதப் பழக்கங்களும் எதிர்மறையானவை அல்ல. “என் பழக்கங்களை மட்டும் என்னால் உடைத்தெறிய முடிந்தால், நான் வெற்றி பெறுவேன்,” என்று கூறும் ஒருவர், பழக்கங்கள் நம் அன்றாட வாழ்விற்கு இன்றியமையாதவை என்பதை உணரத் தவறிவிடுகிறார். அவையின்றி நாம் நம்பிக்கையற்றுத் தொலைந்து போயிருப்போம்.

நீங்கள் மூன்று அல்லது நான்கு வயதுக் குழந்தையாக இருக்கும்போது, உங்கள் காலணிகளை எவ்வாறு போட்டுக் கொள்ள வேண்டும் என்று யாரோ ஒருவர் உங்களுக்குக் கற்றுக் கொடுத்தார். அவற்றை எவ்வாறு அணிந்து கொள்ள வேண்டும் என்பதை ஒவ்வொரு நாளும் மீதமுள்ள உங்கள் வாழ்நாள் முழுவதும் நீங்கள் கற்றுக் கொள்ள வேண்டும் என்ற நிலை இருந்தால் அது மிகவும் வருத்தத்திற்குரிய விஷயம். அதிர்ஷ்டவசமாக, பல் துலக்குவது அல்லது தலையை வாரிக் கொள்வதைப்போல அதுவும் ஓர் அன்றாட வழக்கமாகிவிட்டது.

நம்முடைய ஆரம்பக் காலங்களில், நம் வாழ்நாள் முழுக்க உதவும் தனிமனிதப் பழக்கங்களை நாம் கைவசப்படுத்துகிறோம். இதில் நமக்கு நிம்மதியளிக்கும் விஷயம், கெட்டப் பழக்கங்களைவிட அதிக நல்ல பழக்கங்களை நாம் கைவசப்படுத்துகிறோம் என்பதுதான்.

கிட்டத்தட்ட நம் அனைவருடைய விஷயங்களிலும், நாம் நம் பெற்றோரை முன்மாதிரியாகக் கொண்டு அவர்களைப் பின்பற்றுகிறோம், இளைஞர்களாக ஆவதுவரை நாம் அவர்களை அப்படியே பிரதிபலித்துக் கொண்டிருக்கிறோம்.

'சோஷியல் பிஹேவியர் அன்ட் பர்சனாலிட்டி' என்ற இதழில் வெளிவந்த, மாணவர்களிடையே குடிப்பழக்கம் மற்றும் புகைப்பழக்கம் பற்றி லயோனெல் ஸ்டான்டிங் மற்றும் புரூஸ் நிக்கல்சன் ஆகியோர் நடத்திய ஆய்வின்படி, பல்கலைக்கழக மாணவர்களின் நடத்தை, அவர்களது குழந்தைப் பருவம் முதல், கல்லூரியில் முதல் இரண்டு வருடங்கள்வரை, அவர்களது பெற்றோரின் நடத்தையைச் சார்ந்துள்ளது என்று கண்டறியப்பட்டது. அந்தக் குறிப்பிட்ட நேரத்தில், அவர்களது நடவடிக்கைகளில் ஒரு மாற்றம் ஏற்படுகிறது. அவர்கள் தங்கள் நண்பர்களின் வலிமையான தாக்கத்திற்கு ஆளாகின்றனர்.

நாம் பார்த்துப் பின்பற்றும் நடத்தைகளில் பெரும்பாலானவை நேர்மறையானவையாக இருந்தாலும், ஒரே ஒரு தீய நடத்தைக்கு அடிமையானால், அப்பழக்கம் நம் மொத்த அமைப்பையும் ஒரு நோய்க்கிருமிபோல ஆக்கிரமிப்பதோடு, நம்மைச் செயல்பட விடாமல் தடுமாறச் செய்கிறது. உங்கள் நடத்தையின்மீதே கவனத்தைக் குவித்துக் கொண்டிருந்தால், ஒரு பழக்கத்தை உடைத்தெறிவதில் உங்களால் வெற்றி பெற முடியாது. அது அப்பழக்கதை இன்னும் வலிமையுடையதாகவே ஆக்கும். மோசமான பழக்கங்களை விட்டொழிப்பதில் நாம் அடையும் பெரும்பாலான தோல்வியை 'வாலென்டா காரணி'யுடன் ஒப்பிடலாம். பல வருடங்களுக்கு முன், கார்ல் வாலென்டா என்னும் சர்க்கஸ் வீரர் சர்க்கஸில் ஒரு கயிற்றின்மீது நடக்கும்போது கீழே விழுந்து இறந்துபோனார். மறைந்த தன் கணவனைப் பற்றி அவரது மனைவி இவ்வாறு கூறினார்: "விபத்திற்கு முந்தைய மூன்று மாதங்கள்

முழுவதும் அவர் விழுவதைப் பற்றியே நினைத்துக் கொண்டிருந்தார். அவர் தன் ஆற்றல் முழுவதையும், கயிற்றின்மீது நடப்பதில் குவிக்காமல், விழாமல் இருப்பதில் குவித்ததாக எனக்குத் தோன்றியது."

நமக்கு விருப்பமில்லாத நடவடிக்கையில் கவனம் செலுத்துவதன்மூலம் நம்மால் அப்பழக்கத்தை விட்டொழிக்க முடியாது. வேறொரு நேர்மறையான மாற்றுப் பழக்கத்தைப் பற்றிய ஒரு தெளிவான காட்சியைக் கொண்டுதான் அப்பழக்கத்திலிருந்து விடுபட முடியும். எடுத்துக்காட்டாக, புகைப்பழக்கத்தை நீங்கள் விட்டொழிக்க விரும்பினால், ஒரு சிகரெட் துண்டு உங்கள் காலுக்குக் கீழே மிதிபடுவது போன்ற காட்சியைக் காண்பதற்கு மாறாக, தூய்மையான, ஆரோக்கியமான காற்றை நீங்கள் சுவாசித்துக் கொண்டிருப்பது போன்ற காட்சியை நீங்கள் கற்பனை செய்வது பலனளிக்கும். இவ்வழியில் நீங்கள் ஒரு பயனுள்ள விளைவில் கவனம் செலுத்துகிறீர்கள்.

விலகுவதன்மூலம் வெற்றி பெறுவது என்பது ஒரு நீண்ட, வலிமிக்கச் செயல்முறையாக இருக்க வேண்டிய அவசியமில்லை. மிகவும் விலையுயர்ந்த சிகிச்சைகள் அல்லது நீண்டகால ஆலோசனைகளை நாடுவதற்கு மாறாக, வளர வேண்டும் என்ற தனிமனித விருப்பத்தின் அடிப்படையில் அவர்கள் தீர்மானித்ததன் காரணமாக, அதிகமான மக்கள் தங்களுக்கு வேண்டாத பழக்கங்களிலிருந்து நிரந்தரமாக விடுபட்டுள்ளனர்.

அவர்கள் எதைத் தீர்மானிக்கிறார்கள்? விருப்பமில்லாத் நடத்தையை விலக்கிவிட்டு, ஆரோக்கியமான நடத்தையை அவர்கள் அங்கு குடியேற்றுகிறார்கள். இப்போதும் அவர்கள் ஒரு பழக்கத்திற்கு அடிமையாகிறார்கள் — ஆனால், ஒரு நேர்மறையான, புதிய தினசரி நடவடிக்கைக்கு அடிமையாகிறார்கள்.

நல்ல பழக்கங்கள் வெற்றிக்கு வழிவகுக்கும்

ஓர் இளைஞன் கல்லூரியில் படிக்கும்போது கலைக் களஞ்சியங்களை விற்று அதன் மூலம் தன் கல்லூரிப் படிப்பை முடித்தான். பழக்கத்தின் சக்தியைப் பயன்படுத்தி அவன் கீழ்க்கண்ட முறையில் வெற்றி பெற்றான்.

"ஒவ்வொரு நாளும் நான் நூறு தொலைபேசி எண்களைக் கொண்ட ஒரு பட்டியலைத் தயார் செய்வேன். பிறகு ஒவ்வொருவராகத் தொலைபேசியில் அழைத்து அவர்களைச் சந்திப்பதற்கான முன் அனுமதியைப் பெறுவேன். என் விளக்கங்களைக் கேட்கப் பன்னிரண்டு பேர் ஒப்புக் கொண்டவுடன், அதில் மிகவும் விருப்பம் கொண்டவர்களாக எனக்குத் தோன்றிய ஆறு பேரை நான் தேர்ந்தெடுப்பேன். அதில் மூன்று பேர் என்னைத் தங்கள் வீட்டிற்குள் அனுமதிப்பார்கள். அதைத் தொடர்ந்து ஒவ்வோர் இரவும் சராசரியாக ஒரு கலைக்களஞ்சியத்தை விற்பனை செய்வேன்."

"மீண்டும் அந்தப் பட்டியலைப் பார்த்து, மற்ற நல்ல வாய்ப்புள்ளோரையும் அழைப்பீர்களா?" என்று அவரிடம் கேட்கப்பட்டது.

"இல்லை. அடுத்த நாள் நான் நூறு பேர் அடங்கிய ஒரு புத்தம் புதிய பட்டியலிலிருந்து துவங்குவேன். ஆரம்பத்திலிருந்து எல்லாவற்றையும் மீண்டும் செய்வேன்," என்று கூறினான்.

அவன் தன் வாய்ப்புகளைப் பயன்படுத்தினான். ஒவ்வொரு நாளும் அது அவனுக்கு வேலை செய்தது. அது அவனுக்குக் கட்டுப்பாட்டையும் தற்சார்பையும் கற்றுக் கொடுத்தது. ஆனால் மிக முக்கியமாக, ஒரு தினசரிப் பழக்கத்தை நிறுவுவது வெற்றிக்கு வழிவகுக்கும் என்பதை அவன் கற்றுக் கொண்டான்.

மிசௌரி மாநிலத்திலுள்ள செயின்ட் லூயிஸ் நகரத்திலுள்ள ரால்ஸ்டன் பூரினா நிறுவனத்தின் செல்வச் செழிப்புமிக்க உரிமையாளரான வில்லியம் எச். டேன்ஃபோர்த், தன் சிறு வயதிலேயே வெற்றிக்கான இரகசியத்தைக் கண்டுகொண்டார். தன் 16 வயதிலேயே அவர் தனக்கு என்ன வேண்டும் என்பதைத் தெரிந்து வைத்திருந்தார். வெற்றிக்கான இரகசியத்தைத் தான் கண்டுபிடித்த கதையை இவ்வாறு விளக்குகிறார்:

> "எனக்குப் 16 வயதானபோது மானுவல் பயிற்சிப் பள்ளியில் பயில்வதற்காக நான் செயின்ட் லூயிஸிற்கு வந்தேன். நான் தங்கியிருந்த விடுதிலியிருந்து என் பள்ளி ஒரு மைல் தூரத்தில் இருந்தது. என் விடுதிக்கு அருகே வசித்த ஓர் ஆசிரியரும் நானும் தினமும் காலையில் ஒரே நேரத்தில் பள்ளிக்குக் கிளம்புவோம். அவர் எப்போதும் எனக்கு முன்னதாகவே பள்ளியைச் சென்றடைந்துவிடுவார். நான் தோற்றுவிடுவேன். அந்த வயதில்கூட நான் பிறரால் தோற்கடிக்கப்பட விரும்பவில்லை. எனவே, நான் எல்லாக் குறுக்கு வழிகளையும் முயற்சித்தேன். இருந்தாலும், தினமும் அவர் எனக்கு முன்பாகவே பள்ளியில் இருப்பார். அவர் அதை எப்படிச் செய்தார் என்பதைப் பின்னர் நான் கண்டறிந்தேன். சாலையின் ஒவ்வொரு சந்திப்பிற்கு வந்ததும், அடுத்த நடைபாதைக்கு அவர் ஓடிச் செல்வார். அந்தக் 'கூடுதல் முயற்சி' எனக்கு முன்னால் செல்ல அவருக்கு உதவியது."

பெரும்பாலான மக்கள் அத்தகைய சிறு நடவடிக்கையை முக்கியமானதாகக் கருதியிருக்க மாட்டார்கள். டேன்ஃபோர்த் தான் கண்டறிந்த, கூடுதல் முயற்சி என்னும் புதிய பழக்கத்தைத் தன் தொழில்முறை வாழ்வின் ஒவ்வொரு பகுதியிலும் நடைமுறைப்படுத்தி வெற்றி கண்டார்.

'தீர்மானம்' செய்யும் பழக்கம்

நீங்கள் உடைத்தெறிய விரும்பும் பழக்கங்களின்மீது கவனம் செலுத்தாமல், நீங்கள் உங்களிடம் உருவாக்கிக் கொள்ள விரும்பும் நடத்தைகளை ஒரு பட்டியலிடுங்கள். அதற்கான ஓர் எடுத்துக்காட்டு இது.

விரைவாகத் தீர்மானிக்கும் பழக்கத்தை அடைய வேண்டும் என்று தீர்மானித்துக் கொள்ளுங்கள். கண்ணிமைக்கும் நேரத்தில் சரியான முடிவுகளை எடுக்கக்கூடிய சில நபர்களை உங்களுக்குத் தெரிந்திருக்கலாம். அவர்கள் அதிர்ஷ்டக்காரர்கள் என்று நீங்கள் நினைத்திருக்கக்கூடும். ஆனால் அது உண்மையல்ல. ஒரு செயற்திட்டம் அவர்களிடம் வருகிறது என்று வைத்துக் கொள்வோம். அதில் இரண்டு அல்லது மூன்று டஜன் வாய்ப்புகள் இருக்கிறது. அதில் எதைத் தேர்ந்தெடுப்பது என்பதைத் தீர்மானிப்பதில் அவர்கள் தயக்கம் காட்டுகின்றனரா? காட்டுவதில்லை. அவர்கள் அவற்றை உடனடியாகச் சீர்தூக்கிப் பார்த்து, விரைவாகத் தீர்மானித்து முடிவெடுக்கின்றனர். பின், காலத்தை வீணாக்காமல் அடுத்த விஷயத்திற்குச் செல்கிறார்கள். இவ்வாறுதான் அவர்கள் நாள் முழுவதும் செயல்படுகிறார்கள்.

உடனடியாகத் தீர்மானிக்கும் மக்கள் பிறக்கும்போதே அவ்வாறு பிறக்கிறார்களா? ஒருசிலர் அப்படிப் பிறந்திருக்கலாம். ஆனால் உடனடியாகவும் சரியாகவும் தீர்மானிக்கும் திறன் என்பது ஒரு பழக்கம்தான்.

இப்பழக்கத்தை உருவாக்குவது மிகவும் எளிது என்று பிரபல உளவியலாளர்கள் நம்புகின்றனர். அது ஓர் எளிய சூத்திரத்தைப் பின்பற்றுவதைச் சார்ந்துள்ளது என்று அவர்கள் கூறுகின்றனர். ஒரு விஷயத்தைக் குறித்துத் தீர்மானிக்க வேண்டுமென்றால், நீங்கள் ஒருசில கேள்விகளை எழுதிக் கொள்ள வேண்டும்.

அது என் வேலையை எளிதாக்குமா?

அது என் பாதுகாப்பையும் வெற்றியையும் அதிகரிக்குமா?

அது வேறு என்னவெல்லாம் செய்யும்?

பிறகு, இக்கேள்விகளை உங்கள்முன் வைத்துக் கொண்டு, நீங்கள் தீர்மானிக்கவிருக்கும் விஷயம் நேர்மறையான அல்லது எதிர்மறையான பதில்களைக் கொடுக்குமா என்று தீர்மானித்துக் கொள்ளுங்கள். நேர்மறையானது என்றால், விடை எளிது — 'ஆம்.' எதிர்மறையானது என்றால், அதுவும் எளிதுதான் — 'இல்லை.'

ஒருசில கேள்விகளின் அடிப்படையில் அமைந்த எளிய ஆய்வை மேற்கொள்ளும் பழக்கம், வெற்றிகரமாகத் திகழ்வதற்குத் தேவையான மிக விலையுயர்ந்த ஒரு திறமையை உங்களிடம் உருவாக்கும். செயலாக்கத் தீர்மானங்களை மேற்கொள்ளும் திறமைதான் அது.

காலப்போக்கில் உங்களுக்கு அக்கேள்விகளை எழுத்துபூர்வமாக வைக்க வேண்டிய அவசியம் இருக்காது. அவற்றை உங்கள் மனத்திலேயே எழுப்பி, அவற்றுக்கு விடையும் அளிப்பீர்கள். எழுத வேண்டிய தேவை மறைந்துவிடும். ஆனால் துவக்கத்தில், அப்பழக்கம் உங்களிடம் நிரந்தரமாக நிலைகொள்ளும்வரை, முதலில் எழுதிவிட்டுப் பின்னர் விடையளியுங்கள்.

சொந்த வளர்ச்சி, வேலை அல்லது தொழில், சமூகம், மற்றும் ஆன்மீகம் என்று, உங்கள் வாழ்வின் ஒவ்வொரு பகுதியிலும் வலுக்கட்டாயமாக நேர்மறையான பழக்கங்களை உருவாக்குவது, வெற்றிக்கான அடித்தளங்களை அமைப்பதற்கான பல்லாயிரக்கணக்கான வழிகளில் ஒன்றுதான்.

உள்ளார்ந்த மாற்றம்

மோசமான பழக்கங்களுக்கான தீர்வு வெளிப்புறக் காரணிகளிலிருந்து வருவதில்லை; மாறாக, அது உள்ளார்ந்த மாற்றத்திலிருந்தே துவங்குகிறது. நீங்கள் உங்களைக் குறித்து மகிழ்ச்சியாக இருந்தால், திருப்திகரமான விஷயங்கள் நிகழத் துவங்குகின்றன. நம் உடல் ஆரோக்கியம், நம் உளரீதியான மற்றும் உணர்ச்சிரீதியான ஆரோக்கியத்தின் பிரதிபலிப்பு. விவசாயப் பொருட்களை விற்கும் கடை ஒன்றில் ஓர் அறிவிப்பு இவ்வாறு இருந்தது: “நீங்கள் அறுவடை செய்து கொண்டிருக்கும் பயிர் உங்களுக்குப் பிடிக்கவில்லை என்றால், நீங்கள் விதைக்கும் விதையைப் பரிசோதியுங்கள்.” அன்பு மற்றும் சுயஒப்புதல் குறித்த எண்ணங்கள் ஆரோக்கியமான உடலநலத்திற்கு விதைகளாக அமைகின்றன.

உங்களால் எத்தனை அழிவுபூர்வமான பழக்கங்களை உடைத்தெறிய முடியும் என்று பார்ப்பது உங்கள் தீர்மானமாக இருக்கக்கூடாது. மாறாக, எத்தனை நேர்மறையான பழக்கங்களை உங்களால் உருவாக்க முடியும் என்பதாக உங்களது தீர்மானம் இருக்க வேண்டும். “உள்ளுணர்வுகள் மற்றும் தூண்டுதல்களால் மட்டுமே கட்டுப்படுத்தப்படும் வெறும் விலங்குகள் அல்ல நாம். நம்மால் முடியும் என்று நாம் நம்பினால், நம் சொந்த நடத்தையை நம்மால் கட்டுப்படுத்த முடியும்,” என்று கூறுகிறார் குற்ற நீதித்துறைப் பேராசிரியர் வில்லியம் லீ வில்பேங்க்ஸ். காலைக் குளியலைப் போன்று நேர்மறையான எண்ணங்களையும் தினசரி நடவடிக்கையாக்கிக் கொள்ளுங்கள். இன்று எந்தப் பழக்கத்தை நீங்கள் முறிக்கப் போகிறீர்கள்? எந்தப் பழக்கத்தை உருவாக்கப் போகிறீர்கள்?

மணி 11

உங்கள் உணர்ச்சிகளுக்குக் கடிவாளம் இடுங்கள்

நமக்கு விருப்பமோ இல்லையோ, உணர்ச்சிகள் நம் வாழ்வின் தப்பிக்க முடியாத ஓர் அங்கமாக விளங்குகின்றன. ஆழ்விருப்பம், கோபம், பயம், துணிவு, பொறாமை, வருத்தம், பகைமை, அன்பு, மற்றும் மகிழ்ச்சி ஆகிய உணர்வுகள் ஆஸ்கார் விருது பெறும் நடிகர்களுக்கும், குழந்தைகளுக்கும், தொலைக்காட்சிகளுக்கும் மட்டுமே ஒதுக்கப்பட்டவை அல்ல. நாம் அனைவரும் அதை அனுபவிக்கிறோம். பல நூற்றாண்டுகளுக்கு முன்பாகவே, அரிஸ்டாட்டில், உணர்ச்சியைப் பற்றிக் கூறும்போது, “அது மகிழ்ச்சியுடன் அல்லது வலியுடன் பிணைந்திருக்கும் ஒன்று,” என்று விளக்கினார்.

உணர்ச்சி என்ற வார்த்தைக்கு, இலத்தீன் மொழியில், 'நகர்வது' என்று அர்த்தம். நம் உணர்ச்சிகள் நிரந்தரமாக நம்மை ஏதோ ஒன்றை நோக்கிச் செலுத்துகின்றன அல்லது ஒன்றைவிட்டு நம்மை விலக்கிவிடுகின்றன. பல நேரங்களில், நம் சூழ்நிலைகள் நமக்குத் தோழமையானவையாக இருந்தாலும் சரி, பகைமைமிக்கவையாக இருந்தாலும் சரி, நாம் பொருத்தமாக அவற்றைச் சமாளிக்க நம் உணர்ச்சிகள் நம்மை ஊக்குவிக்கின்றன.

நல்ல சேவகர்கள், ஆனால் மோசமான எஜமானர்கள்

நாம் வெறும் அன்பு, மகிழ்ச்சி, மற்றும் அமைதி ஆகிய உணர்வுகளை மட்டுமே அனுபவித்தால் ஒரு கற்பனை உலகில் வாழ்ந்து கொண்டிருப்போம். ஆனால், இயல்பாகவே அழிவுபூர்வமான உணர்ச்சிகளையும் நாம் கையாள வேண்டும். பலருக்கு அது குழப்பமான ஒரு சுழற்சியாகிவிடுகிறது. ஸ்காட்லாந்து நாட்டைச் சேர்ந்த தத்துவவியலாளர் டேவிட் ஹ்யூம் இவ்வாறு எழுதியுள்ளார்: "துக்கமும் ஏமாற்றமும் கோபத்தை விளைவிக்கின்றன, கோபம் பொறாமையை ஏற்படுத்துகிறது, பொறாமை கெட்ட எண்ணத்தை உருவாக்குகிறது, கெட்ட எண்ணம் மீண்டும் துக்கத்தை ஏற்படுத்துகிறது. இந்த முழு வட்டமும் பூர்த்தியாகும்வரை, இவை தொடர்ந்து நடைபெறுகின்றன."

உடல்ரீதியான கோளாறுகள் ஏற்படுவதற்கு முன் உளரீதியான கோளாறுகள் நிகழ்கின்றன என்பதை மருத்துவர்கள் நெடுங்காலத்திற்கு முன்பே அறிந்திருந்தனர். நோயை விளைவிப்பது கிருமி மட்டுமல்ல; அந்தக் கிருமி நம் உடலை ஆக்கிரமிப்பதற்கு அனுமதித்த ஒரு பலவீனமான நோயெதிர்ப்பு அமைப்பும்தான். உங்கள் உணர்ச்சிகள் எளிதில் வசப்படக்கூடியவையாக இருந்தால், உங்கள் அமைப்புகள் பாதுகாப்பின்றி இருக்கின்றன என்று அர்த்தம். நோய் என்பது ஓர் உடைந்த அணையின் வழியாகத் தண்ணீர் பாய்வதைப் போன்றது.

நம் அடிப்படைத் தேவைகள்

பிரபல உளவியலாளர் ஏப்ரகாம் மாஸ்லோ, நம் நடத்தையை, நம்மிடமிருக்கும் 'ஐந்து அடிப்படைத் தேவைகள்' குறித்து நாம் நடந்து கொள்ளும் விதம் என்ற கண்ணோட்டத்தில் பார்க்கிறார். அவர் அத்தேவைகளை, அவற்றின் அளவிற்கேற்ப ஏறுவரிசையில் ஒழுங்கமைத்தார். நம்முடைய குறைந்த தேவைகள் நிறைவேற்றப்படாதவரை, நம்மால், நம்முடைய உயர்ந்த தேவைகளைப் பூர்த்தி செய்ய முடியாது என்பது அவரது கருத்து. அவையாவன:

1. **உடலியக்கத் தேவைகள்:** *உணவு, நீர் மற்றும் காற்று*

2. **பாதுகாப்புத் தேவைகள்:** *அபாயம் மற்றும் அச்சுறுத்தலிலிருந்து விடுதலை, பரிச்சயமான சூழலிலும் பாதுகாப்பானவர்கள் அருகிலும் இருக்க வேண்டிய அவசியம்*

3. **ஏற்றுக்கொள்ளப்படுவது மற்றும் அன்பு குறித்தத் தேவைகள்:** *இணைத்தல் மற்றும் அங்கீகாரம்*

4. **மதிப்புத் தேவைகள்:** *சாதனை, வலிமை, போட்டி, நற்பெயர், அந்தஸ்து, பெருமை*

5. **சுயஉணர்தல்:** *தன்னிறைவு, நம்மிடம் இருக்கும் ஆற்றல்களை உணர்தல்*

பெரும்பாலான மக்கள் ஒன்று மற்றும் இரண்டாம் நிலைகளைக் கடந்துவிடுகின்றனர். ஆனால், ஐந்தாம் நிலையில் ஒருபோதும் அவர்களால் மனநிறைவை அடைய முடிவதில்லை. ஏன்? இரண்டாம் மூன்றாம் நிலைகளில் கொடுக்கப்பட்டுள்ள அன்பு மற்றும் சுயமதிப்பு குறித்தத் தேவைகளைச் சூழ்ந்திருக்கும் உணர்ச்சிப் பிரச்சனைகளைச் சமாளிக்க முடியாமல் அவர்கள் திணறிவிடுகின்றனர்.

வாழ்வை முழுமையாக அனுபவிக்க அனுமதிக்கும், கடவுள் தந்த உணர்ச்சிகளை நாம் அங்கீகரிக்க வேண்டியது முக்கியம். நாம் அனைவரும் இவ்வுலகிற்குள் வரும்போது உணர்ச்சிகளோடும் விழிப்புணர்வோடும் வருகிறோம். ஆனால், பிறரது அனுமதியைப் பெறும் பொருட்டு, நாம் நம் உணர்வுகளை அடக்கக் கற்றுக் கொண்டுவிடுகிறோம். ஏற்றுக்கொள்ளத் தகாதவைகளை அடக்கி வைத்து, அவற்றைக் கட்டுப்படுத்த நாம் நம்மால் முடிந்தவற்றைச் செய்கிறோம்.

பல்வகைப்பட்ட உணர்ச்சிகளை அனுபவிப்பதில் எந்தவொரு தவறும் இல்லை என்பதை நாம் புரிந்து கொள்வது மிகவும் தேவையான ஒன்று. அதுதான் நம் இலக்காக இருக்க வேண்டும். இருந்தாலும், வளர்ந்து பெரியவர்கள் ஆன பிறகும் பலர், அவர்களது குழந்தைப் பருவத்தின் சில அழிவுபூர்வமான உணர்ச்சிகளை ஒருபோதும் விடுவித்திருக்கவில்லை. வளர்ந்தவர்கள் என்ற முறையில் அவர்கள் அனுபவிக்க வேண்டிய பல்வேறு வகைப்பட்ட உணர்ச்சிகளை அனுபவிப்பதிலிருந்து அது அவர்களைத் தடுத்துவிடுகிறது. 'உள்ளார்ந்த குணமாதல்' குறித்துக் கற்பிப்பவர்கள், அடக்கி வைக்கப்பட்டுள்ள உணர்வுகளை விடுவிப்பதன் முக்கியத்துவத்தை நன்றாகவே அறிந்துள்ளனர். ஒரு கடந்தகால நிகழ்வைத் திரும்பிப் பார்த்து, அதற்கு ஒரு புதிய அர்த்தத்தைக் கொடுக்கும்போது, அங்கு புதுப்பிப்பு துவங்குகிறது.

சில சமயங்களில், அடக்கப்பட்ட ஓர் உணர்வை விடுவிக்குமுன், அந்த உணர்ச்சியை நாம் அடக்கி வைக்கக் காரணமாக அமைந்த துன்பம் மிக்க அந்த அனுபவத்தை நாம் விரிவாக ஆராய வேண்டியது இன்றியமையாததாகி விடுகிறது. அந்த வலியை எப்படித் துடைத்தெறிவது? வழக்கமாக அதில் மூன்று நிலைகள் அடங்கியுள்ளன. அவற்றை நாம் இப்போது பார்க்கலாம்.

அவையாவன:

1. அந்த உணர்ச்சி அல்லது நிகழ்வை நாம் மீண்டும் சந்திக்கிறோம்.

2. நிகழ்காலத்தில் கடவுளின் துணையுடன் நாம் அந்த நினைவை மீண்டும் வாழ்ந்து பார்க்கிறோம்.

3. உண்மை குறித்தப் புதிய விழிப்புணர்வுடன், நம்முள் புதைந்திருக்கும் நினைவை நம் வெளிமனம் பரிசீலனை செய்கிறது. அந்த விழிப்புணர்வானது, அந்த நினைவு நம்மைக் காயப்படுத்தாதவண்ணம் அதன் சக்தியைத் தணித்துவிடுகிறது.

எதிர்மறையான உணர்ச்சிகளைத் தவிர்க்க அல்லது அடக்கி வைக்க முயற்சிப்பதை நாம் நிறுத்தும்போது குணமாதல் நிகழ்கிறது. கார்ல் ஜங் கூறியதுபோல, “தன் ஆழ்விருப்பங்கள் என்னும் நரகத்திற்குள் நுழையாத எந்த மனிதனும் அதை ஒருபோதும் வெற்றி கொண்டதில்லை.”

யார் பொறுப்பு?

நம்முடைய சொந்த நடவடிக்கைகளுக்கும் பதில்நடவடிக்கைகளுக்கும் நாம்தான் பொறுப்பு என்பதை நாம் நினைவில் கொள்ள வேண்டியது முக்கியம்.

பலருக்கு, ‘பகை’தான் அவர்களது வாழ்வில் மிகவும் அழிவுபூர்வமான உணர்ச்சி. ஒரு குறிப்பிட்ட நபரைப் பற்றிய வெறும் நினைவே, எதிர்மறையான விருப்பங்கள் அவர்களுக்குள் எழ வழிவகுக்கும். “பிரச்சனைக்கான உண்மையான மூல காரணம் யார்?” என்ற கேள்வியை நாம் கேட்க வேண்டும். ஹெர்மன் ஹெஸ்ஸே என்ற ஜெர்மானியக் கதாசிரியர் இவ்வாறு கூறினார்: “நீங்கள் ஒருவரை வெறுத்தால், அவருக்குள் ஏதோ ஒன்றை நீங்கள் வெறுக்கிறீர்கள். ஏனெனில், நீங்கள் வெறுக்கும் அப்பொருள்

உங்களின் ஒரு பகுதியாகவும் இருக்கிறது. நம்மில் ஒரு பகுதியாக இல்லாத ஒன்று நமக்கு இடையூறு விளைவிக்காது." நமக்குள் குடிகொண்டிருக்கும் கரும்புள்ளிகளை நாம் பிறரிடத்தில் கண்டு அவர்களிடம் எதிர்மறையாக நடந்து கொள்ளும் மனப்போக்கை நாம் கொண்டிருக்கிறோம்.

"என்னால் அவளைப் பொறுத்துக் கொள்ள முடியாது. அவள் என் மகிழ்ச்சியைக் கெடுக்கிறாள்," என்று யாரேனும் கூறுவதைக் கேட்டிருக்கிறீர்களா? நாம் அதை உணர்கிறோமோ இல்லையோ, பிறர் நம்மிடம் கூறுவதும் செய்வதும், நாம் அனுமதித்தால் மட்டுமே நம்மைப் பாதிக்கும். நமக்குள் இருக்கும் ஒன்றுதான் உண்மையிலேயே நம்மைப் பாதிக்கிறது.

மற்றவர்கள் நம் மகிழ்ச்சிக்குப் பொறுப்பல்ல என்பதை நாம் உணராதவரை, பகைமை அல்லது பொறாமை போன்ற உணர்ச்சிகளிலிருந்து நம்மால் ஒருபோதும் விடுபட முடியாது. நம் மகிழ்ச்சியின்மைக்கும் அவர்கள் பொறுப்பல்ல. இத்தகைய உணர்ச்சிகளால் சுக்குநூறான உறவுகளுக்கு நாம் அளிக்கும் பதில், நம் உணர்ச்சிக்களுக்கு நாம் தனிப்பட்டப் பொறுப்பை ஏற்றுக் கொள்வதுதான். அதற்குத் தடையாக நிற்கும், "அது அவர்களுடைய தவறு," அல்லது "அவர்கள் மட்டும் இல்லையென்றால் . . ." போன்ற சாக்குப்போக்குகளை விட்டொழிக்க வேண்டும்.

மக்களோடு நாம் சம்பந்தப்பட்டிருக்கும்போது, தொடர்ச்சியான, முடிவில்லாத உணர்ச்சிப் பிரவாகம் தோன்றிக் கொண்டேயிருக்கும். "இரண்டு நபர்கள் சந்திக்கும் ஒவ்வொரு முறையும், உடனடியாக அங்கு ஒரு நேச உணர்வோ அல்லது பகையுணர்வோ தோன்றுகிறது. ஏதோ ஒரு சமயத்தில் ஒவ்வொருவரும் ஓர் அச்சுறுத்தும் மனிதரின் வருகையால் பயத்திற்கு ஆளாகிறார்கள், அவர் எதுவும்

கூறாதபோதும்கூட. நீங்கள் உணரும் மாற்றம், அடுத்தவரின் உணர்ச்சிரீதியான சக்தி வெளிப்பாடுதான். ஒருவரது உணர்வுகள் மாறுவதுபோல் அதுவும் மாறுகிறது," என்று மனநல மருத்துவர் டேவிட் விஸ்காட் கூறுகிறார்.

சமீப காலங்களில் நடைபெற்ற உயிரியல் ஆய்வுகள், என்டார்ஃபின் ஹார்மோன்களின் கண்டுபிடிப்பிற்கு வழிவகுத்துள்ளன. இக்கண்டுபிடிப்பின் ஒரு முன்னோடியான டாக்டர் கான்டேஸ் பெர்ட், என்டார்ஃபின் ஹார்மோன்களை இவ்வாறு விவரிக்கிறார்: "இவை உடலால் தயாரிக்கப்படும் வேதிப் பொருட்கள். நமக்குத் தெரிந்த எந்தவொரு அபின் கலந்த தூக்க மருந்தைவிடவும் அதிக சக்தி வாய்ந்த வலி நிவாரணிகள் இவை. அவற்றால் நம் உடலில் மறுசீரமைப்பு விளைவுகளையும் ஏற்படுத்த முடியும்." அவை எப்படி விடுவிக்கப்படுகின்றன? முதுகில் ஒரு செல்லத் தட்டு, ஓர் இதமான அரவணைப்பு, அல்லது ஒரு புன்னகை போன்ற எளிய வழிகள் உட்பட, ஏராளமான வழிகளில் அவை விடுவிக்கப்படுகின்றன.

மனிதர்கள் என்ற முறையில், அன்பு மற்றும் பிறரால் ஏற்றுக் கொள்ளப்படுதல் போன்றவை நமக்கு அத்தியாவசியமாகத் தேவைப்படுகிறது. அவை நம் நலனுக்குத் தேவையான இந்த வேதிப் பொருட்களை விடுவிக்கின்றன.

மனித இனம் கடவுளின் தனித்துவமான ஒரு படைப்பு. நமக்கென்று ஓர் அடையாளத்தை உருவாக்கி, அதற்கென்று ஒரு மதிப்பை ஏற்படுத்திக் கொள்ளும் நம் திறன்தான் நம்மைப் பிற படைப்புகளிலிருந்து வேறுபடுத்துகிறது. கடவுள், நாம் யார் என்பதை வரையறை செய்து கொள்வதற்கான திறனையும் நமக்குக் கொடுத்துவிட்டு, நமக்கு நம்மைப் பிடித்திருக்கிறதா என்று நாமே தீர்மானித்துக் கொள்ளவும் அனுமதிக்கிறார்.

சில குறிப்பிட்ட ஒலிகள், வண்ணங்கள், அல்லது உருவங்கள் ஆகியவற்றை நாம் ஏற்றுக் கொள்ள மறுக்கலாம். ஆனால், நம்மையே நாம் ஏற்றுக் கொள்ள மறுக்கும்போது, நாம் நன்றாகச் செயல்படுவதற்காகக் கடவுள் வடிவமைத்துக் கொடுத்துள்ள, நமக்குள் இருக்கும் திறன்களை நம்மால் பயன்படுத்த முடியாமல் போய்விடுகிறது.

இதயத்திலிருந்து

உங்கள் இதயம் அதில் ஈடுபடும்போது, உலகம் எவ்வளவு அழகாக மாறிவிடுகிறது? மாபெரும் இசையமைப்பாளர் இகோர் ஸ்ட்ராவின்ஸ்கி இவ்வாறு கூறியுள்ளார்: "என் வாழ்வில் நான் இசையைப் புரிந்து கொண்டதில்லை, ஆனால் அதை உணர்ந்திருக்கிறேன்."

கல்வியில், சிந்திப்பதற்கும் உணர்வதற்கும் இடையே ஒரு தெளிவான வேறுபாடு எப்போதும் காணப்படுகிறது. அறிவாற்றல் தளத்தில் நம் மனமும் ஈடுபட்டுள்ளது. நாம் எந்த அர்த்தத்தில் கூறுகிறோம்? நாம் எவ்வாறு புரிந்து கொள்கிறோம்? நாம் அதை எவ்வாறு ஆய்வு செய்கிறோம்? அதை நாம் எவ்வாறு நடைமுறைப்படுத்துவது? ஆனால் நம் இதயம் ஈடுபட்டுள்ள மற்றோர் உலகம் நம் உணர்வுத் தளத்தில் உள்ளது. அதைப் பற்றி நீங்கள் எப்படி உணர்கிறீர்கள்? உங்கள் உணர்ச்சிகள் எப்படி இருக்கின்றன? நீங்கள் எவற்றை அனுபவித்திருக்கிறீர்கள்? ஜி.கே. செஸ்டர்டன் அதை இவ்வாறு கூறுகிறார்: "கண்ணுக்கும் இதயத்திற்கும் இடையே ஒரு பாதை உள்ளது. அது அறிவின் வழியாகச் செல்வதில்லை."

உங்கள் அர்ப்பணிப்பு அறிவாற்றல் தளத்திலேயே நின்றுவிட்டால், உங்கள் வாழ்வில் அர்த்தமுள்ள மாற்றத்தை உங்களால் அனுபவிக்க முடியாது. அப்படி இருந்தால், அடிப்படைகளைப் பிறருக்கு விளக்கக்கூடிய உங்கள் திறன் மட்டுமே உங்களுக்குக் கிடைக்கும் ஒரே பலனாக இருக்கும்.

'அழகு அறுவைச் சிகிச்சை' நிறைந்த காலகட்டத்தில் சிக்கிக் கொள்ளாமல், நமக்குள் இருப்பதுதான் முக்கியமானது என்ற உண்மையின் அடிப்படையில் நாம் நம் தீர்மானங்களை மேற்கொள்வது அவசியம்.

வெறுமனே நல்ல எண்ணங்களை எண்ணுவதும், புத்திசாலித்தனமான வார்த்தைகளைப் பேசுவதும் ஒரு முழுமையான மாற்றத்தை ஏற்படுத்தாது. உங்களுக்கு உள்ளே என்ன இருக்கிறதோ, அதுதான் உங்களுடைய உண்மையான பண்பு.

பொறுப்பை ஏற்றுக் கொள்ளுங்கள்

இருபது வருடங்களுக்கும் மேலாக, ஃப்ரெட் பிரிக்ஸ்ஸின் நடத்தையில் ஓர் 'இருண்ட பகுதி' இருந்தது. அவரைப் பற்றி நன்றாக அறியாதவர்கள் அவரை நட்புணர்வு கொண்ட, வெகுசில தீய பழக்கங்கள் கொண்ட, கடினமாக உழைக்கும் குடும்பஸ்தன் என்று கூறுவர். அவருக்குக் குடிப்பழக்கமோ அல்லது புகைப் பழக்கமோ இருந்ததில்லை. ஆனால், அவரது நெருங்கிய நண்பர்களுக்கும் அவரது குடும்பத்தாருக்கும் அவர் முற்றிலும் வேறு விதமாகத் தென்பட்டார்.

ஃப்ரெட்டின் பிரச்சனை என்ன? மிகச் சிறிய எரிச்சல்கூட அவருக்குக் கட்டுக்கடங்காத கோபத்தை ஏற்படுத்திவிடும். "என் கோபத்தைக் கட்டுப்படுத்தும் சக்தி என்னிடம் இல்லாததுபோல் தோன்றுகிறது. என்னால் அடக்கிக் கொள்ள முடியாதபடி, அவதூறான, கட்டுப்பாடற்ற வார்த்தைகளால் நான் என் கோபத்தை அடுத்தவரிடம் வெளிப்படுத்துகிறேன்."

வழக்கமாக அவரது கோப வெளிப்பாடுகள் வீட்டில் மட்டுமே நிகழ்ந்தன. ஆனால் போகப் போக, அவை அவரது அலுவலகத்திலும், அவருக்கு விருப்பமில்லாத ஏதோ ஒன்று நிகழும் எந்தவோர் இடத்திலும் ஏற்படத் துவங்கின.

இருபத்தெட்டு வயதில், தன் ஆத்திர வெறி தன் குடும்பத்தின்மீது மோசமான தாக்கத்தை ஏற்படுத்தும் என்பதையும், அது தன் வேலைக்கேகூட உலை வைக்கக்கூடும் என்பதையும் அவர் உணர்ந்தார். அது குறித்து ஏதேனும் செய்ய வேண்டும் என்று அவர் தீர்மானித்தார்.

"ஒருநாள் நான் அதிகாலையிலேயே எழுந்து, கண்ணாடியில் என் உருவத்தைப் பார்த்து, 'ஃபிரெட், நீ இனி ஒருபோதும் ஆத்திரத்துடன் நடந்து கொள்ளப் போவதில்லை!' என்று கூறினேன்."

ஒரு சாதாரண பிரகடனம், ஒருவரிடம் ஆழ்ந்து நிலைகொண்டிருக்கும் ஒரு நடத்தையை அவ்வளவு எளிதில் மாற்றிவிட முடியும் என்ற கருத்தை, பெரும்பாலானவர்கள் எள்ளி நகைக்கக்கூடும். இருந்தாலும், ஃபிரெட்டின் தீர்மானத்திற்கும் மற்றவர்களது தீர்மானத்திற்கும் இடையே ஒரு வேறுபாடு உள்ளது. அவரது தீர்மானம் அவரது இதயத்திலிருந்து வந்தது. தான் கூறிய ஒவ்வொரு வார்த்தையையும், உண்மையிலேயே அவற்றின் பொருள் உணர்ந்து அவர் கூறினார்.

"போதைப் பழக்கத்திலிருந்து விடுபட ஒருவர் மேற்கொள்ளும் முயற்சியைப்போல் அது இருந்தது. வரவிருக்கும் கோபத்தின் முதல் சமிக்கையை உணர்ந்த கணத்திலேயே, நான் அதை அடையாளம் கண்டுகொண்டு, எனக்கு நானே அளித்துள்ள வாக்குறுதியை நினைவுபடுத்திக் கொள்வேன். உண்மையைக் கூறினால், என் நடவடிக்கைகள் என் கட்டுப்பாட்டிற்குள்தான் இருக்கின்றன என்பதை நான் மீண்டும் மீண்டும் நிரூபிப்பதற்காக, அதுபோன்ற உணர்வுகளை நான் மேலும் மேலும் எதிர்பார்த்தேன்," என்று அவர் கூறினார்.

பின்னர், அவரது மனைவி அவர் உண்மையிலேயே மாறிவிட்டாரா என்பதைப் பரிசோதிப்பதற்காக, அவரை

வேண்டுமென்றே கோபப்படுத்த முயன்றார். "இப்போது அதைப் பற்றி நினைத்துப் பார்த்து என்னால் புன்னகைக்க முடியும். ஏனெனில், நான் முற்றிலுமாக மாறியுள்ள ஒரு மனிதன்," என்று அவர் கூறினார்.

நம்மில் பெரும்பாலானோரைப்போல் இல்லாமல், ஒரு கணநேரத் தீர்மானத்தில் அவர் தன் உணர்ச்சிகளைத் தன் கட்டுப்பாட்டிற்குள் கொண்டு வந்தார்.

ஃபிரெட் பிக்ஸ் தன் கோப வெளிப்பாடுகளுக்குத் தானே பொறுப்பேற்றுக் ஏற்றுக் கொள்ள முடிந்ததற்குக் காரணம் அவர் அவ்வாறு செய்ய வேண்டும் என்று தீர்மானித்ததுதான். அதற்குப் பத்து வருடங்கள் தேவைப்படவில்லை. ஏன், ஒரு நாள்கூட அவருக்கு வேண்டியிருக்கவில்லை. அது உடனடியாகவும் நிரந்தரமாகவும் நிகழ்ந்தது. ஏனெனில், அர்ப்பணிப்பு அவரது அதிவலிமையான உணர்ச்சியின் மூலத்திலிருந்து வந்தது. அது அவரது இதயத்திலிருந்து வந்தது.

தொடந்து உங்களை எதிர்மறையாகப் பாதிக்கும் உணர்ச்சிகளை மதிப்பீடு செய்வதில் காலம் தாழ்த்தாதீர்கள். மிகவும் அதிகமாகத் தீங்கு விளைவிக்கும் ஓர் உணர்ச்சியைத் தேர்ந்தெடுத்து, அதை நிரந்தரமாக மாற்றுவதற்கான தீர்மானத்தை மேற்கொள்ளுங்கள்.

மணி 12

உங்கள் தகவல் வங்கியில் புரட்சி ஏற்படுத்துங்கள்

டென்வர் நகரத்தில் சில விடலைப் பருவத்தினரிடம், "எதிர்காலத்திற்கான உங்கள் திட்டங்கள் என்னென்ன?" என்று கேட்கப்பட்டது.

"ஒரு திறமையைக் கற்றுக் கொண்டு ஒரு வேலைக்குச் செல்வது," என்பது முதல் பதிலாக வந்தது. ஏதோ ஒரு வடிவத்தில், அவர்களிடமிருந்து வந்த விடைகளில் பெரும்பாலானவை ஒரே மாதிரியாகவே இருந்தன.

நீங்கள் ஆப்பிரிக்கா அல்லது ஆசியாவிற்குச் சென்று இக்கேள்வியைக் கேட்டாலும், அதே பதில்தான் உங்களுக்குக் கிடைக்கும். அவர்களது இலக்குகள் அடையப்படுமா? பல

இலக்குகள் அடையப்படும். ஆனால் அதைத் தொடர்ந்து வரும் வருடங்களில் என்ன நிகழும்? பெரும்பாலான மக்களுக்கு, வேலைக்குச் செல்லத் துவங்கிய கணத்தில், அவர்களது கற்றல் முடிந்துவிடுகிறது, அவர்களது தனிமனித வளர்ச்சியும் குறைந்துவிடுகிறது.

மறுபுறம், வெற்றிகரமான தலைவர்களின் தகவல் வங்கி விரிவடைந்து கொண்டே இருக்கிறது. அவர்கள் மனம் ஒரு மாபெரும் கணினியைப் போன்றது. அதிகத் தகவல்களைச் சேமிப்பதற்காக அவர்கள் அதை விரிவுபடுத்திக்கொண்டே இருக்கின்றனர். அவர்களைப் பொறுத்தவரை, அவர்கள் சுவாசிக்கும் காற்றைப்போல, புதிய கருத்துக்களும் புத்தம்புதிய தகவல்களும் முக்கியமானவை.

மாபெரும் ஊக்குவிப்பாளர் சார்லஸ் ஜோன்ஸ் இவ்வாறு கூறியுள்ளார்: "இரண்டு விஷயங்கள் மாறாதவரை நீங்கள் இன்று எப்படி இருக்கிறீர்களோ, அப்படியேதான் இன்னும் ஐந்து வருடங்கள் கழித்தும் இருப்பீர்கள். ஒன்று, நீங்கள் கூட்டுச் சேரும் மக்கள்; மற்றொன்று நீங்கள் வாசிக்கும் புத்தகங்கள்." அப்படியானால், எந்தெந்த மக்கள் உங்கள்மீது தாக்கத்தை ஏற்படுத்தி உங்களை மாற்றப் போகிறார்கள், எந்தெந்தப் புத்தகங்கள் உங்கள்மீது ஆதிக்கம் செலுத்தி உங்களை மாற்றப் போகின்றன என்பதைக் கருத்தில் கொள்ள வேண்டியது முக்கியம். எத்தகைய உள்ளீடுகளை நீங்கள் பெற வேண்டும்? எந்தக் குரல்களை நீங்கள் கேட்க வேண்டும்? அச்சிடப்பட்ட எந்த விஷயங்களைப் படிப்பதில் நீங்கள் உங்கள் நேரத்தைச் செலவிட வேண்டும்? மேலும், மாபெரும் விளைவுகளைப் பெறுவதற்குப் புதிய தகவல்களை எவ்வாறு நடைமுறைப்படுத்த வேண்டும்?

நம் வாழ்நாள் முழுவதும் தொடர்ந்து கற்றுக் கொண்டேயிருக்கும் விதத்தில் ஒரு திட்டத்தை

உருவாக்குவது ஓர் உயர்ந்த முன்னுரிமையாகக் கருதப்பட வேண்டும். அது ஒரு குறிப்பிட்டச் செயற்திட்டத்திற்கான அர்ப்பணிப்பையும் உள்ளடக்கியுள்ளது. அதற்கான மூன்று பரிந்துரைகள் கீழே கொடுக்கப்பட்டுள்ளன:

> *1. உங்களுக்கு முற்றிலும் பரிச்சயமில்லாத ஒரு தலைப்பைப் பற்றி ஆய்வு செய்வதற்கு, தினமும் சில நிமிடங்களை ஒதுக்கிக் கொள்ளுங்கள்.*
>
> *2. புதிய, புதுமையான தகவல்களைப் பெறுவதற்கு வடிவமைக்கப்பட்டுள்ள கேள்விகளைக் கேளுங்கள்.*
>
> *3. ஒவ்வொரு நாளும் குறைந்தது பத்து நிமிடங்கள், சுயஉதவி மற்றும் சுயஊக்குவிப்பு குறித்தப் புத்தகங்களைப் படியுங்கள் அல்லது அவை குறித்த ஒலிநாடாக்களைக் கேளுங்கள்.*

அசாதாரணமானவை

உங்களுக்கு அன்னியமான ஒரு பகுதியிலுள்ள தகவல்களை அறிந்து கொள்வதற்கு நீங்கள் ஏன் நேரத்தைச் செலவிட வேண்டும்? அதுதான் கோட்பாடுகளை மட்டும் கற்றுக் கொடுக்கும் தற்போதையக் கல்வி முறையின் சாராம்சம். அது உங்கள் தொடுவானத்தை விரிவாக்கி, உங்களைவிட உயர்நிலையில் உள்ள மக்களோடு தொடர்பு கொள்வதற்கான திறனை உங்களுக்கு வழங்குகிறது.

வெறுமனே படிப்பதைத் தாண்டி, நீங்கள் உண்மையிலேயே அதை அனுபவிக்க விரும்பக்கூடும்.

'டு ஸீ த ட்ரீம்' என்ற தன் புத்தகத்தில், ஜெஸ்ஸாமின் வெஸ்ட் இவ்வாறு கூறுகிறார்: "நான் ஏதேனும் ஒரு வட்டத்தில் சேர்வதாக இருந்தால், ஒரு மாதத்திற்கு ஒரு முறை அதன் உறுப்பினர்கள் புதிதாக ஏதேனும் ஒன்றை முயற்சித்துப் பார்க்க வேண்டும் என்று கட்டாயப்படுத்தும்

ஒரு வட்டமாக அது இருக்க வேண்டும். அப்புதிய விஷயம் முக்கியத்துவமற்றதாகக்கூட இருக்கலாம்: காலை உணவிற்கு மீன்கறி உண்பது, தவளைகளை வேட்டையாடுவது, பொய்க்கால்கள்மீது நடப்பது, ஒரு கவிதையின் ஒரு பத்தியை மனப்பாடம் செய்வது, ஒரு நடனத்தை உருவாக்கி ஆடுவது, முன்பின் தெரியாத ஒருவரிடம் பேசுவது, ஓர் ஆட்டிடம் பால் கறப்பது என்று, யாரும் சாதாரணமாகச் செய்யாத ஒன்றைச் செய்வதாக அது இருக்க வேண்டும்."

உங்கள் வாழ்க்கைமுறையில் சாகசச் செயல்களையும் சேர்த்துக் கொள்வது உங்களுக்கு உற்சாகமளிக்கும். கூடுதல் பலனாக, உங்கள் அனுபவத்தின் அல்லது தகவல்களின் விவரங்களைச் சரியான நேரத்தில் நினைவுபடுத்திப் பார்க்க முடிகின்ற உங்கள் திறனைக் கண்டு நீங்கள் ஆச்சரியப்பட்டு நிற்பீர்கள்.

நூலாசிரியர் சி.டி.போர்டு இவ்வாறு கூறியுள்ளார்: "ஒவ்வொரு மனிதனும் ஒவ்வொரு கணத்தில் தனக்கு நிகழ்ந்துள்ள அனைத்தையும் நினைவுபடுத்திப் பார்க்கும் திறனைப் பெற்றிருக்கிறான். தேவையற்ற, பொருத்தமற்றத் தகவல்களால் நாம் மூச்சுத் திணறுவதிலிருந்தும், குழம்பிப் போவதிலிருந்தும் நம்மைப் பாதுகாப்பதுதான், நம் மூளை மற்றும் நரம்பு அமைப்புகளின் வேலை. நமக்கு வரும் தகவல்களில் நமக்குத் தேவையான, நடைமுறைக்குப் பயன்படும், முக்கியமான, குறைந்த அளவுத் தகவல்களை மட்டும் வைத்துக் கொண்டு, நாம் நினைவில் கொள்ள வேண்டிய தேவையில்லாத மற்றவற்றை அவை வெளியேற்றிவிடுகின்றன."

அளவுக்கதிகமான தகவல்களைச் சுமப்பதைப் பற்றிக் கவலைப்பட வேண்டாம். வாழ்நாள் முழுதும் கற்பது என்ற உங்கள் குறிக்கோளைப் பொறுத்தவரை, அறிவு எங்கிருந்தாலும் சரி, அதை நீங்கள் தேடிக் கற்க வேண்டும் என்பதில் உறுதியாக இருக்க வேண்டும்.

ஒரு குறிப்பிட்டத் துறையில் வல்லுனராக இருக்க வேண்டும் என்பது நல்ல விருப்பம்தான், ஆனால், பெரும்பாலான சமயங்களில், பல்வேறு வகைப்பட்டத் தலைப்புகளைத் தொடர்புபடுத்தும் திறன்தான் முக்கியத்துவம் வாய்ந்ததாக அமைகிறது. பொதுவாக ஏற்றுக்கொள்ளப்பட்டக் கோட்பாடுகளால் தங்கள் மூளையைச் சலவை செய்ய அனுமதிக்காத ஓர் ஆராய்ச்சித் துறைக்குள் நுழைந்த மக்களால்தான் பல குறிப்பிடத்தக்கக் கண்டுபிடிப்புகள் நிகழ்ந்துள்ளதாக, 'த ஸ்டிரக்சர் ஆஃப் சயன்டிஃபிக் ரெவல்யூஷன்ஸ்' என்ற தன் புத்தகத்தில், டி.எஸ்.குன் கூறியுள்ளார். உயர்நிலைப் பள்ளிப் படிப்பைப் பாதியிலேயே விட்டுவிட நேர்ந்தது, ஐன்ஸ்டீனின் திறனை மட்டுப்படுத்தவில்லை.

அடுத்த முறை நீங்கள் பொது நூலகத்திற்குச் செல்லும்போது, நீங்கள் இதுவரை ஒருபோதும் படித்துப் பார்த்திருக்காத புத்தகங்களை எடுத்துப் படியுங்கள்.

காதுகொடுத்துக் கவனமாகக் கேட்டல்

லின்டன் பி. ஜான்சன், டெக்சாஸ் மாநிலத்தின் செனட்டராக இருந்தபோது, தன் அலுவலகச் சுவற்றில் இப்படியொரு வாசகத்தை மாட்டி வைத்திருந்தார்: "எப்போதும் நீங்களே பேசிக் கொண்டிருந்தால், உங்களால் எதையுமே கற்றுக் கொள்ள முடியாது."

காதுகொடுத்துக் கேட்கும் பழக்கத்தை உருவாக்கிக் கொள்வது முக்கியம். அது நிகழ்வதற்கான சிறந்த வழி, ஏராளமான கேள்விகளைக் கேட்கத் துவங்குவது. பிறகு, அவற்றிற்கான விடைகளைக் கூர்ந்து கவனிப்பது.

அமெரிக்காவின் பெரும் பணக்காரர்களில் ஒருவரான, வால்—மார்ட் நிறுவனத்தின் நிறுவனர் சாம் வால்ட்டன், மக்கள் என்ன கூறுகிறார்களோ, குறிப்பாக, தன் ஊழியர்கள் என்ன கூறுகிறார்களோ, அதைக் கேட்பது

அவசியம் என்பதில் பெரும் நம்பிக்கை கொண்டிருந்தார். ஒருமுறை, டெக்சாஸ் மாநிலத்தில் உள்ள மவுன்ட் ப்ளெசன்ட் என்னும் இடத்திற்கு அவர் தன் விமானத்தை ஓட்டிச் சென்றுகொண்டிருந்தார். ஓரிடத்தில் விமானத்தை நிறுத்தி, அவர் இறங்கிக் கொண்டு, அங்கிருந்து நூறு மைல்களுக்கு அப்பாலுள்ள இன்னோர் ஊரில் தன்னைச் சந்திக்குமாறு தன் துணை விமானிக்கு உத்தரவிட்டார். அங்கு வந்து கொண்டிருந்த வால்—மார்ட் லாரியைக் கைகாட்டி நிறுத்தி, வழிநெடுக அதன் ஓட்டுனருடன் பேசிக் கொண்டே சென்றார். “அது மிகவும் குதூகலமான அனுபவமாக இருந்தது,” என்று அவர் கூறினார். அது ஒரு மாபெரும் கற்றல் அனுபவமும்கூட.

‘ரெஸ்டாரன்ட்ஸ் & இன்ஸ்டிடியூஷன்ஸ்’ பத்திரிகையின்படி, டல்லாஸ் நகரை மையமாகக் கொண்ட சிலீஸ் என்ற உணவகம், அமெரிக்காவின் தலைசிறந்த ஐந்து உணவகங்களில் ஒன்றாகும். தன் ஊழியர்கள் கூறுவதைக் கவனமாகக் கேட்கும் தலைவர்களைக் கொண்ட மற்றொரு நிறுவனம் அது. ஊழியர்கள் மற்றும் வாடிக்கையாளர்கள் ஆகியோருடன் நல்ல உறவுகளை வளர்த்துக் கொள்வதற்கு இருவழிக் கருத்துப் பரிமாற்றம் முக்கியம் என்று சிலீஸின் தலைவர் நார்மன் பிரிங்கர் நம்புகிறார். அத்தகையத் தகவல் பரிமாற்றங்கள் பெரும் பலன்களைத் தரும் என்பதையும் அவர் கற்றுக் கொண்டுள்ளார். சிலீஸின் மெனுவில் கிட்டத்தட்ட 80 சதவீதம், அவ்வுணவகத்தின் கிளை மேலாளர்களிடமிருந்து வந்தவை.

பிறர் கூறுவதைக் கேட்கும் வழக்கம் பலரிடம் இருக்கத்தான் செய்கிறது என்றாலும், அவர்கள் தவறான செய்திகளையே கேட்கின்றனர். ஒருமுறை இலண்டன் நகரின் வீதிகளில் நடந்து சென்று கொண்டிருந்த இரண்டு நபர்கள் தங்களுக்குள் இவ்வாறு பேசிக் கொண்டிருந்தார்கள். அவர்கள் இருவரும் நடந்து சென்று கொண்டிருந்தபோது, அருகிலிருந்த பெரிய தேவாலயத்திலிருந்து இசையொலி

மிதந்து வந்தது. ஒருவர் மற்றவரிடம், "இந்த இசை மிக அற்புதமாக இருக்கிறது. நீங்கள் என்ன நினைக்கிறீர்கள்?" என்று கேட்டார்.

"நீங்கள் கூறியது எதுவுமே எனக்குக் கேட்கவில்லை," என்று அடுத்தவர் பதிலளித்தார்.

"அந்த மணியோசை இனிமையாக இருக்கிறது," என்று முதலாமவர் மீண்டும் கூறினார். ஆனால் அவரது நண்பரின் காதுகளில் அது விழவில்லை.

மூன்றாவது முறையாக, முதலாமவர், "அந்த இசை அருமையாக இருக்கிறதல்லவா?" என்று கூறினார்.

"நீங்கள் கூறும் எதுவுமே என் காதில் விழவில்லை. அந்தக் காண்டா மணியின் நாரசார ஓசையில் ஒன்றுமே கேட்கவில்லை," என்று பதில் வந்தது.

பிறர் என்ன கூற வருகிறார்கள் என்பதில் உங்கள் கவனத்தைக் குவியுங்கள். மக்களைப் பேச வைப்பதற்குத் திட்டவட்டமான கேள்விகளைக் கேளுங்கள். அறிவே பலம் என்பது அனைவரும் அறிந்த உண்மைதான். ஆனால் நீங்களே எப்போதும் பேசிக் கொண்டிருந்தால் உங்களால் அதைப் பெற முடியாது. காது கொடுத்துக் கேட்கத் துவங்குங்கள்.

நன்னம்பிக்கைச் சூழல்

உலகில் எல்லாக் காலங்களிலும் சிறப்பாக விற்பனையாகிக் கொண்டிருக்கும் புத்தகங்களில், தனிமனிதர்களுக்கு உத்வேகமூட்டும் புத்தகத் தொகுதிகள் ஏராளமாக இருக்கின்றன. டேல் கார்னகியின் 'ஹௌ டு வின் ஃப்ரென்ட்ஸ் அன்ட் இன்ஃப்ளூயன்ஸ் பீப்பிள்' என்ற புத்தகமும், நெப்போலியன் ஹில்லின் 'திங்க் அன்ட் குரோ ரிச்' என்ற புத்தகமும் அவற்றில் அடங்கும்.

பலர் இப்புத்தகங்களைத் தங்கள் ஆரம்பக் காலங்களில் படித்துவிட்டு அதை ஒதுக்கி வைத்துவிடுவர். ஏதோ சில காரணங்களுக்காக, ஊக்குவிப்புப் புத்தகங்களைப் படிப்பதன் அவசியத்தை அவர்கள் அதற்குப் பிறகு ஒருபோதும் உணர்வதே இல்லை.

1972இல், நியூயார்க் மாநிலத்திலுள்ள பஃபல்லோ நகரில், வெறும் 500 டாலர்கள் சொந்த முதலீட்டில், ஜிப்ரால்டர் எஃகு நிறுவனத்தைக் கென் லிப்கே துவங்கினார். இருபது வருடங்களுக்குப் பிறகு, உலகின் மிகக் கடினமான வியாபாரங்களில் ஒன்றாகக் கருதப்படும் இதில் அவர் ஒரு கோடீஸ்வரராக விளங்கினார். அது எவ்வாறு நிகழ்ந்தது? லிப்கே இவ்வாறு கூறினார்:

"நான் எஃகுத் தொழிலைத் துவங்கியபோது அதைப் பற்றி எனக்கு எதுவுமே தெரியாது. முதலில் நான் ஒரு தண்டெலும்பு மருத்துவராக ஆவதற்காகப் பயிற்றுவிக்கப்பட்டேன். ஆனால் என்னுடைய ஆரம்பக்காலத் தனிநபர்ப் பயிற்சியாளர்களில் ஒருவர் எனக்கு சுயஉதவிப் புத்தகங்களை அறிமுகம் செய்து வைத்தார். ஒரு மாபெரும் முன்னோக்கைக் கொண்டிருப்பதும், மக்களை வழிநடத்துவதற்கான திறனை உருவாக்குவதும் என் மாபெரும் சொத்துக்கள் என்பதை நான் உணர்ந்தேன். ஊக்குவிப்புப் புத்தகங்களைப் படித்து, அவற்றில் கூறப்படுள்ள கொள்கைகளை என் தொழிலில் நடைமுறைப்படுத்துவதை நான் நிறுத்தவே இல்லை."

தொழில்நுட்பத் திறமைகளையும் எஃகுச் செயல்முறை பற்றிய விரிவான அறிவையும் கொண்ட மக்களைக் கண்டுபிடிப்பது எளிது என்பதை லிப்கே கற்றுக் கொண்டார். தகுதி பெற்றக் கணக்காளர்கள், மேலாளர்கள், மற்றும் விற்பனையாளர்கள் அபரிமிதமாக இருந்தனர். ராபர்ட் ஷுல்லர் மற்றும் நார்மன் வின்சென்ட் பீலே ஆகியோரிடமிருந்து அவர் கற்றுக் கொண்ட

கருத்துக்கள்தான் அவருக்குக் கிரியா ஊக்கியாகச் செயல்பட்டன. ஊழியர்கள் இணைந்து பணியாற்ற ஏதுவான சூழலையும், நன்னம்பிக்கையை ஊக்குவிக்கும் சுற்றுச்சூழலையும் அவர் ஏற்படுத்திக் கொடுத்ததால், அவரது நிறுவனம் ஒரு மாபெரும் நிறுவனமாக வளர்ந்தது.

யூஎஸ்ஏ டுடே பத்திரிகையின் நிறுவனர் ஆலன் எச். நியூஹார்ட் இவ்வாறு கூறியுள்ளார்: "ஒவ்வோர் அனுபவத்திலிருந்தும் வெறுமனே ஏதோ ஒன்றைக் கற்றுக் கொள்ளாதீர்கள்; ஏதேனும் நேர்மறையான ஒன்றைக் கற்றுக் கொள்ளுங்கள்."

'உங்களால் முடியும்' என்று கூறும் ஒவ்வொரு புத்தகமும், பல்வேறு வழிகளில் கூறப்படும் ஒரே செய்தியைத்தான் கொண்டுள்ளன என்ற உண்மையை நாம் உணர்ந்து கொள்வது அவசியம். அத்தகையப் புத்தகங்களை நாம் ஏன் தொடர்ந்து படித்து வர வேண்டும்? செயின்ட் லூயிஸில் உள்ள ஒரு பெருநிறுவனத் தலைவர் இவ்வாறு கூறியுள்ளார்: "நான் என் இருபது வயதிலிருந்தே 'திங்க் அன்ட் குரோ ரிச்' புத்தகத்தை ஒவ்வொரு வருடமும், வருடத்திற்கு ஒரு முறை படித்து வந்தேன். ஒவ்வொரு முறை நான் அதைப் படித்தபோதும், அந்தத் தொகுதி எனக்குப் புதிதாகவே தோன்றியது. அதில் கூறப்பட்டுள்ளக் கருத்துக்களை என் வாழ்விலும் வேலையிலும் நான் நடைமுறைப்படுத்துவதன் மூலம் நான் தொடர்ந்து வளர்ச்சியடைந்து வருகிறேன். புத்தகம் அதேபோல்தான் இருக்கிறது, ஆனால் அதைப் படிக்கும் ஒவ்வொரு முறையும் நான் ஒரு புதிய மனிதனாக உருவெடுக்கிறேன்."

சுயஉதவிப் புத்தகங்கள் தனித்துவமிக்கவை. ஏனெனில், நீங்கள் உத்வேகம் பெறுவதற்கு முதல் அத்தியாயத்திலிருந்து துவங்க வேண்டிய தேவையில்லை. நீங்கள் அப்புத்தகத்தின் எந்தவொரு பக்கத்தைத் திறந்தாலும், அதில் காணப்படும் அறிவுரையை நடைமுறைப்படுத்துவது

உங்களுக்குப் பலனளிக்கும். ஊக்குவிப்புப் புத்தகங்களைத் தினசரி நடைமுறையாக்குவதற்கு ஓர் எளிய பரிந்துரை இது. ஓர் ஊக்குவிப்புப் புத்தகத்தை உங்கள் படுக்கைக்கு அருகில் வைத்துக் கொண்டு, ஒரு நாளைக்குப் பத்துப் பக்கங்களையாவது படியுங்கள்.

அதேபோல ஒரு கொள்கையை உடனடியாக நடைமுறைப்படுத்துவதும் சம அளவு முக்கியத்துவம் வாய்ந்தது. அவற்றை நடைமுறைப்படுத்தும்போதுதான் அவை உயிர் பெற்று, உங்கள் நடத்தையின் ஓர் அங்கமாக மாறுகின்றன.

வரலாறு நெடுகிலும், மாபெரும் தலைவர்கள் ஒவ்வொருவரும், கற்றுக் கொள்வதிலும் மாபெரும் மனிதர்களாகத் திகழ்ந்தனர். தியோடோர் ரூஸ்வெல்ட் இறந்த பிறகு பார்த்தால், அவரது தலையணைக்கு அடியில் ஒரு புத்தகம் இருந்தது. கடைசிவரை பிறரது கருத்துக்களை உள்வாங்கியவாறே அவர் இறந்துள்ளார்.

வளர்வதை ஒருபோதும் நிறுத்தாதீர்கள். பீடபூமிகள் புவியியல் புத்தகங்களில் மட்டுமே காணப்பட வேண்டியவை, தனிமனித அனுபவங்களில் அல்ல.

பல்வேறு வகைப்பட்டவற்றைப் படியுங்கள், கவனமாகக் கேளுங்கள், படித்த சுயஉதவிக் கொள்கைகளைத் தினமும் நடைமுறைப்படுத்துங்கள்.

மணி 13

உங்கள் நாளை மறுசீரமைப்பது எப்படி

மறக்க முடியாத விளம்பரம் ஒன்றை ஹோரேஸ் மன் உருவாக்கினார்: “காணாமல் போனவை பற்றிய அறிவிப்பு: சூரிய உதயத்திற்கும் அஸ்தமனத்திற்கும் இடைப்பட்ட ஏதோ ஒரு நேரத்தில், அறுபது வைர நிமிடங்கள் பதிக்கப்பட்ட, இரண்டு பொன்னான மணிநேரங்கள் கண்டுபிடிக்க முடியாதவாறு காணாமல் போய்விட்டன.”

திடீரென்று உங்களுக்கு ஒவ்வொரு நாளும் சில கூடுதல் நேரம் கொடுக்கப்பட்டால் என்ன நிகழும்? உங்கள் வாழ்க்கை எவ்வாறு மாறுபடும்? பலர் அந்நேரத்தைத் தங்கள் வேலையில் முன்னேறிச் செல்வதற்குப் பயன்படுத்துவர். பிறர் தங்கள் பொழுதுபோக்குகளுக்கும், நண்பர்களோடு இருப்பதற்கும், புத்தகங்கள் வாசிப்பதற்கும், கூடுதலாகத் தூங்குவதற்கும் பயன்படுத்துவர்.

உங்களால் நேரத்தை உற்பத்தி செய்ய முடியாவிட்டால்கூட, அதை எளிதாகக் கட்டுப்படுத்தலாம் என்பதை அறிந்து கொள்வது முக்கியம். உங்கள் நேரத்தைப் பயன்படுத்துவதில் ஒழுங்கைக் கடைபிடிப்பதன் மூலம், உங்கள் நாளைப் பல ஆற்றல்மிக்க வழிகளில் மறுசீரமைக்கலாம்.

ஒருமணி நேரத்தின் மதிப்பைக் கணக்கிட எப்போதேனும் யோசித்திருக்கிறீர்களா? பெஞ்சமின் ஃப்ராங்க்ளின் யோசித்தார். ஒரு நாள் காலையில், தன் செய்தித்தாளை அச்சிடுவதற்கு வேண்டியவற்றை அவர் சுறுசுறுப்பாகத் தயார் செய்து கொண்டிருந்தார். அப்போது ஒரு வாடிக்கையாளர் அவரது கடைக்குள் வந்து, விலைக்கு வைக்கப்பட்டிருந்த பல்வேறு புத்தகங்களை ஒருமணி நேரமாகப் புரட்டிக் கொண்டிருந்தார். இறுதியில், ஒரு புத்தகத்தைத் தன் கையில் எடுத்துக் கொண்டு, அதன் விலையைக் கடை உதவியாளரிடம் கேட்டார்.

“ஒரு டாலர்,” என்று அந்த உதவியாளர் பதிலளித்தார்.

“ஒரு டாலரா? விலையைச் சற்றுக் குறைக்க முடியுமா?” என்று அந்த வாடிக்கையாளர் கேட்டார்.

“இல்லை, அதன் விலை ஒரு டாலர்தான்,” என்று உதவியாளர் விடையளித்தார்.

தான் திரு. ஃபிராங்க்ளினைப் பார்க்க விரும்புவதாக அவர் தெரிவித்தார். கடையின் பின்னாலிருந்த அறையிலிருந்து ஃபிராங்க்ளின் வந்தபோது, அப்புத்தகத்திற்கு அவர் எவ்வளவு எதிர்பார்க்கிறார் என்று அந்த வாடிக்கையாளர் ஃபிராங்க்ளினிடம் கேட்டார்.

“ஒன்றேகால் டாலர்கள்,” என்று ஃபிராங்க்ளின் கூறினார்.

வாடிக்கையாளர் அதிர்ச்சி அடைந்தார். "உங்கள் உதவியாளர் ஒரு டாலர்தானே கேட்டார்?"

"நீங்கள் அவரிடமிருந்து வாங்கியிருந்தால் நான் அதை ஒரு டாலருக்குக் கொடுத்திருப்பேன். ஆனால் என் வேலை நேரத்தில் நீங்கள் என்னை வெளிவரச் செய்திருக்கிறீர்கள். அதனால் அதன் விலை ஒன்றேகால் டாலர்கள்," என்று ஃபிராங்க்ளின் கூறினார்.

"இப்புத்தகத்தை எவ்வளவு குறைந்த விலையில் உங்களால் விற்க முடியும்?" என்று அந்த வாடிக்கையாளர் மீண்டும் கேட்டார்.

"ஒன்றரை டாலர்கள். எவ்வளவு நேரமாக நாம் விவாதித்துக் கொண்டிருக்கிறோமோ, நீங்கள் அவ்வளவு அதிகமான நேரத்தை எடுத்துக் கொண்டிருக்கிறீர்கள். அதனால் புத்தகத்தின் விலையை நான் இன்னும் அதிகரிக்க வேண்டியிருக்கும்," என்று ஃபிராங்க்ளின் கூறினார்.

நேர நிர்வாகக் கொள்கைகள்

உங்கள் ஒவ்வொரு கணமும் மதிப்பு மிக்கதுதான். கடிகாரச் சத்தத்தை நீங்கள் ஒரு புதிய கண்ணோட்டத்தில் பார்க்கும்போது, நேரம் உங்களுக்கு எதிராகச் செயல்படுவதை மாற்றி, அதை உங்களுக்காக வேலை செய்ய வைக்கலாம். நீங்கள் செய்யக்கூடிய திட்டவட்டமான பத்து விஷயங்கள் இவை:

1. நிகழ்காலத்தில் வாழுங்கள்

வரலாற்றை நீங்கள் திருத்தி எழுத முடியாது. ஆனாலும், நிச்சயமாக சிலர் அதை முயற்சித்துப் பார்க்கின்றனர். மற்றவர்கள் நாளைக்கு என்ன நடக்கும் என்று பகல் கனவு காண்கின்றனர். ஆனால் வாழ்க்கை நிகழ்காலத்தில் வாழப்பட வேண்டும். இக்கணத்தில் மட்டும்தான் நம்மால் நம் வாழ்வைக் கட்டுப்படுத்த முடியும்.

இலக்குகளைக் கொண்டிருப்பது முக்கியம், ஆனால் இன்று நாம் சுயநினைவுடன் தேர்ந்தெடுக்கும் விஷயங்கள்தான் நம் எதிர்காலத்தைத் தீர்மானிக்கின்றன. அதனால்தான், உங்களுக்குக் கொடுக்கப்பட்டுள்ள இந்த நேரத்தின்மீது நீங்கள் கவனம் செலுத்துவது இன்றியமையாததாகிறது.

2. உங்கள் நடவடிக்கையின் மதிப்பை நிர்ணயம் செய்யுங்கள்

பெஞ்சமின் ஃபிராங்க்ளின் தன் நேரத்தின் மதிப்பை நிர்ணயம் செய்ததாக மேலே படித்தோம் அல்லவா? உங்களாலும் அதைச் செய்ய முடியும். நீங்கள் மேற்கொள்ளும் குறிப்பிட்ட விஷயங்களுக்காக உங்கள் வாழ்வின் ஒரு நாளை நீங்கள் பரிமாற்றம் செய்கிறீர்கள். அதற்கு உங்கள் நடவடிக்கை தகுதியானதுதானா?

வருடாந்திர அடிப்படையில் பலர் தங்கள் பொருளாதார இலக்குகளை நிர்ணயம் செய்கின்றனர். ஆனால், அதை அடைவதற்கு ஒவ்வொரு நாளும் அல்லது ஒவ்வொரு மணிநேரமும் தாங்கள் என்ன உற்பத்தி செய்ய வேண்டும் என்று கணக்கிட அவர்கள் தவறிவிடுகின்றனர். உங்கள் வேலை நாளின் வெறும் ஒரு நிமிடத்தின் மதிப்பை நீங்கள் தீர்மானிக்கும்போது, அதை அதிக மரியாதையுடன் நீங்கள் கையாள்வீர்கள்.

3. தினசரி நடவடிக்கைகள் குறித்த அட்டவணையை எழுத்துபூர்வமாகத் தயார் செய்யுங்கள்

நேரம் ஓர் ஒழுங்குமுறையுடன் நகர்ந்துகொண்டே இருப்பதால், நீங்களும் ஓர் ஒழுங்கு முறையுடன் நடந்துகொள்ள வேண்டியது அவசியம். உங்கள் அன்றாட நடவடிக்கைகளைப் பட்டியலிட்டுக் கொள்ளுங்கள். வெறுமனே காலை ஒன்பது மணிமுதல் மாலை ஐந்து மணிவரை உள்ள வேலைகளை மட்டும் பட்டியல் இடுவதோடு நிறுத்திக் கொள்ளாதீர்கள். உங்கள் தனிப்பட்ட

மற்றும் குடும்ப வாழ்க்கை எப்படி? உங்கள் அன்பிற்குரியவர்களுக்காகக் குறிப்பிடத்தக்க நேரத்தை ஒதுக்கி இருக்கிறீர்களா? படிப்பதற்கோ அல்லது உடற்பயிற்சி செய்வதற்கோ நேரத்தை ஒதுக்கியிருக்கிறீர்களா?

சமநிலையுடன்கூடிய வாழ்க்கையைப் பற்றிப் பலர் பேசுகின்றனர். ஆனால் அவர்களது அட்டவணையில் அது பிரதிபலிக்கப்படுவதில்லை. வெற்றி என்பது உங்கள் வியாபார நடவடிக்கைகளை உங்கள் கட்டுப்பாட்டில் வைத்திருப்பதைப் பற்றியது மட்டுமல்ல. ஒரு 24 மணிநேரத் திட்டத்தை உருவாக்குவதற்குத் தேவையான நேரத்தை எடுத்துக் கொள்ளுங்கள்.

4. உங்கள் வேலைகளை முன்னுரிமைப்படுத்துங்கள்

'இன்று செய்ய வேண்டியவை' என்று தலைப்பிட்டப் பட்டியலைத் தயாரிக்கும்போது பலர் தங்களுக்கு மிகவும் மகிழ்ச்சி அளிக்கக்கூடிய வேலையை முதலில் பட்டியலிட்டிருப்பார்கள். அதற்கு மாறாக, வேலைகளை, அவற்றை நிறைவேற்றுவதிலுள்ள சிரமத்தின் அடிப்படையில் வரிசைப்படுத்த வேண்டும். அதிக நேரத்தை எடுத்துக் கொள்ளும், கடினமான வேலையை முதலில் குறித்துக் கொள்ளுங்கள். அந்த நேரத்தில்தான் உங்களுக்கு அதிகபட்ச ஆற்றல் இருக்கும். பிறகு, வேலைகள் குறையத் துவங்கி, அதிக ஆனந்தத்தைத் தரும்போது, உங்களுக்கு விருப்பமான ஏதோ ஒன்றைச் செய்வதன் மூலம் உங்கள் ஆற்றலைத் தக்க வைத்துக் கொள்வீர்கள்.

5. குறைந்த காலநேரங்களை பயன் விளைவிக்கும் வகையில் பயன்படுத்துங்கள்

ஒருவர் ஒரு நாளைக்குப் பதினைந்து நிமிடங்களை ஒரு விஷயத்திற்காக அர்ப்பணித்தால், ஐந்து வருடங்களில் அவர் அதில் வல்லுனராகிவிடலாம் என்பது மீண்டும் மீண்டும் நிரூபிக்கப்பட்டுள்ளது. ஒரு நாள் அல்லது ஒருசில

மணிநேரங்கள் என்ற அடிப்படையில் சிந்திக்காமல், சிறு காலநேரங்களில் செய்யக்கூடிய ஆக்கபூர்வமான நடவடிக்கைகளை திட்டமிட்டு, அவற்றை உங்கள் அட்டவணையில் சேர்த்துக் கொள்ளுங்கள். உதாரணமாக, உங்களைச் சந்திக்க வர வேண்டிய யாரேனும் பத்து அல்லது பதினைந்து நிமிடங்கள் தாமதமாக வந்தால், உங்கள் நேரம் வீணாகாது. அக்கணங்களைப் பயன்படுத்துவதற்கு ஏற்கனவே உங்களிடம் திட்டங்கள் இருக்கும்.

எடுத்துக்காட்டாக, ஒரு புத்தகம் எழுத வேண்டும் என்ற எண்ணம் பலரைத் திக்குமுக்காடச் செய்துவிடும். ஆனால், ஒருசில நிமிடங்களை எடுத்துக் கொண்டு ஓர் அரைப் பக்கம், அதாவது ஒரு நாளைக்கு 150 வார்த்தைகள் மட்டும் எழுதினால், ஒரு வருடத்தில் அவர்கள் கையில் 50,000 வார்த்தைகள் அடங்கிய ஒரு பிரதி இருக்கும்.

6. பிறர் உங்கள் அட்டவணையைத் தீர்மானிக்க அனுமதிக்காதீர்கள்

ஓர் உயரதிகாரி ஓர் ஊழியரிடம் பேசிக் கொண்டிருப்பதுபோல் வால் ஸ்டிரீட் ஜர்னல் பத்திரிகையில் ஒரு கேலிச் சித்திரம் வெளியிடப்பட்டிருந்தது. அந்த உயரதிகாரி, “உயரத்தில் மிகவும் தனிமையாக இருப்பது என்னவோ உண்மைதான். ஆனால், ஒரு நாளைக்கு இருபது முறை நீங்கள் என் அறைக்குள் வரும் அளவுக்கு நான் தனிமையாக உணரவில்லை,” என்று கூறுகிறார்.

உங்கள் நாள் உங்கள் கட்டுப்பாட்டில் இருக்க வேண்டும். எந்த நேரத்தில் நீங்கள் எந்த வேலையைச் செய்வீர்கள் என்பதை நீங்கள்தான் தீர்மானிக்க வேண்டும். பின்னர் அந்த நேரத்தில் எந்த இடையூறுகளுக்கும் அனுமதிக்கக்கூடாது. ஒரு தொலைபேசி அழைப்புகூட உங்களைத் தொந்தரவு செய்ய இடமளிக்காதீர்கள். தொலைபேசி அழைப்புகளுக்கென்று குறிப்பிட்ட நேரத்தை

ஒதுக்கிக் கொள்ளுங்கள். தொடர்ச்சியான சிறிய சந்திப்புகளை அட்டவணையிடும் பழக்கத்தை ஏற்படுத்திக் கொள்ளுங்கள். ஒருமணி நேரத்திற்கு ஒன்று என்பதற்கு மாறாக, அவை பத்து அல்லது பதினைந்து நிமிட இடைவெளிகளில்கூட இருக்கலாம். வீணான அரட்டையில் நேரம் வீணாவதை இது தடுக்கும். ஒருமணி நேரத்திற்கு ஒரு சந்திப்பு என்று நீங்கள் சிந்தித்தால், உங்கள் சந்திப்புகள் நீண்ட நேரம் தொடரும். தொடர்ந்து பேசிக் கொண்டேயிருக்கும் ஒருவர், உங்களது அடுத்த சந்திப்பிற்கான நேரம் வந்தவுடன் உங்கள் அறையைவிட்டு வெளியேற வேண்டியிருக்கும்.

7. சாமர்த்தியமாக வேலை செய்யுங்கள்

மரம் வெட்டச் சென்ற இரண்டு மனிதர்களைப் பற்றிய ஒரு கதையை டேல் கார்னகி கூறுகிறார். ஒருவர் ஓய்வின்றி, நாள் முழுவதும் கடினமாக வேலை செய்தார். மதிய உணவிற்கு மட்டும் சிறிது நேரத்தை எடுத்துக் கொண்டார். மற்றவர், ஒரு நாளில் பல சிறு இடைவேளைகளை எடுத்தார். மதிய உணவின்போது ஒரு குட்டித் தூக்கமும் போட்டார். அந்த நாளின் முடிவில், ஓய்வின்றி உழைத்தவர், தன் நண்பன் தன்னைக் காட்டிலும் அதிக மரங்களை வெட்டியிருந்ததைக் கண்டு சற்றுக் கலங்கினார்.

“எனக்கு ஒன்று புரியவில்லை. நான் உன்னைப் பார்த்த ஒவ்வொரு முறையும் நீ வெறுமனே உட்கார்ந்து கொண்டிருந்தாய். ஆனால், நீதான் என்னைவிட அதிக மரங்களை வெட்டியிருக்கிறாய்,” என்று கூறினார்.

அவரது தோழர் அவரைப் பார்த்து, “நான் உட்கார்ந்திருக்கும்போது நான் என் கோடாலியைக் கூர் தீட்டிக் கொண்டிருந்ததை நீ கவனித்தாயா?” என்று கேட்டார்.

8. நேரத்தை வீணடிப்பவற்றை அடையாளம் காணுங்கள்

தொழிலதிபர் எச்.எல்.ஹன்ட் தன் புகைப் பழக்கத்தைப் பல வருடங்களுக்கு முன் விட்டொழித்தார், ஆனால் அவர் அப்பழக்கத்தை விட்டொழித்ததற்குக் அவர் தன் உடல்நிலையின் மீது கொண்டிருந்த அக்கறை காரணம் அல்ல. இலாபம் அதன் குறிக்கோளாக இருந்தது. ஒரு சிகரெட்டை எடுத்து அதைப் பற்ற வைக்க அவர் செலவழித்த நேரம், அதாவது, தன் வேலையில் கவனம் செலுத்துவதற்குப் பயன்படுத்தியிருக்க வேண்டிய நேரம், அவருக்கு ஆண்டொன்றுக்குப் பலநூறு டாலர்கள் நஷ்டத்தை ஏற்படுத்தியது என்பதை அவர் கணக்கிட்டுக் கண்டறிந்தார்.

எந்தெந்த நடவடிக்கைகள் நம் நேரத்தை விரயம் செய்கின்றன என்பதை நாம் கண்டுபிடிக்க வேண்டும். நம் அன்றாடச் செயல்முறையில் வேகத்தை நம்மால் அதிகரிக்க முடியும் என்பதை, விரைவாக வேலைகளை முடிக்கும் கலையில் கைதேர்ந்தவர்கள் நன்கு அறிவர். எடுத்துக்காட்டாக, பல முடிவுகள் உடனடியாக எடுக்கப்படக்கூடியவை. ஆனால், “நான் அதைப் பற்றி யோசிக்கிறேன்,” அல்லது “பின்னர் பார்த்துக் கொள்ளலாம்,” என்று கூறுவதற்கு நாம் பழக்கப்பட்டு விடுகிறோம். பொருத்தமற்ற, முக்கியமற்ற, தேவையற்ற, வீணான வேலைகளில் கவனம் செலுத்தி, பலர் தங்களுடைய பொன்னான நேரத்தை வீணடிக்கின்றனர்.

புகழ்பெற்ற அமெரிக்கக் கவிஞரான ராபர்ட் ஃப்ராஸ்ட் இவ்வாறு எழுதியுள்ளார்: “மனிதனுடைய மூளை ஓர் அற்புதமான உறுப்பு. நீங்கள் காலையில் எழுந்திருக்கும்போது அது வேலை செய்யத் துவங்குகிறது. நீங்கள் அலுவலகத்திற்குள் நுழைவதுவரை அது வேலை செய்வதை நிறுத்துவதில்லை.”

9. தனிமனித உற்பத்தியின்மீது கவனம் செலுத்துங்கள்

ஒரு சராசரித் தொழிலாளர் 55 சதவீத நேரம் மட்டுமே ஆக்க்பூர்வமாக இருக்கிறார் என்று பிரபல நிர்வாக ஆலோசகர் ஜேம்ஸ் ஏ. ஃபீல்ட்ஸ் குறிப்பிட்டுள்ளதாக லாஸ் ஏஞ்சலிஸ் டைம்ஸ் பத்திரிகை அறிக்கை வெளியிட்டது. "அவரது முயற்சியில் 15 சதவீதம் தன் சொந்த உபயோகத்திற்குச் செலவிடப்படுகிறது. 30 சதவீத நேரம் அட்டவணைப்படுத்துவதில் உள்ள பிரச்சனைகள், தெளிவற்ற வேலைகள், முறையற்ற ஊழியர் நியமனம், மற்றும் ஒழுங்கின்மை ஆகியவற்றில் இழக்கப்படுகிறது."

டாமினோஸ் பீட்சா நிறுவனம், முதன்முதலாக வாடிக்கையாளர்களிடம், 30 நிமிடங்களில் அவர்களது வீட்டிற்குப் பீட்சா வந்து சேரவில்லை என்றால் 3 டாலர்கள் தள்ளுபடியாகத் தரப்படும் என்று அறிவித்தபோது, ஓர் அற்புதம் நிகழ்ந்தது. இதில் வாடிக்கையாளர்கள் மட்டும் பயன் பெறவில்லை, டாமினோஸ் நிறுவனமும் பயன் பெற்றது. அவர்களது தொழிலாளர்கள் அனைவரும் தங்கள் வேலையில் அதிக முனைப்புடன் செயல்பட்டு, நேரத்தை மிச்சப்படுத்துவதற்கான வழிகளைக் கண்டறிந்தனர். அதன் விளைவாக, மொத்தச் செயல்பாட்டின் உற்பத்தித் திறன் குறிப்பிடத்தக்க அளவு உயர்ந்தது.

10. இப்போதே செய்யுங்கள்

'இப்போது' என்ற வார்த்தைதான் வெற்றிக்கும் தோல்விக்கும் இடையே உள்ள வேறுபாடு. அதை நேர்மறையாகப் பார்த்தால், அது உங்களுக்கு உடனடி உத்வேகத்தைக் கொடுக்கும்.

ஒவ்வொரு நாளும் 'இப்போதே செயல்படுங்கள் திட்டம்' ஒன்றைச் செயல்படுத்துவதற்குப் பல வழிகள் இருக்கின்றன. அதற்கான ஓர் எடுத்துக்காட்டு இது.

ஒவ்வொரு முறையும், நீங்கள் நடவடிக்கை எடுக்க வேண்டிய ஒரு காகிதம் உங்கள் கவனத்திற்கு வரும்போது, மூன்று விஷயங்களில் ஒன்றை உடனடியாகச் செய்யுங்கள்.

- அதைத் தூர எறிந்துவிடுங்கள்
- அது குறித்து நடவடிக்கை எடுங்கள்
- கோப்பிலிட்டு வைத்துவிடுங்கள்

இது ஒரு பழக்கமாக மாறியவுடன், உங்கள் வாழ்க்கை எவ்வளவு ஒழுங்குபடுத்தப்பட்டுள்ளது என்பதைக் கண்டு நீங்கள் ஆச்சரியப்படுவீர்கள்.

தாமஸ் ஹக்ஸ்லீ இவ்வாறு கூறியுள்ளார்: "உங்களுக்குப் பிடிக்கிறதோ இல்லையோ, நீங்கள் செய்ய வேண்டிய விஷயத்தை, செய்ய வேண்டிய நேரத்தில் உங்களைச் செய்ய வைக்கும் திறன்தான் கல்வியினால் ஏற்படும் மிகவும் மதிப்பு வாய்ந்த விளைவுகளில் ஒன்று." இது கற்றுக் கொள்ளப்பட வேண்டிய ஒரு பாடம்தான்.

ஒரு நிமிடத்தின் மதிப்பு

மேற்கூறப்பட்டுள்ள நேர நிர்வாகக் கொள்கைகளில் ஏதேனும் ஒன்றை உடனடியாக நடைமுறைப்படுத்தத் துவங்குங்கள். அது ஒரே ஒரு நிமிடத்தை மட்டுமே மிச்சப்படுத்தினாலும், அந்த முயற்சி மதிப்பு வாய்ந்ததாக அமையும்.

ஒரு நிமிடத்திற்கு நாம் அவ்வளவு முக்கியத்துவம் கொடுப்பதில்லை. ஆனால் அதன் மதிப்பு அளவிட முடியாதது. புதிய ஒரு பொருளைப் பற்றிய விளம்பரம் வெறும் அறுபது விநாடிகளே நீடிக்கின்றன. கார் பந்தயத்தில் அந்த அறுபது விநாடிகள்தான் வெற்றியையும் தோல்வியையும் தீர்மானிக்கின்றன. ஓர் அறுவைச் சிகிச்சை நிபுணரைப் பொறுத்தவரை, அது வாழ்விற்கும் சாவிற்கும் இடையேயான நேரத்தைக் குறிக்கிறது.

ஒரு விற்பனையாளர் தன் பெயரட்டைக்குப் பின்னால் இப்படி அச்சிட்டிருந்தார். அதை நாம் பின்பற்றுவது அவசியம்.

என்னிடம் ஒரே ஒரு நிமிடம் மட்டும்தான் உள்ளது.
வெறும் அறுபது விநாடிகள்தான் அதில் இருக்கின்றன.
நான் அதை நாடிச் செல்லவில்லை,
தேர்ந்தெடுக்கவும் இல்லை.
ஆனால் அதைப் பயன்படுத்திக் கொள்வது
என்னைச் சார்ந்தது.
அதை இழந்தால் நான் துன்புற வேண்டியிருக்கும்.
முறைதவறிப் பயன்படுத்தினால்,
நான் அதற்கு பதிலளித்தாக வேண்டியிருக்கும்.
ஒரே ஒரு சிறிய நிமிடம்தான்.
ஆனால், ஒரு யுகமே அதில் அடங்கியிருக்கிறது.

மணி 14

உங்கள் பணத்தின் கடைசித் துளிவரை பயன்படுத்துங்கள்

உங்கள் பொருளாதார நிலையில் பெரும் விளைவுகளை ஏற்படுத்துக்கூடிய ஒரு தீர்மானத்தை நீங்கள் இந்த நேரத்தில் மேற்கொள்ளுமாறு கேட்டுக் கொள்ளப்படுவீர்கள்.

செல்வத்தைக் குவிப்பதற்கான ஆழ்விருப்பம் ஒன்றும் புதியதல்ல. "நான் எதைத் தொட்டாலும் அது பொன்னாக மாற வேண்டும்," என்று கடவுளிடம் வரம் கேட்டு, அதைப் பெற்றபின் மைதாஸிற்கு என்ன நிகழ்ந்தது என்ற கதையை நாம் அனைவரும் அறிவோம். அவன் தொட்ட எல்லாமே தங்கமாக மாறியதால், அவனால் குடிக்க முடியவில்லை, சாப்பிட முடியவில்லை. கடைசியில் தன் ஆசை மகளைத் தொட்டபோது அவளும் தங்கச் சிலையாக மாறினாள்.

தங்கள் விருப்பங்கள் அனைத்தும் உண்மையிலே நிஜமானால் என்னவாகும் என்பதை உணராமல், பலரும் இன்று மைதாஸ் பெற அதே வரத்தைத் தாங்களும் விரும்புகின்றனர்.

நாம் பணத்தைப் பற்றிப் பேசும்போது, யதார்த்தத்திலிருந்து கற்பனையைப் பிரித்தெடுப்பது முக்கியம். நிதி குறித்த ஒரே ஒரு தீர்மானம் ஒருவரது பொருளாதார எதிர்காலத்தை எப்படிப் பெருமளவில் மாற்றும் என்று நீங்கள் கேட்கலாம். ஒரு சாதாரண வருமானத்துடன்கூடிய ஒரு சராசரி நபரால் செல்வத்தை உருவாக்க முடியுமா? நிச்சயமாக முடியும்! அது ஒவ்வொரு நாளும் நிகழ்கிறது. அது எவ்வாறு என்பதை இந்த நேரத்தில் நாங்கள் உங்களுக்குக் காட்டுகிறோம்.

பணம் என்பதன் பொருள்

"பணம் முக்கியமல்ல," என்று வெகு எளிதாகக் கூறுபவர்கள், உண்மைகளை எதிர்கொள்வதில்லை. ஒரு சராசரி மனிதன், அவன் மேற்கொள்ளும் எந்தவொரு தனி நடவடிக்கையைக் காட்டிலும், பணம் என்னும் பரிமாற்றத்திற்கான ஊடகத்தைச் சம்பாதிப்பதற்கு அதிக நேரத்தைச் செலவிடுகிறான். அது 'வாழ்விற்கான ஆதாரம்' என்று அழைக்கப்படுகிறது.

பணம் என்பது சொத்து என்றும், சுமை என்றும், வெற்றிக்கான அளவீடு என்றும், தீமைக்கான மூல காரணம் என்றும் கூறப்பட்டு வருகிறது. பலர் தாங்கள் விழித்திருக்கும் நேரத்தின் பெரும் பகுதியைப் பணத்தைப் பற்றிச் சிந்திப்பதற்குச் செல்விடுகின்றனர். சிலருக்கு, பண வெறி அவர்கள் கண்களை மறைத்துவிடுவதால், அவர்கள் பணத்திற்கு அடிமையாகிவிடுகின்றனர். அதை அடைவதற்காக அவர்கள் நாணயம் உட்பட எதையும் இழக்க தயாராக உள்ளனர். நியூயார்க்கில் இருக்கும்

மன்ஹாட்டன் நகரில் உள்ள ஒரு வெற்றிகரமான வீடுமனை விற்பனைத் தரகர் இவ்வாறு கூறினார்: “என்னால் இன்னும் அதிகமான பணத்தைச் சம்பாதித்திருக்க முடியும். ஆனால், இரவில் நிம்மதியான தூக்கம் வேண்டும் என்று நான் விரும்பினேன்.”

பொதுவாக வியாபாரங்கள் தோல்வியுறுவதற்கும், குடும்பங்கள் சிதறுவதற்கும், அரசாங்கங்கள் கவிழ்வதற்கும் பணம் அல்லது பணமின்மைதான் காரணம் என்று கூறப்பட்டு வருகிறது. பணம் படைத்தவர்கள், பணம் இல்லாதவர்கள் என்று உலகம் இன்றும் இரண்டாகப் பிளவுபட்டுள்ளது.

இருந்தாலும், செல்வத்தை ஓர் அழிவுபூர்வமான ஆற்றலாகப் பார்க்கக்கூடாது. உலகின் சில மாபெரும் கண்டுபிடிப்புகளும் படைப்புகளும், பணம் சம்பாதிக்க வேண்டும் என்ற ஒரு தனிமனிதனின் எளிய விருப்பத்தின் காரணமாக விளைந்தவையே. ஜார்ஜ் ஃப்ரெடரிக் ஹான்டலுக்கு ஒரு பொருளாதாரத் தேவை ஏற்பட்டபோது, அவர் தன்னை இருபத்தோறு நாட்கள் தனிமைப்படுத்திக் கொண்டு, ‘த மெசையா’ என்ற இசைக் கச்சேரியை எழுதினார்.

பணத்தின்மீது நல்லது அல்லது கெட்டது என்று முத்திரை குத்த முடியாது. நாணயம் என்பது ஓர் அரசாங்கத்தாலோ அல்லது நிதி நிறுவனத்தாலோ மதிப்பு அளிக்கப்பட்டுள்ள ஒரு காகிதம் அல்லது உலோகத் துண்டு. பணத்தின் ஒரே பொருள், நாம் தனிப்பட்ட முறையில் அதற்குக் கொடுக்கும் அர்த்தம்தான். எடுத்துக்காட்டாக, அன்பின் ஒரு வெளிப்பாடாக, ஒரு பாட்டி ஒரு குழந்தையின் கையில் ஒரு டாலரைக் கொடுக்கலாம். அல்லது, சட்டத்தின்மீது தங்கள் செல்வாக்கைப் பயன்படுத்துவதற்காகப் பணத்தை ஒருவர் லஞ்சமாகவும் கொடுக்கலாம்.

பணத்தின் முக்கியத்துவத்தைப் பற்றிப் புரிந்து கொள்வதற்கு, அது மறைநூல்களில் எவ்வாறு குறிப்பிடப்பட்டுள்ளது என்பதை அறிவது முக்கியம். பைபிளில், மத்தேயு, மாற்கு, மற்றும் லூக்கா ஆகிய அதிகாரங்களில், ஆறில் ஒரு பகுதி, நிதியைப் பற்றிப் பேசுகிறது. செய்த பாவத்திற்கு வருந்துதல், விமோசனம், சொர்க்கம், அல்லது வேறு எந்த விஷயத்தையும்விட, பணத்தை முறையாகப் பயன்படுத்துவதைப் பற்றி இயேசு அதிமாகப் பேசியுள்ளார் என்பதைக் கேள்விப்படும்போது நமக்குப் பயங்கர அதிர்ச்சியாக இருக்கலாம்.

நம் வாழ்வில் பணம் ஒரு மையப் பாத்திரம் வகிப்பதால், அது குறித்த நம் கண்ணோட்டம் இன்றியமையாததாகிறது. ஓர் அழகிய பண்ணைத் தோட்டம் நிறுவப்பட்டு, உங்களுக்கு அதன் 'மேலாளர்' என்ற பட்டம் கொடுக்கப்படுகிறது. 'ஒன்றுமில்லாதவற்றின் உரிமையாளர்' என்று உங்களை நீங்கள் பார்க்கும்போது, உங்கள் கண்ணோட்டத்தில் பெரும் மாற்றம் ஏற்படுகிறது. நீங்கள் அப்பண்ணைத் தோட்டத்தை வெறுமனே மேற்பார்வையிடுகிறீர்கள், அவ்வளவுதான். இருந்தாலும், உங்கள் சொத்துக்களின்மீது உங்களுக்கு உரிமை இருப்பதாக நீங்கள் நம்பினால், அதிகப் பாதுகாப்புடனும், இழப்பு குறித்தக் கவலை மற்றும் மனக் கலக்கத்துடனும் நீங்கள் நடந்து கொள்வீர்கள். உங்களுக்குச் சொந்தமானதை மற்றவர்கள் மதிக்காதபோது, நீங்கள் கோபத்துடன் நடந்து கொள்ளவும் கூடும்.

துரதிர்ஷ்டவசமாக, பலர் தங்கள் சொத்துக்களின் பிடியில் சிக்கிக் கொள்கிறார்கள். இச்சிக்கலில் இருந்து வெளி வருவதற்கு ஒரு வழி, உங்களிடம் இருக்கும் அனைத்தையும் கடவுள் உங்களுக்குக் கொடுத்துள்ளார், நீங்கள் அதன் உரிமையாளர் அல்ல, நீங்கள் அதைப் பாதுகாக்கும் பாதுகாப்பாளராகவும் பராமரிப்பாளராகவும் இருக்கும்படி உத்தரவிடப்பட்டுள்ளீர்கள் என்ற முடிவுக்கு வருவது.

உங்கள் மதிப்பு என்ன?

பணத்தை நாம் எப்படிப் பெறுவது? பொருட்களையோ அல்லது சேவைகளையோ மக்களுக்கு வழங்குவதன் மூலம் பெறலாம். ஒரு முதலாளித்துவ அமைப்பில், மக்கள் பலதரப்பட்ட ஊதியத்தைப் பெறுகின்றனர். ஒரே வீட்டில் வளரும் இரு குழந்தைகள் முற்றிலும் வேறுபட்ட ஊதியத்தைப் பெறக்கூடும். ஒரு குழந்தை வளர்ந்து, ஆளாகி, குறைந்தபட்ட ஊதியத்தைச் சம்பாதிக்கக்கூடும். இன்னொரு குழந்தை, ஆறு இலக்க ஊதியத்துடன் ஒரு மாபெரும் நிறுவனத்தின் தலைவராக ஆகக்கூடும்.

விதிவிலக்குகள் இருந்தாலும்கூட, பெரும்பாலான மக்கள் தங்கள் சுயமதிப்பின் நேர்விகிதத்தில்தான் சம்பாதிக்கின்றனர். எடுத்துக்காட்டாக, நீங்கள் ஒரு வருடத்திற்கு 60,000 டாலர்கள் சம்பாதிக்கும் தகுதியுடைவர் என்று இதயபூர்வமாக நம்பினால், அறிந்தோ அல்லது அறியாமலோ அதை மெய்ப்பிக்கும் வேலையில் இறங்கிவிடுவீர்கள். இதற்கு நேரெதிரானதும் உண்மை. நாம் ஒன்றைப் பெறத் தகுதியானவரல்ல என்று நினைக்கும் விஷயத்தை நாமாகவே அழித்துவிடுகிறோம். ஹென்றி ஃபோர்டு இவ்வாறு கூறியுள்ளார்: “பணம் மனிதர்களை மாற்றுவதில்லை, அது வெறுமனே அவர்களின் முகத்திரையைக் கிழிக்கிறது. ஒரு மனிதன் இயற்கையிலேயே சுயநலவாதியாகவும், ஆணவக்காரனாகவும், பொறாமையுடையவனாகவும் இருந்தால், பணம் அவற்றை வெளிக்கொணரும், அவ்வளவுதான்.”

பணத்தை உண்மையிலேயே உற்பத்தி செய்பவர்கள், அரசாங்கத்தில் நாணயங்கள் அச்சிடும் இடத்தில் பணிபுரிபவர்கள் மட்டும்தான். பிற அனைவரும், பொருட்களையும் சேவைகளையும் பரிமாறுவதன் மூலம் பணத்தைச் சம்பாதிக்கின்றனர்.

இருந்தாலும் பலர், பணத்தைச் சம்பாதிப்பதற்குத் தங்கள் வாழ்நாள் முழுவதையும் செலவிட்டாலும், வருங்காலத்திற்கான பொருளாதாரப் பாதுகாப்பிற்குத் தேவையான ஒரு திட்டத்தைப் பின்பற்றத் தவறிவிடுகின்றனர். பணியிலிருந்து ஓய்வு பெறும் நாளை அவர்கள் ஆவலுடன் எதிர்பார்த்துக் கொண்டிருக்கின்றனர், ஆனால் அதற்கு அவர்கள் தங்களைத் தயார் செய்து கொள்வதில்லை.

விசுவரூபம் எடுக்க ஓர் எளிய திட்டம்

உங்கள் வயதும் வருமானமும் எதுவாக இருந்தாலும் சரி, உங்கள் சொந்த நிதிநிலைமையை மேம்படுத்துவதற்கு நீங்கள் செய்யக்கூடிய விஷயம் ஒன்று உள்ளது. ‘ஐந்து என்னும் மந்திரம்’ என்று அழைக்கப்படும் அத்திட்டம் இவ்வாறு வேலை செய்கிறது. உங்களிடம் வரும் ஒவ்வொரு 100 டாலர்களுக்கும் ஒரு 5 டாலர்களை எடுத்துத் தனியாக வைத்துவிடுங்கள். அதை உடனடியாக முதலீடு செய்யுங்கள். அதிலிருந்து கிடைக்கும் வட்டியையும் மறுமுதலீடு செய்யுங்கள். முதலில் உங்கள் வரவு செலவுத் திட்டத்தைத் திருத்தி அமைக்க வேண்டியிருக்கலாம். ஆனால், அதன் பிறகு நடப்பதைக் கண்டு நீங்கள் பிரமித்துப் போவீர்கள்.

அதற்கு ஓர் எடுத்துக்காட்டு இது. ஒரு தனிநபரோ அல்லது ஒரு தம்பதியரோ, இருபத்தைந்து வயதில் வருடத்திற்கு 30,000 டாலர்கள் சம்பாதிப்பதாக வைத்துக் கொள்வோம். முதலாம் ஆண்டு முதலீடு 1,500 டாலர்களாக இருக்கும். 7 சதவீத வட்டி என்ற கணக்கில், முதல் வருடத்தில் அவர்கள் கூடுதலாக 105 டாலர்கள் பெறுவார்கள். வேலையில் அவர்களுக்குப் பதவி உயர்வோ அல்லது சம்பள உயர்வோ கிடைக்காமல் அதே 30,000 டாலர்களைச் சம்பாதித்தாலும்கூட, 65 வயதில் அவர்களது சிறிய திட்டம் அவர்களுக்கு 340,000 டாலர்களைப் பெற்றுத் தந்திருக்கும். அதே நபரின் வருமானம் காலப்போக்கில்

அதிகரித்து, அவர் அதில் 5 சதவீதத்தை 7 சதவீத வட்டியில் முதலீடு செய்தால், அது அவருக்குப் பத்து இலட்சம் டாலர்களை ஈட்டித் தரும்.

உங்கள் வாழ்க்கைமுறையில் நீங்கள் ஏற்படுத்துகின்ற ஒரு மாற்றத்தாலும், பணம் குறித்த உங்கள் கண்ணோட்டத்தாலும் மட்டுமே உங்கள் பொருளாதார வெற்றி தீர்மானிக்கப்படும். விதைகள் விதைக்கப்படுவதற்குத்தான், உண்பதற்கு அல்ல என்பதை நீங்கள் உணர்ந்து கொண்டால், அறுவடையின்போது செழிப்பான பயிர்களைக் காண்பீர்கள்.

மக்கள் ஏன் அதைச் செய்வதில்லை? தங்கள் வாழ்வின் மற்ற பகுதிகளில் கவனம் செலுத்துவதைப்போல் முதலீட்டில் அவர்கள் கவனம் செலுத்துவதில்லை. ஜான் ஜேக்கப் ஏஸ்டர் இவ்வாறு கூறியுள்ளார்: “செல்வம் பெரும்பாலும் வழக்கத்தின் விளைவே.” உங்கள் எதிர்காலத்தில் நீங்கள் தொடர்ந்து முதலீடு செய்யும்போது, ஓர் அற்புதமான செயல்முறை துவங்குகிறது. இது ஓர் உயர்ந்த நிதிப் பாதுகாப்பு நிலைக்கு இட்டுச் செல்கிறது. அந்த நிலை, நாளைய தினத்தைக் குறித்தத் தன்னம்பிக்கை மற்றும் தனிமனித நன்னம்பிக்கையாக மாறுகிறது.

பாதை எப்போதும் சீரானதாகவும் எளிதானதாகவும் இருக்காது, ஆனால் விளைவுகள் உங்களுக்குப் பெரும் பலன்களை ஈட்டித் தரும்.

‘என் எதிர்காலத்திற்காக, ஒவ்வொரு வாரமும் ஒரு நிதி முதலீட்டைச் செய்வேன்’ என்று நீங்கள் பிரகடனம் செய்வதற்கான நேரம் இது.

மணி 15

புதிய அவதாரம் எடுத்துள்ள உங்கள் உடல்

ஒரு பல்பொருள் அங்காடியில் பணம் செலுத்துமிடத்தில் அடுக்கி வைக்கப்பட்டிருக்கும் பத்திரிகைகளின்மீது உங்கள் பார்வையை ஓடவிட்டால், தனிமனித ஆரோக்கியம் குறித்த நம் நிலைப்பாட்டை அது வெளிப்படுத்தும். ஒவ்வொரு வாரமும் ஒரு புதிய உணவுப் பத்தியத்தை மக்கள் முயற்சித்துப் பார்க்கும் வகையில் ஒவ்வொரு வருடமும் போதுமான உணவுக் கட்டுப்பாட்டு முறைகள் அறிமுகப்படுத்தப்படுகின்றன. சிலர் அவற்றை முயற்சித்துப் பார்ப்பதுபோலவும் தோன்றுகிறது.

உடலைத் தகுதியாக வைத்துக் கொள்வதில் நமக்குள்ள ஆர்வம் ஒன்றும் புதிதல்ல. சுமார் இரண்டாயிரம் ஆண்டுகளுக்கு முன், ப்ளூடார்க், மருத்துவ ஆலோசனை

வழங்கிக் கொண்டிருந்தார். அவர், "ஒரு மனிதன் தன் உடலை ஒரு கப்பலின் பாய்மரத்தைப்போல் பயன்படுத்த வேண்டும். மேகங்கள் கண்ணுக்குப் புலப்படாதபோது அதை அதிகமாகக் கீழிறக்கவோ அல்லது குறைக்கவோ கூடாது. ஏதோ பிரச்சனை உள்ளது என்ற சந்தேகம் அவனுக்கு எழும்போது, அச்சூழ்நிலையை நிர்வகிப்பதில் தாமதமோ அல்லது கவனக்குறைவோ இருக்கக்கூடாது," என்று கூறினார்.

ப்ளூடார்க் கூறிய, வாழ்வு குறித்த சமநிலை அணுகுமுறையைப் பின்பற்றுவதற்கு மாறாக, உணவுக் கட்டுப்பாடு, உடற்பயிற்சி, மற்றும் தங்கள் உடல் ஆரோக்கியம் குறித்துப் பலர் குழம்பிப் போயுள்ளனர்.

மனத்திற்கும் உடலுக்கும் இடையேயான பரஸ்பரத் தொடர்பு

உங்கள் உடல்நலனில் உங்கள் மனம் ஒரு குறிப்பிடத்தக்கப் பங்கு வகிக்கிறது என்பதைப் பெரும்பாலான மருத்துவர்கள் ஒப்புக்கொள்கின்றனர். ஐரோப்பிய ஆய்வாளர் ஜோகன் ஆல்கிரிஸ்ட் இவ்வாறு கூறியுள்ளார்: "மனநிலைக்கும் நோய்த்தடுப்பாற்றலுக்கும் இடையே நெருங்கிய தொடர்பு இருப்பதற்கான சாத்தியக்கூறை மறுப்பதை அறிவியல் தற்கொலை என்று கூற வேண்டும்."

உடல் ஆரோக்கியத்தின்மீது மனம் ஒரு பெரும் தாக்கத்தை ஏற்படுத்துகிறது என்பதை நாம் அறிந்துள்ளோம். ஒவ்வொர் எண்ணமும் நம் உடலில் ஒரு தாக்கத்தை ஏற்படுத்துகிறது. அது நம் வேதியல் சமநிலையைப் பெருமளவிற்கு மாற்றுகிறது. ஹார்வர்டு மருத்துவக் கல்லூரியில் பேராசிரியராகப் பணியாற்றும் டாக்டர் ஸ்டீபன் லாக், 'த ஹீலர் வித்தின்' என்ற தன் புத்தகத்தில் அதை ஆமோதிக்கிறார்.

"சளி முதல் புற்றுநோய்வரை சகலவிதமான நோய்களையும் விளைவிப்பதில் உளவியல் காரணிகள் பெரும் பங்காற்றுகின்றன. நம் ஆரோக்கியத்தில் ஆழ்ந்த தாக்கத்தை ஏற்படுத்தும் ஹார்மோன்கள், நரம்புத் தூண்டுதல்களைக் எடுத்துச் செல்லும் வேதிப் பொருட்கள், நரம்பணுக்களின் நடவடிக்கைகள் ஆகியவற்றை நம் எண்ணங்களும் மனநிலைகளும் முடுக்கிவிடுகின்றன."

மனம், சக்திவாய்ந்த நம் உணர்ச்சி அமைப்புகளுடன் இணையும்போது, பலதரப்பட்ட நடத்தைகளை உருவாக்குகிறது. பல விஷயங்களில், நம் நடவடிக்கைகள் வெறுமனே நமது பிற அடிப்படைத் தேவைகளைக் குறிக்கும் அறிகுறிகள் மட்டுமே. எடுத்துக்காட்டாக, சமயங்களில், அன்பு, பாசம், மற்றும் பாதுகாப்பிற்கு மாற்றாக உணவு பயன்படுத்தப்படுகிறது. சிலர், நெருக்கமான உறவு வைத்துக் கொள்வதிலிருந்து தங்களைப் பாதுகாத்துக் கொள்வதற்காக தங்களை அறியாமலேயே அளவுக்கதிகமான உடல் எடையைக் கொண்டிருப்பதாக ஆய்வுகள் தெரிவிக்கின்றன. குழந்தைகளாக இருக்கும்போது பாலியல் பலாத்காரத்திற்கு ஆளான பல பெண்கள் அதிக எடையுடன் இருக்கின்றனர். வேறு சிலர், அவர்களது உடல் எடை எவ்வளவு குறைவாக இருந்தாலும், தாங்கள் மிகவும் குண்டாக இருப்பதாக நினைத்துக்கொண்டு உணவு உண்ணும் விருப்பத்தை இழந்துவிடுகின்றனர்.

உணவுக் கட்டுப்பாட்டு முறைகளை நீங்கள் ஏன் பின்பற்றுகிறீர்கள்?

கேன்சாஸ் நகரில் இரண்டு பேர் தங்கள் உணவுக் கட்டுப்பாட்டைப் பற்றிப் பேசிக் கொண்டிருந்ததாகக் கூறப்படும் ஒரு கதையில், ஒருவர் அடுத்தவருக்கு இவ்வாறு சவால்விட்டார்: "உன் பதினைந்து கிலோ எடையை விரைவாகக் குறைப்பதற்கு நீ கற்பனைகூட செய்திராத ஒரு வழியை என்னால் உனக்குக் காட்ட முடியும்."

“நீ அது என்னவென்று மட்டும் கூறு, நான் அதைச் செய்து காட்டுகிறேன்,” என்றார் பருமனான அவரது நண்பர்.

“இத்திட்டத்தில் உணவுக் கட்டுப்பாடு, மாத்திரைகள், உடற்பயிற்சி ஆகிய எதுவும் கிடையது. நாம் நாளை காலையில் துவங்கலாம்,” என்று அவர் பதிலளித்தார்.

அடுத்த நாள், அந்தப் பருமனான நபர் வந்தபோது, ஏழரை கிலோ எடை கொண்ட இரண்டு பெட்டிகள் மற்றும் இரண்டு ஜோடி கைவிலங்குகளுடன் அவரது நண்பர் காத்துக் கொண்டிருந்தார். அந்தக் கைவிலங்குகளைக் கொண்டு அந்த இரண்டு பெட்டிகளையும் பருமனான நபரின் மணிக்கட்டில் மாட்டிவிட்டு, “இரண்டு வாரங்களுக்கு இவற்றை அணிந்துகொள். ஒருபோதும் நீ அவற்றைக் கழற்றக்கூடாது — நீ தூங்கும்போதும், சாப்பிடும்போதும், குளிக்கும்போதும்கூட,” என்று கூறினார்.

அந்தப் பதினைந்து கிலோ எடைகள் இல்லாமல் தன் வாழ்க்கை எவ்வளவு வித்தியாசமானதாக இருக்கும் என்று ஒருசில மணிநேரங்களிலேயே அவர் உணர்ந்துகொண்டார். பிறகு அவரது நண்பர் அவரது கைவிலங்குகளைக் கழற்றிவிட்டார். அந்த நபரும் உடல் எடையைப் படிப்படியாக இழக்கத் துவங்கினார்.

நீங்கள் எப்படி? உணவுக் கட்டுப்பாட்டைப் பின்பற்றும் இலட்சக்கணக்கானவர்களில் நீங்களும் ஒருவர் என்றால், உங்கள் இடையின் அளவைக் குறைக்க விரும்புவதற்கான காரணத்தை நீங்கள் கூர்ந்து கவனிக்க வேண்டும். பிறர் உங்களை ஏற்றுக்கொள்வதற்காக நீங்கள் எடையைக் குறைக்கிறீர்கள் என்றால், மெல்லிய உடல்தான் பிறர் உங்களை ஏற்றுக் கொள்வதற்கான காரணம் என்று நீங்கள் அனுமானிக்கிறீர்கள். இதன் விளைவு என்ன? பிறரது ஒப்புதலைத் தேடி நீங்கள் ஆரோக்கியமற்ற மற்றுமொரு உணவுக் கட்டுப்பாட்டை முயற்சி செய்ய முனைகிறீர்கள்.

உங்களுக்குத் தெரிந்த யாராவது மூன்று பேரை நீங்கள் கேட்டுப் பாருங்கள், ஒரு நல்ல உணவுக் கட்டுப்பாட்டு முறை குறித்த நான்கு பரிந்துரைகள் உங்களுக்குக் கிடைக்கும். பல வருடங்களுக்கு முன் ஒரு மருத்துவர் இதற்கான ஒரு சிறந்த செயற்திட்டத்தை உருவாக்கினார். அவர், “காலை உணவை ஓர் அரசனைப்போல உட்கொள்ளுங்கள், மதிய உணவை ஓர் இளவரசனைப்போல உண்ணுங்கள், இரவு உணவை ஒரு வறியவனைப்போல உண்ணுங்கள்,” என்று கூறினார். அவர் ஆரோக்கியத்திற்கான ஓர் அடிப்படைக் கொள்கையை நமக்குத் தெரிவித்திருக்கிறார். நீங்கள் உட்கொள்ளும் உணவை, உங்கள் உடல் எரிப்பதற்கு, அதற்கு போதிய வாய்ப்பைக் கொடுங்கள். இரவு நேரத்தில் உங்கள் உடல் எவ்வளவு குறைந்த அளவு உணவை செரிமானம் செய்ய வேண்டியுள்ளதோ, அவ்வளவு அதிக ஆரோக்கியமாகவும் அதிக ஆசுவாசமாகவும் அந்நபர் இருப்பார். எடையும் அவ்வளவாகக் கூடாது.

ஏற்கனவே நடைமுறையில் இருக்கும் உடல் கட்டுப்பாட்டு முறைகள் உண்மையிலேயே பலனளிப்பதாக இருக்கிறது என்றால், புதிய புதிய முறைகள் ஏன் தொடர்ந்து கண்டுபிடிக்கப்பட்டுக் கொண்டேயிருக்க இருக்கின்றன? அதில் பாதிக்கும் மேற்பட்டவே ஏன் வழக்கமாகத் தோல்விகளைச் சந்திக்கின்றன? உணவுக் கட்டுப்பாட்டு முறைகள் தோற்பதற்குக் காரணம், மக்கள் எந்தச் சூழ்நிலைக்குத் தீர்வு காண வேண்டும் என்று நினைக்கிறார்களோ அதே சூழ்நிலையில் அவர்கள் தங்கள் கவனத்தைச் செலுத்த அத்திட்டங்கள் வழிவகுக்கின்றன — அதிக உணவு மற்றும் அதிக எடை. நம்முள் அதிக ஆதிக்கம் செலுத்தும் எண்ணத்திற்கு ஏற்ப நடந்து கொள்வது நம் போக்காக இருப்பதால், உணவுக் கட்டுப்பாட்டில் இருக்கும்போது குறைவாக உண்ணுவதற்குப் பதிலாக நாம் அதிகமாக உண்ண முற்படுகிறோம்.

ஒரு புதிய கவனக்குவிப்பு

எடையைக் குறைப்பது, மீண்டும் அதைப் பெறுவது என்று நாம் மாறி மாறி ஊசலாடிக் கொண்டிருப்பதை ஒரு முடிவுக்குக் கொண்டுவர, உணவின்மீது கவனம் செலுத்துவதற்கு மாறாக உங்கள்மீது கவனம் செலுத்துங்கள். இப்புத்தகத்தில் பரிந்துரைக்கப்பட்டுள்ளதுபோல் நீங்கள் செயல்படத் துவங்கும்போது, உங்கள் தனிமனித மதிப்பும் வளர்ச்சியும் மேம்படும். இதன் விளைவாக, அதிகக் கூர்மையுடன் தோன்றவும் அதிக ஆரோக்கியமாக உணரவும் ஓர் ஆழந்த விருப்பத்தைக் கொள்வீர்கள்.

உங்கள் சுயகருத்து உங்கள் தேவைகளில் வேரூன்றி இருப்பதால், உங்கள் உணர்ச்சிகள் உங்கள் தேவைகளைக் கட்டுப்படுத்துவதற்கு மாறாக, நீங்கள் உங்கள் தேவைகளை உங்கள் கட்டுப்பாட்டில் வைத்திருக்க வேண்டியது முக்கியம். உணவோ அல்லது வெளியிலுள்ள வேறு ஏதேனும் ஒன்றோ உங்களைக் கட்டுப்படுத்திக் கொண்டிருந்தால், நீங்கள் தவறான திசையில் போய்க்கொண்டிருக்கிறீர்கள். இதை நினைவில் கொள்ளுங்கள்: உங்களைப் பற்றி நீங்கள் எவ்வளவு நன்றாக உணர்கிறீர்களோ, அவ்வளவு அதிகமாக உங்கள் தேவைகளை நீங்கள் உங்கள் கட்டுப்பாட்டில் வைத்திருப்பீர்கள், அதனால் உங்கள் உடலும் பயன் பெறும்.

மோசமான ஆரோக்கியத்திற்கு அடிக்கடி நாம் ஒட்டுமொத்தமாக வெளிச்சூழல்கள்மீது பழி போடுகிறோம். எடுத்துக்காட்டாக, புற்றுநோய்க்கு ஐஸ்கிரீமிலிருந்து மைக்ரோவேவ் ஓவன்வரை அனைத்தையும் குறை கூறுகிறோம். இவற்றில் கவனம் செலுத்துவதன் மூலம், ஒரு தரமான வாழ்க்கைக்கான ஒரு நேர்மறையான திட்டத்தை உருவாக்கி அதை நடைமுறைப்படுத்துவதற்கு மாறாக, எவற்றைத் தவிர்க்க வேண்டும் என்பதில் நாம் அதிக அக்கறை கொள்வதுபோல் தோன்றுகிறது.

ஒரு மத போதகரிடம் ஒரு சிறு குழந்தை, "பைபிளில் உள்ள மக்கள் நம்மைவிட ஏன் அதிக நாட்கள் உயிர் வாழ்ந்தனர்?" என்று கேட்டது. அதற்கு அந்த ஆசிரியர், "அவர்கள் அவ்வளவு காலம் வாழக்கூடாது என்பது அவர்களுக்குத் தெரிந்திருக்காத காரணத்தால் அவர்கள் அதிக நாட்கள் வாழ்ந்தனர்," என்று விடையளித்தார். நேர்மறையான சிந்தனையானாலும் சரி, எதிர்மறையான சிந்தனையானாலும் சரி, நாம் எவ்வாறு சிந்திக்கிறோமோ, நம் உடல் அதற்கேற்பவே நடந்து கொள்ளும்.

சமச்சீரான உணவு, நல்ல ஊட்டச்சத்து, நம் வயதிற்கும் சூழ்நிலைக்கும் ஏற்ற சரியான அளவு உடற்பயிற்சி ஆகியவை நம் அனைவருக்கும் தேவை என்பதை உடற்தகுதி மற்றும் சிறந்த ஆரோக்கியம் ஆகியவற்றை ஒரு தொழிலாக மாற்றிக் கொண்டவர்கள் நன்கு அறிவர். சரியான அளவு கலோரிகளை உட்கொண்டுவிட்டு, அவற்றை எரிக்காமல் விட்டுவிடுவதால் என்ன பிரயோஜனம்? சரியான அளவு உணவை உட்கொண்டு, ஆனால், போதுமான ஊட்டச்சத்துக்கள் நமக்குக் கிடைக்காதபோது, அதனால் என்ன பலன்?

அந்த இரகசிய அம்சம்

சிறந்த ஆரோக்கியம் என்பது ஒரு சிறந்த உணவுக் கட்டுப்பாட்டு முறையால் மட்டும் வருவதல்ல. பலரது விஷயத்தில் உடற்பயிற்சி காணாமல் போய்விடுகிறது. ஒருவர் விளையாட்டாக இவ்வாறு கூறியுள்ளார்: சிலர் மேற்கொள்ளும் ஒரே உடற்பயிற்சி, ஆராயாமல் முடிவுகளில் குதிப்பது, தங்களது நண்பர்கள்மீது ஏறிச் செல்வது, பொறுப்புகளிலிருந்து விலகி ஓடுவது, பிரச்சனைகளைக் கண்டு தலையைக் குனிந்து கொள்வது, குறையை அடுத்தவரிடத்தில் சுமத்துவது, மற்றும் தங்கள் அதிர்ஷ்டத்தைச் சீண்டிப் பார்ப்பது ஆகியவைதான்.

நீங்கள் சாப்பிடுவதைக் கண்காணிப்பது என்பது, தானாகவே ஓர் ஆரோக்கியமான உடலை உருவாக்காது. அதற்கு ஒரு தினசரி உடற்பயிற்சித் திட்டத்தை உள்ளடக்கிய ஒரு மாறுபட்ட வாழ்க்கைமுறை இன்றியமையாதது.

24 மணிநேரத்தில் உங்கள் வாழ்க்கையை மாற்றுவதன் ஓர் இன்றியமையாத அம்சம் என்ற முறையில், பின்வரும் உறுதியை உங்களால் எடுத்துக் கொள்ள முடியுமா? இன்றிலிருந்து, ஒவ்வொரு நாளும் குறைந்தபட்சம் பதினைந்து நிமிடங்கள் நான் ஒரு முறையான உடற்பயிற்சித் திட்டத்தில் செலவிடுவேன்.

"அது மிகவும் எளிதானதாகத் தோன்றுகிறது. ஒரு நாளுக்கு வெறும் பதினைந்து நிமிடங்கள்தானே?" என்று நீங்கள் கூறலாம். ஓர் உறுதியை மேற்கொள்வது எளிது, ஆனால் ஒழுங்குடன் அதைப் பின்பற்றுவது மிகவும் கடினம். இருந்தாலும், தொடர்ச்சியான சிறந்த ஆரோக்கியம் மற்றும் நீண்ட ஆயுள் ஆகியவற்றுக்கான ஒரு தனிப்பட்டத் திட்டத்தில் காணாமல் போயுள்ள ஓர் அம்சத்தைப் பற்றித்தான் நாம் இங்கு பேசிக் கொண்டிருக்கிறோம்.

உங்கள் வீட்டைச் சுற்றி சுறுசுறுப்பாக சில சுற்றுக்கள் சென்று வருவது அல்லது ஒரு ஷாப்பிங்—மால் வழியாக நடந்து செல்வது உங்கள் குறிக்கோளாக இருந்தால், இப்போதே துவங்கி, அதை ஒரு தினசரி வழக்கமாக்கிக் கொள்வதற்கு உறுதியெடுத்துக் கொள்ளுங்கள். அந்தப் பதினைந்து நிமிட நடை, அரைமணிநேர உடற்பயிற்சியாக மாறுவதைக் கண்டு நீங்கள் ஆச்சரியம் கொள்ளலாம். யாருக்குத் தெரியும்? நீங்கள் சில உடற்பயிற்சிக் கருவிகளைக்கூட வாங்கக்கூடும் அல்லது ஒரு ஹெல்த் கிளப்பில் சேரக்கூடும். ஆனால் ஒரு நாளைக்குப் பதினைந்து நிமிடம் பயிற்சி செய்வதை நீங்கள் தொடர்ந்து செய்து வருவது உங்களுக்கு நல்ல பலனைத் தரும்.

உடற்பயிற்சியை ஒரு வெறியாக மாற்றுவது உங்கள் இலக்கு அல்ல என்பதை நினைவில் கொள்ளுங்கள். இன்றிலிருந்து துவங்கி, தினசரி உடற்பயிற்சி உங்கள் வாழ்வின் ஒரு நிரந்தர அங்கமாக ஆகிறது என்பதுதான் முக்கியம். அதிகரிக்கும் ஆற்றல், நோய்க்கான குறைந்த வாய்ப்பு, மற்றும் உங்கள் புதிய பிறவிக்கான இரகசியம் இதுதான்.

மணி 16

வெற்றியாளரின் தோற்றம்

அமெரிக்காவின் துல்சா நகரைச் சேர்ந்த ஒரு வணிகர் சான்பிரான்சிஸ்கோ விமான நிலையத்தின் தன் விமானத்திற்காகக் காத்துக் கொண்டிருந்தார். திடீரென்று, தான் நீண்ட நாட்களாகச் செய்ய விரும்பிய ஏதோ ஒன்றைச் செய்வதற்கான துணிச்சலை வரவழைத்துக் கொண்டு, நன்றாக உடையுடுத்தியிருந்த ஒரு மனிதரிடம் சென்று, "உங்களால் எனக்கு ஒரு உதவி செய்ய முடியுமா?" என்று கேட்டார்.

முன்பின் அறிமுகமில்லாத அந்த மனிதர், "என்னால் முடிந்ததைச் செய்கிறேன்," என்று கூறினார்.

"நீங்கள் இதற்கு முன் என்னை ஒருபோதும் பார்த்ததில்லை, இதற்குப் பிறகும் ஒருபோதும் என்னைப் பார்க்காமல் போகக்கூடும். எனவே, ஒரு விஷயத்தில் நீங்கள் எனக்கு உதவ வேண்டும் என்று நான் உங்களைக் கேட்டுக் கொள்கிறேன்."

“நிச்சயமாக! என்ன வேண்டுமோ கேளுங்கள்,” என்று அவர் பதிலளித்தார்.

“நான் கேட்பது சற்று வித்தியாசமானதாக உங்களுக்குத் தோன்றலாம். ஆனாலும், என்னை நன்றாகக் கவனித்துப் பார்த்து, என் தோற்றத்தைப் பற்றிய உங்களது நேர்மையான அபிப்பிராயத்தை நீங்கள் எனக்குக் கொடுக்க வேண்டும்.”

அவர் சிரித்துக்கொண்டே, “நீங்கள் உண்மையிலேயே என் அபிப்பிராயத்தைக் கேட்கிறீர்களா?” என்று கேட்டார்.

அந்த வணிகர் புன்னகைத்தவாறு, “ஆமாம், நீங்கள் என்ன நினைக்கிறீர்களோ அதை அப்படியே கூறுங்கள். நீங்கள் நானாக இருந்தால், என்னென்ன மாறுதல்களை நீங்கள் மேற்கொள்வீர்கள்?” என்று கூறினார்.

அந்த மனிதர் அந்த வணிகரைப் பார்த்து, “நீங்கள் கேட்பதால் நான் என் அபிப்பிராயத்தைக் கூறுகிறேன். ஓரிரு விஷயங்களை நீங்கள் முயற்சிக்கலாம். முதலில், உங்கள் கண்ணாடி இக்காலத்திற்குப் பொருத்தமில்லாததுபோல் தோன்றுகிறது. நவீன யுகத்தில் இவ்வளவு தடிமனான விளிம்பைக் கொண்ட கண்ணாடிகளை யாரும் அணிவதில்லை. உங்கள் முகத்தில் இருக்கும் கிருதாவையும் சற்றுக் குறைத்துக் கொண்டால் நன்றாக இருக்கும்,” என்று கூறினார்.

“இதைத்தான் நான் கேட்க விரும்பினேன்,” என்று கூறிவிட்டு, அந்த மனிதருக்கு நன்றி தெரிவித்துவிட்டு, அந்த வணிகர் தன் விமானத்தை நோக்கிச் சென்றார்.

அடுத்த நாள் அவர் துல்சாவிற்குச் சென்றவுடன், முதல் வேலையாக ஒரு கண்ணாடிக் கடைக்கும், முடித்திருத்தக் கடைக்கும் விஜயம் செய்தார்.

பெரும்பாலான நேரங்களில், நாம் உண்மையிலேயே எப்படித் தோன்றுகிறோம் என்பதை நாம் கடைசியாகத்தான் அறிகிறோம். நமக்கு அறிமுகமில்லாதவரின் ஆலோசனையைக் கேட்கும் துணிச்சல் நமக்கு இல்லாமல் போகலாம், ஆனால், கண்ணாடியில் நம்மைப் பார்த்து, "என் உருவம் என்னிடம் என்ன தெரிவிக்கிறது? என்று நம்மையே நாம் கேட்டுக் கொள்ள வேண்டும்.

ஒருவர் அணிந்திருக்கும் உடையின் அடிப்படையில் மக்கள் எவ்விதம் அவரிடம் நடந்து கொள்கின்றனர் என்பதை அறிந்து கொள்ளப் பல ஆய்வுகளை, 'ட்ரெஸ் ஃபார் சக்சஸ்' என்ற தன் புத்தகத்திற்காக ஜான் டி. மாலோய் மேற்கொண்டார்.

ஒரு பரிசோதனையில், ஒரு மனிதர் அணியும் மழைக்கோட்டின் நிறம், மக்கள் அவரை நடத்தும் விதத்தைத் தீர்மானிக்கும் என்பது உண்மையா என்பதை அறிந்துகொள்ள விரும்பினார். ஒரு நபரின், கிட்டத்தட்ட ஒரே மாதிரி இருக்கும் இரண்டு படங்களைப் பொதுமக்களில் 1,362 பேரிடம் அவர் காட்டினார். அந்த இரண்டு படங்களுக்கும் இடையே ஒரே ஒரு வித்தியாசம்தான் இருந்தது. அப்படங்களில் இருந்தவர் ஒரே மனிதர்தான். இரண்டு படங்களிலும் அவர் ஒரே மாதிரியான சட்டை, ஒரே மாதிரியான பேன்ட், ஒரே மாதிரியான டை, மற்றும் ஒரே மாதிரியான காலணிகளை அணிந்திருந்தார். மழைக்கோட்டு மட்டும்தான் வேறுபட்டிருந்தது. ஒரு படத்தில் அது கருமை நிறத்திலும், அடுத்ததில் லேசான மஞ்சள் கலந்த பழுப்பு நிறத்திலும் இருந்தது. படத்திலுள்ள இருவரும் இரட்டைப் பிறவிகள் என்று பரிசோதனையில் பங்கு கொண்டவர்களிடம் கூறப்பட்டது. அவர்களில் யார் அதிக அந்தஸ்து மிக்கவர்களாகத் தோன்றுகிறார்கள் என்று அடையாளம் காணுமாறு அவர்களிடம் கேட்கப்பட்டது.

முடிவுகள் ஆச்சரியமூட்டுபவையாக இருந்தன. "87 சதவீதத்திற்கும் மேற்பட்டவர்கள், அதாவது, 1,118 மக்கள் மஞ்சள் கலந்த பழுப்பு நிற மழைக்கோட்டு அணிந்திருந்தவரைத் தேர்ந்தெடுத்தனர்," என்று மாலோய் கூறினார்.

ஏதோ சில காரணங்களுக்காக, பொதுமக்கள் ஒரு கறுப்பு மழைக்கோட்டை நடுத்தர மற்றும் கீழ்த்தட்டு மக்களுடன் தொடர்புபடுத்துகின்றனர். மேல்தட்டு மக்களை அவர்கள் மஞ்சள் கலந்த பழுப்பு நிறத்துடன் அடையாளம் காண்கின்றனர்.

நீங்கள் என்ன அணிந்து கொண்டிருக்கிறீர்கள் என்பதைக் கொண்டு மக்கள் உங்களை உடனடியாக எடைபோட்டுப் பார்க்கிறார்களா? நிச்சயமாகப் பார்க்கிறார்கள். நீங்களும்கூடத்தான் பிறரை அவர்களது உடையைக் கொண்டு எடைபோடுகிறீர்கள். எடுத்துக்காட்டாக, தொழிலாளர்கள் அணியும் காலணிகளை அணிந்துள்ள ஒரு நபரை, பெருநிறுவன நிர்வாகத்திற்கு வாய்ப்புள்ள ஒருவராக நம்மால் நினைத்துப் பார்க்க முடியாதது.

ஓர் அன்றாடச் சரிபார்ப்புப் பட்டியல்

மக்கள் தாங்கள் மிகவும் விரும்பும் வேலைகளுக்கு ஏற்றவாறு உடையணியத் துவங்கும்போது, விரைவில் அப்பதவிகளுக்குப் பொருத்தமானவர்களாகப் பார்க்கப்படுகிறார்கள் என்று மீண்டும் மீண்டும் நிரூபிக்கப்பட்டுள்ளது. கோட்பாடு என்னவென்றால், மக்களால் 'பார்க்க' முடியும்போது, அவர்களால் அதுவாக 'இருக்க'வும் முடியும்.

"அவருக்குப் பதவி உயர்வு கிடைத்ததற்கான காரணம் அவர் தோற்றத்தில் ஏற்பட்ட மாற்றமா அல்லது அவரது நேர்மறையான சுயபிம்பம் மற்றும் வலிமையாக

இலக்குகளை நிர்ணயித்ததன் விளைவா?" என்ற கேள்வி எழலாம். உண்மை என்னவென்றால், தங்கள் சுயமதிப்பை மேம்படுத்தாமல் அல்லது புதிய இலக்குகளைத் தங்களுக்கு நிர்ணயித்துக் கொள்ளாமல் வெறுமனே தங்கள் தோற்றத்தை மட்டும் மாற்றுபவர்கள் வெகு சிலரே.

இந்த நேரத்தில் உங்கள் தோற்றத்தை மாற்றிக் கொள்ளுமாறு நாங்கள் உங்களைக் கேட்டுக் கொள்கிறோம் — ஆனால், நீங்கள் கற்பனை செய்யும் காரணங்களுக்காக அல்ல. பிறரைப் பிரமிக்கச் செய்வது நோக்கம் அல்ல, உங்கள்மீதே தாக்கத்தை ஏற்படுத்துவதுதான் நோக்கம்! நடப்பு நாளுக்குத் தயாராகும்போது, உங்கள் தோற்றத்தைப் பற்றிய ஒரு சிறிய சரிபார்ப்புப் பட்டியலில் கவனம் செலுத்துவதில் சில கூடுதல் கணங்களைச் செலவிடுங்கள். உங்களை நீங்கள் கேட்க வேண்டிய கேள்விகள் இவை:

> என் தலைமுடி சீராக அலங்கரிக்கப்பட்டுள்ளதா?
>
> இன்றைய தினத்திற்கு என் உடை பொருத்தமாகத் தேர்வு செய்யப்பட்டுள்ளதா?
>
> என் உடையின் நிறமும் பாங்கும் என் வேலைக்குப் பொருத்தமானவையாக இருக்கின்றனவா?

இச்சிறு விவரங்கள் ஏன் முக்கியத்துவம் பெறுகின்றன? உங்கள் தோற்றத்தைப் பற்றி நீங்கள் பெருமிதத்தையும் நம்பிக்கையையும் உணரும்போது, நீங்கள் எதிர்கொள்ளும் ஒவ்வொரு சூழ்நிலையிலும் அது நேர்மறையான நடவடிக்கையாகப் பிரதிபலிக்கும்.

உங்கள் காலணிகளைப் பளிச்சூட்டுவது போன்ற ஓர் எளிய நடவடிக்கைகூட உங்கள் நடத்தையில் ஒரு நுண்ணிய, ஆனால், ஆழ்ந்த தாக்கத்தை ஏற்படுத்தும். திடீரென்று, நீங்கள் உங்களைக் குறித்துச் சிறப்பாக உணர்வீர்கள். உங்கள் நடையிலும் பேச்சிலும் அதிக

அதிகாரமும் நம்பிக்கையும் பிரதிபலிக்கும். பெண்கள் ஒரு குறிப்பிட்ட நகையை அணிவதன் மூலம் இதே விளைவுகளைப் பெறலாம். ஆண்கள் ஒரு நாகரீகமான ‘டை’ அணிந்து கொள்ளலாம்.

ஒரு விலையுயர்ந்த வாசனைத் திரவியத்தை ஓரிரு சொட்டுக்கள் நீங்கள் உங்கள்மீது தெளித்துக் கொண்டால் யாருக்கும் அது தெரியாது, ஆனால் நீங்கள் அதை அறிவீர்கள். அப்போது அது உங்கள் சுயமதிப்பிற்கு ஒரு கூடுதல் ஊக்கத்தை அளிக்கும். அதிகமான செல்வாக்குடன் விளங்கவும், அதிக மரியாதையுடன் நடத்தப்படவும் விரும்பும் மனநல நோயாளிகளின் சுயமதிப்பில் ஒரு குறிப்பிடத்தக்க ஏற்றம் இருப்பதாக மனநல மருத்துவர்கள் கூறுகின்றனர். பலரது விஷயங்களில், முன்னேற்றத்திற்கான, மிகவும் ஆற்றல் வாய்ந்த தனியோர் அம்சம், தாங்கள் விரும்பும் பிம்பத்திற்கு ஏற்ற உடைக்கு மாறுவதாகும்.

பெரும்பாலான மக்கள், ஒரு குறிப்பிட்டப் பாணியில் உடையுடுத்தும் பழக்கத்தை உருவாக்கிக் கொண்டு, தங்கள் தோற்றத்தில் போதுமான மாற்றத்தை ஏற்படுத்த ஒருபோதும் முயற்சிப்பதில்லை. நீங்கள் நிச்சயமாக நீங்களாகத்தான் இருக்க வேண்டும். ஆனால், அவ்வப்போது உங்களைச் சுற்றியுள்ள உலகத்துடன் ஒப்பிடுகையில் நீங்கள் எப்படித் தோன்றுகிறீர்கள் என்று மதிப்பிடுவது அவசியம். இதற்கு ஒரு விரைவான வழி உள்ளது. ‘டைம்’ அல்லது ‘நியூஸ்வீக்’ பத்திரிகையின் நடப்புப் பிரதி ஒன்றை எடுத்துக் கொண்டு அதிலுள்ள விளம்பரங்களைப் பாருங்கள். மக்கள் என்ன அணிந்து கொண்டிருக்கிறார்கள்? சிகை அலங்காரங்கள் எவ்வாறு மாறியுள்ளன? விளம்பரத்தில் உள்ளது போலவே நீங்கள் செய்ய வேண்டும் என்பதில்லை, ஆனால், நவீன பாணிகளைப் பற்றிய விழிப்புணர்வு, தேர்ந்தெடுப்பதற்கு உங்களுக்கு அதிக வாய்ப்புகளைக் கொடுக்கும்.

விலை என்ன?

நவீன பாணி அல்லது தோற்றப் பொலிவு என்று வரும்போது, "எனக்கு அது கட்டுப்படியாகாது," என்று பலர் கூறுவர். இருந்தாலும், பாணி என்பது பணத்தைவிட, தனிப்பட்ட விருப்பம், சுத்தம், மற்றும் சிறந்த தோற்றப் பொலிவு ஆகியவற்றோடு தொடர்புடையது. நவீன பாணி அல்லது தோற்றம் ஆகியவற்றைக் குறித்த எந்த உணர்வும் இல்லாத ஒரு கோடீஸ்வரர், நிச்சயமாக அவரது சமூகப் பொருளாதார நிலையின் பிரதிபலிப்பாக ஒருபோதும் விளங்குவதில்லை .

சமயங்களில் இதற்கு நேரெதிரானதும் உண்மையாக இருக்கக்கூடும். பலரது விஷயங்களில், உடைக்காகச் செலவிடுவதற்குக் குறைந்த அளவே பணம் கொண்ட ஒரு நபர், ஒரு தள்ளுபடி விற்பனைக் கடையில் வாங்கும் ஓர் எளிய உடை மிகவும் நேர்த்தியானதாக அமையக்கூடும். அது யோசித்துத் தேர்ந்தெடுப்பதைச் சார்ந்தது. கிரேக்கத் தத்துவஞானி பிளேட்டோ இதை நெடுங்காலத்திற்கு முன்பு இவ்வாறு கூறியுள்ளார்: "பாங்கு, இணக்கம், பொலிவு, மற்றும் சிறந்த தாளம் ஆகியவற்றின் அழகு எளிமையைச் சார்ந்துள்ளது."

பால்டிமோர் நகரில் தன் உணவகத்தின் தோற்றப் பொலிவைச் சற்று உயர்த்த விரும்பிய ஒருவரை நாங்கள் அறிவோம். அதிகப் பணம் செலவழித்துத் தொழில்முறை அலங்கரிப்பாளரை அழைத்துத் தன் உணவகத்திற்கு மெருகேற்ற முயற்சிப்பதற்குப் பதிலாக, அவர் ஓர் எளிய திட்டத்தை உருவாக்கினார். சுவர்களுக்கு வெள்ளை வண்ணம் பூசினார். கூரையையும் நாற்காலிகளையும் கருமை நிறத்திற்கு மாற்றினார். அவரது ஒவ்வொரு சாதாரண மேசையின்மீதும் வெள்ளைத் துணியை விரித்தார். ஒவ்வொரு சர்வருக்கும் ஒரு வெள்ளைச் சட்டை, கருப்பு நிற 'போ டை,' மற்றும் கருப்பு மேற்சட்டை ஆகியவற்றைக்

கொடுத்தார். கிட்டத்தட்ட உடனடியாக, உணவு வகைகளில் எந்த மாற்றமும் செய்யாமலேயே, அவரது உணவகம் மேல்தட்டு மக்களைக் கவர்ந்திழுக்கத் துவங்கியது. உடனடியாக வியாபாரமும் வெற்றிகரமாக நடைபெறத் துவங்கியது. கருப்பு வெள்ளை அலங்காரமும், சிறப்பாகத் தோற்றமளித்த சர்வர்களும் ஒரு நளினமான தோற்றத்தை ஏற்படுத்தினர்.

நீங்கள் எவ்வளவு விலையுயர்ந்த ஆடைகளை வாங்கி அடுக்கினாலும், அவற்றைச் சிறப்பான முறையில் அணியாவிட்டால், நீங்கள் அவற்றிற்குச் செல்வழித்தப் பணம் வீண்தான். பிரபல வழக்கறிஞர் கிளாரென்ஸ் டேரோ, தன் தோற்றம் குறித்துப் பிறரது கேலிக்கு ஆளானபோது, "உங்கள் எல்லோரயும்விடச் சிறந்த தையற்காரரிடம் நான் என் உடைகளைத் தைத்துக் கொள்கிறேன், அதிக விலை கொடுத்து என் உடைகளை வாங்குகிறேன். எனக்கும் உங்களுக்கும் உள்ள ஒரே வித்தியாசம் நீங்கள் உங்கள் ஆடைகளில் தூங்குவதில்லை. அவ்வளவுதான்," என்று கூறினார். உங்கள் தோற்றத்தில் உள்ள தன்னம்பிக்கை ஒரு நல்ல துவக்கம்தான், ஆனால், சமநிலை மற்றும் நம்பிக்கையுடன் இருப்பதைப் பிறருக்கு உணர்த்துவதற்கு இதற்கும் கூடுதலான சிலவற்றை உங்களால் செய்ய முடியும்.

தன்னம்பிக்கை என்பது கற்றுக் கொள்ளும் ஒரு நடத்தை என்று 'நேஷனல் லீக் ஆஃப் ஜூனியர் காட்டிலியன்ஸ்' என்ற, இளைஞர்களுக்கான ஒரு சமூகப் பயிற்சித் திட்டத்தின் இயக்குனர் ஆனா கால்வின் வின்டர்ஸ் நம்புகிறார். "'வலிமையான நடை'யின் முக்கியத்துவத்தை நான் தொடர்ந்து வலியுறுத்துகிறேன்," என்று அவர் கூறுகிறார். உங்கள் தோள்களை விரித்து ஒரு குறிக்கோளுடன் நடப்பது ஒரு பழக்கமாக மாற வேண்டும். உங்கள் நவீன ஆடைகளில் சிறப்பாகத் தோன்றுவதற்கு இதைவிடச் சிறந்த வழி இல்லை.

பிற உருவ மாற்றிகள்

ஜீவனே இல்லாததுபோல் கைகுலுக்கும் ஒருவருடன் நீங்கள் எப்போதேனும் கைகுலுக்கியிருக்கிறீர்களா? சமீபத்தில், தனது கைகுலுக்கல் மிக மோசமாக இருந்ததாக யாரும் இதுவரை தன்னிடம் கூறியதில்லை என்று சுமார் அறுபது வயதான ஒருவர் என்னிடம் தனிமையில் கூறினார். "அன்றொரு நாள் என் நண்பர் ஒருவர் என்னைத் தனியாக அழைத்து இவ்விஷயத்தில் நட்புரீதியாக ஆலோசனை வழங்கியபோதுதான் என் கண்கள் திறந்தன. என் வாழ்நாளின் பெரும் பகுதியில், பலவீனத்தை வெளிப்படுத்தியக் கைகுலுக்கலுடன் நான் இருந்திருக்கிறேன். ஏனெனில், என் நடத்தை குறித்து முற்றிலுமாக எதுவும் அறியாமல் இருந்தேன். இப்போது நான் யாருடன் கைகுலுக்கினாலும் என் கைகுலுக்கல் வலிமையாக உள்ளது என்பதை நான் உறுதி செய்து கொள்கிறேன். என்னைப் பற்றி நான் சிறப்பாக உணர்கிறேன்," என்று அவர் கூறினார்.

நீங்கள் பேசும் விதமும் முக்கியம். அடுத்த முறை நீங்கள் ஒரு குழுவாக விவாதிக்கும்போது, யார் அதிக ஆதிக்கத்துடன் பேசுகிறார்கள் என்று கவனித்துப் பாருங்கள். தாழ்ந்த குரலில், தெளிவாகவும் வலியுறுத்தலோடும் பேசுபவர்தான் வழக்கமாக ஆதிக்கம் செலுத்துவார். உச்சக் குரலில், சத்தமாக, கடுமையாகப் பேசுபவர் அதிகாரம் கொண்டவராக மதிக்கப்படுவது மிகவும் அரிது.

சமீபத்தில், ஃபுளோரிடா மாநிலத்தில் ஒரு பெரும் தொலைக்காட்சி நிலையத்தில் செய்தி வாசிப்பாளராக இருந்த ஒருவரிடம், அவர் செய்தியாளராக உருவாவதற்கு எவ்வாறு தன்னைத் தயார்படுத்தினார் என்பதைப் பற்றிக் கேட்கப்பட்டபோது, "நான் வளர்ந்து வரும்போது, என் பிராந்திய உச்சரிப்பு மிகவும் மோசமாக இருந்தது. பல வார்த்தைகளைச் சரியாகப் பேச முடியாமல் நான்

தடுமாறினேன்," என்று கூறினார். தான் வெற்றி பெற வேண்டுமென்றால், வெற்றிகரமாக இருப்பவர்களைப்போல் பேச வேண்டும் என்று தான் முடிவு செய்ததாக அவர் தன் பள்ளிப் பருவத்தில் முடிவு செய்தார். பேட்டரியால் இயங்கக்கூடிய ஒரு சிறிய ஒலிநாடாவில் அவர் 'வால்டர் க்ராங்கைட்டுடன் மாலைச் செய்திகள்' என்ற நிகழ்ச்சியைப் பதிவு செய்தார். "ஒவ்வொரு மதியமும், எங்கள் வீட்டின் அருகே இருந்த ஒரு காலியிடத்திற்குச் சென்று, நான் பேசுவதற்குப் பயிற்சி செய்தேன். ஒரு வாக்கியத்தை ஓடவிட்டுக் கேட்டு, அதைச் சத்தமாக வாய்விட்டுக் கூறுவேன். என் பேச்சு க்ராங்கைட் பேசுவதைப்போல ஒலிக்கும்வரை நான் தொடர்ந்து பயிற்சி செய்து கொண்டே இருப்பேன்," என்று அவர் கூறினார்.

அதன் விளைவு என்னவாயிற்று? "என் உச்சரிப்பு மாறியது. என் தடுமாற்றமும் மறைந்தது. விரைவில், உள்ளூர் வானொலி நிலையம் ஒன்றில் செய்தி வாசிப்பாளராக எனக்கு வேலை கிடைத்தது," என்று அவர் கூறினார்.

பிறர் எளிதில் கவனிக்கக்கூடிய வகையில் ஒரு வட்டார வழக்குடன் அல்லது ஓர் இனம்சார்ந்த உச்சரிப்புடன் பேசுவதில் சிலர் மகிழ்ச்சி கொள்கின்றனர். விழிப்புணர்வுடன் மாறுவதற்கான திட்டம் ஏதும் அவர்களிடம் இல்லாவிட்டால், அவர்களது முன்னேற்றம் கண்டிப்பாகப் பாதிக்கப்படும்.

நீங்கள் சித்தரிக்க விரும்பும் உருவம் குறித்து நீங்கள் கவனம் செலுத்தத் துவங்கும்போது, புதிய சாத்தியக்கூறுகளுக்கான கதவு திறக்கிறது. கருத்துப் பரிமாற்றம் குறித்த ஒரு பயிலரங்கில் கலந்து கொள்வது அல்லது உங்கள் உள்ளூர் 'டோஸ்ட்மாஸ்டர்ஸ் இன்டர்நேஷனல் கிளப்'பில் உறுப்பினராவது, நீங்கள் தன்னம்பிக்கையைப் பெறவும், நீங்கள் விரும்பும் உருவத்தைச் சித்தரிக்கவும் உதவும்.

நீங்கள் பின்பற்ற நினைக்கும் ஒருவரது உடைகளையும் நடவடிக்கைகளையும் அப்படியே பின்பற்ற வேண்டுமா? உங்கள் தோற்றம் உங்களுக்கு சுயமதிப்பை அளிப்பதாக நீங்கள் உணர்ந்தால் அது தேவையில்லை. நீங்கள் மதிக்கும் ஒருவராக நீங்கள் மாறாதவரை, அடுத்தவரை நீங்கள் திருப்திப்படுத்த முயற்சிப்பது உங்கள் நேரத்தையும் ஆற்றலையும் வீணாக்கும்.

தினந்தோறும் கண்ணாடியில் உங்களை ஒரு முறை பார்த்து, அதில் நீங்கள் காணும் உருவம்தான் உங்களால் தோற்றுவிக்க முடிந்த சிறந்த உருவமா என்பதைத் தீர்மானித்துக் கொள்வதை ஒரு வழக்கப்படுத்திக் கொள்ளுங்கள். உங்கள் உருவத்தை மேம்படுத்த ஒவ்வொரு வாரமும் குறைந்தபட்சம் ஏதேனும் ஒரு குறிப்பிட்ட விஷயத்தைச் செய்யுங்கள்.

உங்களை விமர்சிக்கும் மிகக் கடினமான, சிறந்த விமர்சகராக நீங்கள் மாறும்போது, மற்றவர்கள் கூறுவதைப் பற்றி நீங்கள் கவலைப்படத் தேவையில்லை. அது நீங்கள் யாராக இருக்கிறீர்களோ, எதை நீங்கள் பிரதிபலிக்கிறீர்களோ, அது குறித்து உங்கள் தன்னம்பிக்கையை வளர்த்தெடுக்கும். நீங்கள் ஒரு வெற்றியாளரைப்போல் சிந்திக்கவும் உணரவும் மட்டுமின்றி, ஒரு வெற்றியாளரைப்போல் தோன்றவும் செய்வீர்கள்.

மணி 17

உன்னதத்தைக் கண்டுபிடியுங்கள்

உபரியாகத் தன் கைவசம் நிறையப் பணம் வைத்திருந்த ஒருவர் சிக்காகோ நகரின் தெற்குப் பகுதியில் ஒரு சாதாரண வீட்டை வெறும் 18,000 டாலர்களுக்கு வாங்கியபோது, தனக்குச் சாதகமான நல்ல விலையில் அதை வாங்கியிருப்பதாக அவர் நினைத்தார். வீட்டின் உள்ளேயும் வெளியேயும் நன்றாக வர்ணம் பூசினார். குழாய்களைச் சரி செய்தார். வீட்டைச் சுற்றிப் புல்வெளிகளையும், தோட்டங்களையும் அமைத்தார். பிறகு அந்த வீட்டை விற்பதற்காக 'விற்பனைக்கு' என்ற அறிவிப்புப் பலகையை அந்த வீட்டின் முன்புறத்தில் மாட்டி வைத்தார். ஆனால் தன் வீட்டை வாங்க ஒருவரும் வராததைக் கண்டு பெரும் ஆச்சரியத்திற்கு உள்ளானார். இறுதியில், வீடுமனை விற்பவர்கள் சிலரை அணுகி அவர்களது ஆலோசனையைக் கேட்டார். "இந்த வீட்டில் என்ன பிரச்சனை?" என்று அவர்களிடம் கேட்டார்.

“வீட்டில் எந்தப் பிரச்சனையும் இல்லை, வீட்டின் சுற்றுவட்டாரம்தான் சரியில்லை,” என்று அவர்கள் கூறினர்.

உடனடியாக, அவர் தன் வங்கிக்குச் சென்று, அப்பகுதியிலுள்ள மேலும் நான்கு வீடுகளை வாங்குவதற்கு முதலில் செலுத்த வேண்டிய தவணைத் தொகைக்கான பணத்தைக் கடனாகப் பெற்றார். கடைசி வீட்டின் வண்ணப்பூச்சு முடிந்து, அதன் தோட்டத்தில் கடைசிப் பூந்தொட்டியும் வைக்கப்பட்டபோது, அத்தெருவில் ஏதோ நிகழத் துவங்கியது. அப்பகுதியில் வசித்த மக்கள் தங்கள் வண்ணப்பூச்சு மற்றும் தோட்ட வேலைக்குத் தேவையான கருவிகள் சகிதமாகத் தங்கள் வீட்டிலிருந்து வெளியே வந்தனர். மூன்று மாதங்களுக்குள் அந்தச் சுற்றுவட்டாரத்திலிருந்த வீடுகளின் விலை கிடுகிடுவென்று ஏறியது.

என்ன நிகழ்ந்தது? ஒரே ஒரு மனிதர் முதல்தரமாக விளங்குவதற்கான உறுதியான தீர்மானத்தை மேற்கொண்டார். அதன் விளைவு பிறரையும் பற்றிக் கொண்டது.

தனிமனித மேன்மைக்கான 10 முக்கியத் திறவுகோல்கள்

வரலாற்றில் ‘மேன்மை’ என்ற வார்த்தை ஒரு மரியாதைக்குரிய பதவியின் வடிவத்தில் பயன்படுத்தப்பட்டு வந்தது. அதன் பொருள் ‘சராசரிக்கு அப்பால் செல்வது’ என்பதாகும்.

தரம் என்பதைப் பலர் விலையுயர்ந்த அல்லது ஆடம்பரமான ஏதோ ஒன்றுடன் இணைத்துப் பாப்பார்கள், ஆனால், அது எப்போதும் உண்மையல்ல. நல்ல நிலையில் உள்ள ஒரு புராதனக் காருக்கும் ஒரு துருப்பிடித்த உலோகத் துண்டுக்கும் இடையேயான வேறுபாட்டைத் தீர்மானித்தது

எது? விலைமதிப்புள்ள வண்டிக்குச் சொந்தக்காரர் வருடா வருடம் பத்து டாலர்கள் செலவழித்து மெழுகை வாங்கி, தன் காரைச் சுத்தமாக வைத்துக் கொள்வதற்கு நேரத்தைச் செலவழித்தார் என்பதுதான் வழக்கமாக இதற்கான விடையாக இருக்கும்.

ஒரு மர விற்பனைக் கடைக்குச் சென்றால், மூன்று வெவ்வேறு தரங்களைக் கொண்ட பலகைகளை நீங்கள் பார்ப்பீர்கள். மூன்றாம்தரப் பலகைகள் இரண்டு பக்கங்களிலும் சொரசொரப்பாக, சமதளமின்றி இருக்கும். இரண்டாம்தரப் பலகைகள் ஒரு பக்கம் சொரசொரப்பாகவும் மறுபக்கம் வழுவழுப்பாகவும் இருக்கும். முதல்தரப் பலகைகள் சிறந்த தரம் வாய்ந்தவை. அவை இருபுறமும் மிகவும் வழுவழுப்பாக இருக்கும். பிளைவுட் அல்லது பிளாஸ்டருக்குக் கீழே அது மறைக்கப்பட உள்ளது என்றால், இரண்டாம்தரப் பலகைகளை நீங்கள் தேர்ந்தெடுக்கலாம். மேசை நாற்காலிகள் போன்ற பொருட்களைச் செய்வதென்றால், நீங்கள் தேர்ந்தெடுப்பதற்கு ஒன்றே ஒன்றுதான் உள்ளது. நீங்கள் சிறந்த தரத்தைத்தான் விரும்புவீர்கள் என்பதால் முதல்தரப் பலகைகளைத் தேர்ந்தெடுப்பீர்கள்.

தனிமனித மேன்மைக்கான கதவைத் திறப்பது எப்படி? அதற்கு பத்து முக்கியத் திறவுகோல்கள் உள்ளன. அவையாவன.

1. சராசரியானவற்றை ஏற்றுக்கொள்ளாதீர்கள்

நீங்கள் செய்யவிருக்கும் செயல் எதுவாக இருந்தாலும் சரி, நீங்கள் இதுவரை செய்திராத அளவிற்கு அதைச் சிறப்பாகச் செய்வதை உங்கள் நிரந்தரமான இலக்காக வைத்துக் கொள்ளுங்கள். பிறகு, உங்களது சிறப்பைப் பிரதிபலிக்கும் மேன்மையை அடையும்வரை, அச்செயலை மீண்டும் மீண்டும் செய்யுங்கள்.

துரதிர்ஷ்டவசமாக, வெறுமனே ஒரு செயலைச் செய்து முடித்தால் போதும் என்பதைப் பலர் தங்கள் தனிமனிதக் கொள்கையாக சுவீகரித்துக் கொண்டுள்ளனர். அவர்களைப் பொறுத்தவரை மிக உயர்ந்த இலக்கு என்பது வெறும் பட்டப்படிப்பு மட்டும்தான், மேன்மையடைவதல்ல. பட்டப்படிப்பைக் கொண்ட ஒருவருக்கும், மிக உயர்ந்த தனித்துவத்துடன் செயல்படக்கூடியவருக்கும் இடையே உள்ள மிகப் பரந்த இடைவெளியைக் கண்டு பல நிறுவன உரிமையாளர்கள் அதிர்ச்சியடைகின்றனர்.

தரக்குறைவை ஆன்மாவின் புற்றுநோய் என்று அழைக்கலாம். அதைப் பின்பற்றுபவர்கள் வெகு விரைவில் தங்கள் ஆளுமை அதன் பிரதிபிம்பமாக, அதாவது, மந்தமாகவும் சலிப்பூட்டுவதாகவும் மாறியுள்ளதைக் கண்டறிவார்கள்.

2. விவரங்களில் கவனம் செலுத்துங்கள்

தான் செய்து முடித்தப் பொருளை மற்றொருவர் நெருங்கி வந்து கூர்ந்து பரிசோதிப்பதை ஊக்கப்படுத்துபவர்தான் ஒரு தலைசிறந்த கைவினைக் கலைஞர். உங்களிடம் ஒரு பூதக்கண்ணாடியைக் கொடுத்து, "இங்கு வந்து, இதைச் சற்றுக் கூர்ந்து பாருங்கள்," என்று அவர் உங்களிடம் கூறவும்கூடும். அந்த அளவு தன் படைப்பின்மீது நம்பிக்கை.

சிறிய விஷயங்களில்கூட அவர்கள் காட்டும் அக்கறைதான் ஒரு வல்லுனரை ஒரு கத்துக்குட்டியிடமிருந்து வேறுபடுத்துகிறது. பியானோ கலைஞர் ஆர்தர் ஷ்னாபெல் இவ்வாறு கூறியுள்ளார்: "நானொன்றும் மற்ற பியானோ கலைஞர்களைவிடச் சிறப்பாக ஸ்வரங்களைக் கையாள்வதில்லை. ஆனால், அந்த ஸ்வரங்களுக்கு இடையே உள்ள இடைவெளியை நான் நயமாகக் கையாள்கிறேன் — சூட்சுமம் அங்குதான் உள்ளது."

நீங்கள் ஒரு கலைஞராகவோ, கணினிப் பொறியாளராகவோ, பல் மருத்துவராகவோ, அல்லது தொலைபேசியை இயக்குபவராகவோ இருக்கலாம். நீங்கள் யாராக இருந்தாலும் சரி, உங்கள் வேலையைச் செய்வதில் ஒருபோதும் மெத்தனமாக இருந்துவிடாதீர்கள். வேலையில் திருப்தி என்பது நீங்கள் சம்பாதிக்கும் பணம் அல்லது நீங்கள் பெறும் பதவி உயர்வுகள் ஆகியவற்றைவிட மிக அதிகமானது. உங்கள் வேலையில் சின்னச் சின்ன விஷயங்களில் மகிழ்ச்சியைக் கண்டுபிடிப்பதன் மூலம் அது வருகிறது.

3. ஓர் ஆழ்ந்த அர்ப்பணிப்பை உருவாக்கிக் கொள்ளுங்கள்

மேம்பட்டத் தரத்தைத் தங்கள் செயல்களில் வெளிப்படுத்துபவர்கள், தாங்கள் மேற்கொள்ளும் செயல் குறித்த முழுப் படத்தையும் பார்த்தவர்கள். அவர்களிடம் ஒரு வலிமையான குறிக்கோள் உணர்வு இருக்கும். அவர்கள் தங்கள் வேலையை, உலகிற்குத் தங்கள் பங்களிப்பு என்ற கண்ணோட்டத்தில் பார்க்கின்றனர்.

“ஃபோர்டு மோட்டார் நிறுவனத்தில் தங்கள் வாழ்நாள் முழுவதும் பற்சக்கரங்களையும் அச்சாணிகளையும் உற்பத்தி செய்துகொண்டிருக்கும் மக்களால் தங்கள் வேலையில் அர்ப்பணிப்புடன் இருக்க முடியுமா?” என்று நீங்கள் வியந்து கொண்டிருக்கலாம். அத்தொழிற்சாலைக்கு விஜயம் செய்யுங்கள். அங்குள்ள காட்சியைக் கண்டு ஆச்சரியப்படுவீர்கள். வாடிக்கையாளர் பாதுகாப்பு, வெளிநாட்டு நிறுவனங்களுடனான போட்டி, தரக்கட்டுப்பாட்டு மையத்திலிருந்து வரும் அறிக்கைகள், மற்றும் நிர்ணயிக்கப்பட்ட ஓர் இலக்கு ஆகியவற்றால் அவர்கள் ஊக்குவிக்கப்படுகின்றனர். பலருக்கு, எவ்வளவு காலம் அவர்கள் அதே வேலையில் நீடித்திருக்கிறார்களோ, அவ்வளவு ஆழமாக அவர்களது அர்ப்பணிப்பு வளர்கிறது.

ஒன்றிலிருந்து பத்து வரையிலான அளவீட்டில், உங்கள் அர்ப்பணிப்பை மதிப்பீடு செய்யுங்கள். 'மேன்மை' என்ற இலக்கை அடைவதை உங்கள் நோக்கமாக ஆக்கிக் கொள்ளுங்கள்.

4. நெறிமுறைகள் மற்றும் நாணயத்தின் அடையாளமாக இருங்கள்

செயின்ட் லூயிஸில் உள்ள ஒரு பெரும் நிறுவனம் சமீபத்தில் தன் ஊழியர்களில் சுமார் 20 சதவீதத்தினரைப் பணிநீக்கம் செய்யும் கட்டாயத்திற்கு உள்ளானது. "எப்படிப் பணிநீக்கம் செய்தீர்கள்? எந்த விதியின் அடிப்படையில் நீங்கள் அதைச் செய்தீர்கள்?" என்று அந்நிறுவனத்தின் மனிதவள மேலாளரிடம் கேட்கப்பட்டது.

அதற்கு அவர், "ஊழியர்களின் வருகை, உற்பத்தித்திறன், ஆளுமை, அளவிடக்கூடிய வெற்றி அல்லது தோல்விகள் ஆகியவற்றை நாங்கள் கவனமாக ஆராய்ந்தோம். ஆனால், மிக உயர்ந்த ஒழுக்க நெறி கொண்ட ஊழியர்களைத் தக்க வைத்துக் கொள்வதுதான் எங்கள் உண்மையான இலக்காக இருந்தது. நேர்மையையும் நாணயத்தையும் எங்களால் ஒருபோதும் விட்டுக்கொடுக்க முடியாது," என்று பதிலளித்தார்.

உற்சாகம் மற்றும் வேலைத் திறமைகள் ஆகியவற்றுக்கு உங்களால் ஒரு மதிப்பை உருவாக்க முடியும். ஆனால், 'நெறிமுறைகள்' குறித்தத் தேர்வில் நீங்கள் வெற்றி பெறுவதுதான் உண்மையிலேயே முக்கியமானது.

5. பிறரிடம் உண்மையான மரியாதையுடன் நடந்து கொள்ளுங்கள்

கென்டகி மாநிலத்தில் ஒரு பெட்ரோல் ஸ்டேஷனில் இருந்த கழிவறை ஆச்சரியப்படும் வகையில் மிகவும் சுத்தமாக இருந்தது. அங்கு மாட்டி வைக்கப்பட்டிருந்த

கண்ணாடிக்கு மேலிருந்த ஓர் அறிவிப்பில், "தயவு செய்து இது உங்கள் சொந்தக் கழிவறை என்றும், உங்கள் தாயார் உங்கள் வீட்டில் தங்குவதற்கு வருகிறார் என்றும் கற்பனை செய்து கொள்ளுங்கள்," என்று எழுதியிருந்தது.

எந்தவிதமான மறுயோசனையும் இல்லாமல் முழுநம்பிக்கையுடன், 'நீ பிறரிடம் என்ன எதிர்பார்க்கிறாயோ, அதையே பிறருக்கும் செய்' என்னும் பொன்விதியை நாம் தொடர்ந்து பின்பற்றும்போதுதான் மேன்மை நம் வாழ்க்கை முறையாக மாறுகிறது. நம் மதிப்பை நாம் எந்த நிலையில் வைத்திருக்கிறோமோ, அதே நிலைக்குப் பிறரது மதிப்பையும் உயர்த்தும்போதுதான் அது சாத்தியப்படும்.

"நம் நடவடிக்கைகள் உண்மையானவையாக இருக்க வேண்டும். ஒருவர் ஒன்றுக்குமே உதவாதவர் என்று உங்கள் மனதிற்குள நீங்கள் உணர்ந்தால்கூட, அவர் உங்கள் முன்னிலையில் இருக்கும்போது நீங்கள் அவரை முக்கியமானவராக உணரச் செய்ய முடியாது," என்று மனித உறவுகளில் வல்லுனரான லெஸ் கிப்லின் கருத்துத் தெரிவிக்கிறார்.

6. எதிர்பார்ப்பையும் தாண்டிச் செயல்படுங்கள்

ஒரு தொழில்முறைத் தடகள வீரரைப் பொறுத்தவரை, அவர் ஓர் உலகச் சாம்பியனாக ஆவதற்குத் தன்னை அர்ப்பணித்துக் கொண்டதற்குப் பின், நெடுங்காலம் கழித்துதான் மேன்மையின் வெளிப்பாடு அவரிடமிருந்து வருகிறது. ஒரு சாதாரண வீரராகப் பயிற்சியைத் துவங்கி, அவ்விளையாட்டின் தலைசிறந்த வீரர்கள் இடம்பெற்றுள்ள பட்டியலில் ஒருவராக ஆவதற்குரிய பயணம் மிக நீளமானது. மற்றவர்களைவிட அதிகமான நேரத்தையும் முயற்சியையும் அர்ப்பணிக்கும் ஒரு வீரரால்தான் அதை நிகழ்த்திக் காட்ட முடியும்.

எதிர்மறையான சூழல்களை நாம் எப்படி எதிர்கொள்கிறோம் என்பதுதான் நம் வெற்றியைத் தீர்மானிக்கிறது. ஒரு மாபெரும் பின்னடைவிலிருந்து எப்படி மீள்வது? இருட்டிற்கு நடுவே வெளிச்சத்தை எப்படிக் கண்டறிவது? நம்மை வல்லவராக்குவது சாதாரணச் செயல்கள் அல்ல, கடினமான செயல்கள்தான். நம்மிடம் எதிர்பார்க்கப்படும் கடமையையும் தாண்டி நாம் செயலாற்றும்போதுதான் மேன்மை துவங்குகிறது. அதனால்தான், நாம் விரிவாற்றலை வளர்த்துக் கொண்டு, தோல்வியிலிருந்து மீள்வதற்குக் கற்றுக் கொள்ள வேண்டும்.

7. எப்போதும் ஒரே சீராகச் செயல்படுங்கள்

பெரும் நிறுவனங்களிலிருந்து வருடாந்திர ஒப்பந்தங்களைப் பெறும் கம்பெனிகள் முன்கூட்டியே அறிந்துகொள்ளக்கூடிய பொருட்களை உற்பத்தி செய்பவை. அவற்றின் தரம், சீரான போக்கு, மற்றும் முந்தையச் செயல்பாடுகளுடன் அவர்கள் ஒத்திருத்தல் ஆகியவற்றைக் கொண்டு அக்கம்பெனிகள் எடை போடப்படுகின்றன.

ஓர் உயர்ந்த தரத்தில் மீண்டும் மீண்டும் தொடர்ந்து செயல்படும் திறன் அவ்வளவு எளிதாக வருவதில்லை. அது தொடர்ச்சியான பயிற்சியின் விளைவு. சிறந்து விளங்குபவர்கள் அனைவரும் பயிற்சி செய்வதை ஒருபோதும் நிறுத்துவதில்லை.

ஒரு பிரமாதமான வயலின் கச்சேரியைத் தொடர்ந்து, ஒரு பெண் ரசிகர் அந்த வயலின் வித்வானிடம் சென்று, "வயலினை நீங்கள் வாசிப்பதுபோல் என்னால் சிறப்பாக வாசிக்க முடியுமென்றால் நான் என் வாழ்நாளில் பாதியைக் கொடுக்கத் தயார்," என்று கூறினார்.

அதற்கு அந்த வித்வான், "நான் மிகச் சரியாக அதைத்தான் கொடுத்தேன்," என்று கூறினார்.

8. மேம்படுவதை ஒருபோதும் நிறுத்தாதீர்கள்

மேன்மையும் கச்சிதமும் ஒன்றல்ல. இருந்தாலும், மேன்மை என்பது, பெரும்பாலான நேரங்களில் நீங்கள் ஒரு விஷயத்தைச் சரியாகச் செய்கிறீர்கள் என்று பொருளில் உபயோகிக்கப்படுவது உண்டு. ஒரு விஷயத்தைத் தரமாகச் செய்யும் அளவிற்கு நீங்கள் வல்லுனராகி இருக்கிறீர்கள். ஆனால், மேம்படுவதற்கான வாய்ப்பு எப்போதும் இருந்துகொண்டே இருக்கிறது.

மேன்மையின் தரங்கள் கல்லில் செதுக்கப்படுவதில்லை. அவை தொடர்ந்து மறுமதிப்பீடு செய்யப்பட்டுக் கொண்டேயிருக்கின்றன. சென்ற வருடம் மேன்மையானதாக முத்திரையிடப்பட்ட ஒன்று இந்த வருடம் அவ்வாறு இருக்க வேண்டும் என்ற அவசியமில்லை என்பதை நீங்கள் உணர்ந்து கொள்வது முக்கியம். அதனால்தான் நாம் தொடர்ந்து புதிய திறமைகளில் வல்லுனராகிக் கொண்டிருக்க வேண்டியது மிகமிக அவசியமாகிறது.

வில் ரோஜர்ஸ் இவ்வாறு கூறியுள்ளார்: "விளம்பரம் செய்பவர்கள், விளம்பரத்திற்குச் செல்விடும் அதே அளவு பணத்தைத் தங்கள் பொருட்களை மேம்படுத்துவதற்குச் செலவிட்டால், அவர்கள் விளம்பரம் செய்ய வேண்டிய அவசியமே இருக்காது."

"பயிற்சியின் மூலம் ஒருவர் ஒரு விஷயத்தைக் கச்சிதமாகச் செய்யலாம்" என்பது பழமையான உண்மை. பயிற்சி மேம்பாட்டை ஏற்படுத்தும், ஆனால் அந்தச் செயல்முறை ஒருபோதும் முடிவடைவதில்லை. ஒத்திகை பார்ப்பது அனுபவத்தை அதிகரிக்கும். ஏனெனில், அது தவறுகளைச் செய்வதற்கும், அவற்றைத் திருத்தி மீண்டும் சிறப்பாகச் செய்வதற்குக் கற்றுக் கொள்வதற்குமான ஒரு வாய்ப்பாகும்.

9. மேன்மையை ஒரு வாழ்க்கைமுறையாக ஆக்கிக் கொள்ளுங்கள்

தரம் என்பது சுவரில் தொங்கிக் கொண்டிருக்கும் உங்கள் சாதனைச் சான்றிதழில் உள்ள ஒரு வெற்று வார்த்தை அல்ல. அது உயிர்த்துடிப்புடன் இருக்கும் ஏதோ ஒன்றின் விளைவு, உங்கள் இதயம் மற்றும் ஆன்மாவின் ஓர் அங்கம். 'ஏ பேஷன் ஃபார் எக்செலென்ஸ்' என்ற தன் புத்தகத்தில் டாம் பீட்டர்ஸ் இவ்வாறு கூறியுள்ளார்: "உயர்தரச் செயல்பாடுகள் வறண்டவையோ அல்லது உயிரற்றவையோ அல்ல; அவை உற்சாகமிக்கவை, உணர்ச்சிமிக்கவை."

தரம் மற்றும் தனித்துவமான வேலைக்குப் பிரபலமான ஐந்து நபர்களைப் பட்டியலிடுமாறு உங்களிடம் கேட்கப்பட்டால், நீங்கள் யாருடைய பெயர்களை அதில் குறிப்பிடுவீர்கள்? அவர்களில் பெரும்பாலோர், மேன்மையைத் தங்கள் வாழ்க்கை முறை ஆக்கிக் கொண்டவர்களாகத்தான் இருப்பார்கள்.

10. எப்போதும் உங்களால் முடிந்ததைவிட அதிகமாக முயற்சி செய்யுங்கள்

முன்னாள் அமெரிக்க வெளியுறவுத் துறை அமைச்சர் ஹென்றி கிஸ்ஸிங்கர் ஓர் உதவியாளரிடம் ஓர் ஆய்வறிக்கையைத் தயாரிக்குமாறு கூறினார். அந்த உதவியாளர் இரவு பகலாக உழைத்தார். அதைக் கிஸ்ஸிங்கரிடம் கொடுத்த அடுத்த ஒரு மணி நேரத்திற்குள் அது அவரிடம் திரும்பி வந்தது. அதை மீண்டும் செய்யுமாறு கூறி ஒரு துண்டுச் சீட்டு அத்துடன் இணைக்கப்பட்டிருந்தது.

அன்றிரவு முழுவதும் கண்விழித்து அந்த அறிக்கையை அந்த உதவியாளர் மீண்டும் திருத்தி அமைத்தார். மறுபடியும் கிஸ்ஸிங்கர் அதை அவரிடமே கொடுத்து, மீண்டும் திருத்தியமைக்குமாறு கூறினார். மூன்று

முறைகள் அந்த அறிக்கையைத் திருத்தி அமைத்தப் பிறகு, அந்த உதவியாளர் கிஸ்ஸிங்கரைப் பார்க்க வந்தார். "என்னால் முடிந்த அளவு சிறப்பாகச் செய்திருக்கிறேன்," என்று அவர் கிஸ்ஸிங்கரிடம் கூறினார்.

"அப்படியானால், அதை நான் இப்போது படிக்கிறேன்," என்று கிஸ்ஸிங்கர் கூறினார்.

ஒவ்வொரு வேலையும் அதைச் செய்யும் மனிதரின் வாழும் உருவப்படமாகிறது. நீங்கள் என்ன செய்கிறீர்கள் என்பதற்கு மாறாக, நீங்கள் அதை எவ்வளவு சிறப்பாகச் செய்கிறீர்கள் என்பதுதான் அந்த உருவப்படத்தின் மதிப்பைத் தீர்மானிக்கிறது.

மேன்மைக்கான பத்து முக்கியத் திறவுகோல்கள் முடுக்கப்படாதவரை, அவை சக்தியற்றவையாகவே இருக்கும். நடவடிக்கை தானாகவே ஏற்படுவதல்ல. அது நம் ஒவ்வொருவரிடமிருந்தும் துவங்குகிறது. நாம் கைப்பிடியைத் திருப்பிக் கதவைத் திறக்க வேண்டும்.

ஒரு கணம் நிதானித்து, இப்போது நீங்கள் படித்துள்ள பத்துத் திறவுகோல்களையும் ஆராய்ந்து பாருங்கள். உங்கள் சங்கிலியில் மிகவும் பலவீனமான, மிகவும் மெல்லிய இணைப்புகள் எவை? அவை திடமாகவும் வலிமையாகவும் ஆவதுவரை அவற்றை வலிமைப்படுத்துவதில் கவனம் செலுத்துங்கள்.

மேன்மை என்பது மதிப்பு வாய்ந்ததாக அமையக்கூடிய, வாழ்நாள் முழுவதும் மேற்கொள்ள வேண்டிய ஓர் அர்ப்பணிப்பு.

மணி 18

ஒரு புத்தம்புதிய இதயம்

சுமார் முப்பது இலட்சம் அமெரிக்கர்கள் தங்கள் வாழ்வில் ஏதோ ஒரு சமயத்தில், பீதியால் ஏற்படும் சீர்குலைவினால் துன்பப்படுகிறார்கள் என்று தேசிய மனநல நிறுவனம் கூறுகிறது. அதி வேகமான இதயத்துடிப்பு, நெஞ்சு வலி, நடுக்கம், மற்றும் கட்டுப்பாட்டை இழப்பது குறித்த பயம் ஆகியவை உட்பட, இந்நோய்க்கான அறிகுறிகளைப் பெருமளவில் இத்தகைய மக்கள் வழக்கமாக அனுபவிப்பார்கள்.

பீதியால் ஏற்படும் சீர்குலைவு நோய் தீர்க்கப்படக்கூடியது. நீங்கள் இந்நோயின் தாக்குதலுக்கு ஆளாகாமல் இருக்கலாம். ஆனால், ஏதோ ஓர் அளவில், நாம் அனைவரும் இதயம் சம்பந்தப்பட ஏதோ ஒரு விஷயத்தைக் கையாள வேண்டியுள்ளது.

இந்த நேரத்தில், உண்மையிலேயே உங்களை உயிர்த்துடிப்புடன் இருக்கச் செய்வது எது என்பதை, உங்களுக்குள் ஆழ ஊடுருவிச் சென்று தேடுமாறு கேட்டுக் கொள்கிறோம்.

இதயம் என்பது தன் துடிப்பின் மூலம் வாழ்வை இயங்கச் செய்யும், இன்றியமையாத ஓர் உடல் உறுப்பு என்பதையும்விட மேலான ஒன்று. இதயம் என்பதற்கு யார் விளக்கம் கொடுக்கிறார்கள் என்பதைப் பொறுத்து, அது பல்வேறு பொருள்படும். ஒரு தடகள வீரருக்கு அது துணிவின் மூலம். காதல் வயப்பட்டிருப்பவருக்கு அது உணர்ச்சியின் பிறப்பிடம். ஓர் ஆன்மீகவாதிக்கு அது நல்லவற்றிற்கும் தீயவற்றிற்குமான இருப்பிடம்.

ஓர் உண்மையான இதயம்

ஒரு தூய்மையான, சுத்தமான இதயத்தைக் கொண்டிருப்பதன் மதிப்பு நம் சிறு வயதிலேயே நமக்குக் கற்பிக்கப்படுகிறது. உண்மையை அடித்தளமாகக் கொண்டு அமைந்த ஒரு வாழ்க்கை அளவில்லா ஆற்றலைக் கொண்டிருக்கும். ஆனால் அந்த அடித்தளம் இல்லாவிட்டால் அங்கு குழப்பம்தான் மிஞ்சும். 'பாய்ஸ் டவுன்' அனாதை இல்லத்தின் நிறுவனரான வில்லியம் எஃப். ஜேம்ஸ் இவ்வாறு கூறியுள்ளார்: "வெற்றிக்கு மூன்று விஷயங்கள் மட்டுமே தேவை: இயல்பான அறிவு, உறுதியான தீர்மானம், பரிபூரணமான நேர்மை."

இடர் சூழ்ந்த வாழ்க்கைப் பாதையின் ஒவ்வொரு திருப்பத்திலும், கடினமான விருப்பத்தேர்வுகளும், நம்மைச் சபலப்படுத்தும் விஷயங்களும் இருக்கின்றன. சிலர் எப்போதும் தப்பித்தோடும் வழியையே தேர்ந்தெடுப்பார்கள். ஒரு பழைய பழமொழி இவ்வாறு கூறுகிறது: "மிகக் குறைந்த எதிர்ப்புகளைக் கொண்ட பாதை, வளைந்தோடும் நதிகளையும், நேர்மையற்ற மனிதர்களையும் உருவாக்குகிறது."

உண்மையைக் கூறத் தவறுபவர்கள் இறுதியில் அதற்கான விலையைக் கொடுத்தாக வேண்டும் — சில சமயங்களில் மிக விரைவாகவே! மதிய உணவு இடைவேளை முடிந்து ஒரு மணிநேரம் கழித்துத் தாமதமாக வகுப்பறைக்குள் நுழைந்த நான்கு உயர்நிலைப் பள்ளி மாணவர்களுக்கு இதுதான் நேர்ந்தது. அவர்கள் வகுப்பறைக்கு வெளியே குதூகலமாகத் தங்கள் நேரத்தைச் செல்வழித்துவிட்டு, ஆசிரியர் திட்டமிட்டு வைத்திருந்த ஒரு முக்கியமான பரீட்சையைத் தவறவிட்டுவிட்டனர்.

“திருமதி. ஜேம்ஸ், தயவு செய்து எங்களை மன்னித்துவிடுங்கள். எங்கள் சைக்கிள் டயரில் ஓட்டை விழுந்துவிட்டது,” என்று ஒருவன் விளக்கமளித்தான்.

“அதைப் பற்றிக் கவலைப்பட வேண்டாம். நான் உங்களுக்கு வேறொரு பரீட்சை எழுத அனுமதிக்கிறேன்,” என்று ஆசிரியர் கூறினார்.

பிறகு அவர் ஒவ்வொரு மாணவனையும் தனித்தனியாக வகுப்பறையின் வெவ்வேறு மூலையில் உட்காரச் செய்தார். “ஒரு காகிதத்தையும் பென்சிலையும் எடுத்துக் கொள்ளுங்கள். ஒரே ஒரு கேள்வியை மட்டுமே கொண்ட ஓர் எளிய பரீட்சை இது,” என்று அவர் கூறினார்.

“எந்த டயரில் ஓட்டை விழுந்தது?” என்று அவர் அந்த நான்கு மாணவர்களிடமும் கேட்டபோது அவர்கள் திகைத்து நின்றனர். அந்தப் பரீட்சையை அவர்களால் ஒருநாளும் மறக்க முடியாது.

ஒரு விசுவாசமிக்க இதயம்

ஓர் உண்மையான இதயத்தைக் கொண்டிருப்பது எவ்வளவு இன்றியமையாததோ, அதே அளவு முக்கியத்துவம் வாய்ந்தது ஒரு விசுவாசமிக்க இதயத்தைக் கொண்டிருப்பதும். டியூக் பல்கலைக்கழக மருத்துவ

மையத்திலுள்ள நடத்தைசார் மருத்துவ ஆய்வு மையத்தின் இயக்குனரான டாக்டர் ரெட்ஃபோர்டு வில்லியம்ஸ், 'த ட்ரஸ்டிங் ஹார்ட்' என்ற தன் புத்தகத்தில் இவ்வாறு கூறியுள்ளார்: "விசுவாசமிக்க இதயத்தைக் கொண்டிருப்பவர்கள், தங்கள் வாழ்நாளின் பெரும்பகுதியில் ஆரோக்கியமாக இருப்பதற்கும், நீண்ட நாட்கள் வாழ்வதற்குமான சாத்தியக்கூறுகள் அதிகம். அப்படிப்பட்டவர்கள், பிறருடனான தங்கள் உறவுகளில் நியாயமாகவும் பரிவோடும் நடந்து கொள்வார்கள்."

இராணுவத்தில் பணிபுரிபவர்கள் தங்கள் மேலதிகாரிகளுடன் எவ்வளவுதான் தனிப்பட்டக் கருத்து வேறுபாடுகளைக் கொண்டிருந்தாலும், அவர்கள் பிழைத்திருக்க வேண்டுமென்றால் தங்கள் மேலதிகாரிகள்மீது நம்பிக்கையை உருவாக்கிக் கொள்ள வேண்டும். தினசரி அடிப்படையில், அவர்கள் வாழ்வு அவர்களது மேலதிகாரிகளின் கைகளில் உள்ளது. வெடிகுண்டுகள் விழத் துவங்கும்போதும், துப்பாக்கிக் குண்டுகள் பறக்கத் துவங்கும்போதும், தங்கள் மேலதிகாரிகள் புத்திசாலித்தனமான தீர்மானங்களை எடுப்பார்கள் என்பதை அவர்கள் அறிந்து கொள்வது அவசியம்

ஓர் அன்பான இதயம்

தங்கள் இதயத்தின் உணர்வுகள்மீது தங்கள் கனவுகளைக் கட்டியெழுப்பி, அசாதாரணமான சாதனைகளைப் புரிந்தவர்கள் வரலாறு நெடுகிலும் இருந்திருக்கிறார்கள்.

1925இல், கேன்சாஸ் மாநிலத்தின் டோபேக்கா நகருக்கு வெளியே உள்ள ஒரு பண்ணையில், இரண்டு இளம் மருத்துவர்களும் அவர்களது தந்தையும் மனநோயாளிகளுக்காக ஒரு சிறிய நலவாழ்வு மையத்தைத் துவங்கினர். மனநல மருத்துவத்தில் 'ஓய்வு சிகிச்சை' மிகப்

பரவலாக இருந்த காலகட்டம் அது. நோயாளிகள் தங்கள் வாழ்நாள் முழுவதையும் கழிக்க மனிதநேயமற்ற மையங்களுக்கு அனுப்பி வைக்கப்பட்டனர்.

இந்த இளைஞர்களும் அவர்களது தந்தையும் வேறொரு யோசனையைக் கொண்டிருந்தனர். தங்கள் நோயாளிகளுக்கும் செவிலியர்களுக்கும் இடையே ஓர் அன்பான, குடும்பச் சூழலை உருவாக்குவதென்று அவர்கள் தீர்மானித்தனர். குறிப்பிட்ட நோயாளிகளிடம் எப்படி நடந்து கொள்ள வேண்டும் என்று அவர்களுக்கு சிறப்புப் பயிற்சி அளிக்கப்பட்டது. ஒரு நோயாளியைப் பற்றி, "அவரை நீங்கள் மதிக்கிறீர்கள், விரும்புகிறீர்கள் என்பதை அவருக்குத் தெரியப்படுத்துங்கள்," என்று அவர்களிடம் கூறப்பட்டது. இன்னொருவரைப் பற்றி, "இப்பெண்ணிடம் பரிவோடு இருங்கள், ஆனால் உறுதியாக நடந்து கொள்ளுங்கள்; அவர் இன்னும் மோசமாகிவிடாமல் பார்த்துக் கொள்வது உங்கள் பொறுப்பு," என்று அறிவுறுத்தப்பட்டது.

டாக்டர் கார்ல் மெனிஞ்சரும் வில்லியம் மெனிஞ்சரும்தான் அந்த இரண்டு மருத்துவர்கள். 'புரட்சிகரமான' வழிமுறைகளைக் கொண்ட மெனிஞ்சர் மருத்துவமனை உலகப் பிரசித்தி பெற்று, எண்ணற்ற மக்களுக்கு உதவியுள்ளது. டாக்டர் கார்ல் மெனிஞ்சர் இவ்வாறு கூறியுள்ளார்:

> "அன்பு மக்களைக் குணப்படுத்துகிறது — அது அன்பைக் கொடுப்பவரையும், அன்பைப் பெறுபவரையும் ஒருசேர குணமாக்குகிறது. தொட்டுணர முடியாத, பல வடிவங்களைக் கொண்ட இந்த அன்புதான் ஒவ்வொரு சிகிச்சைக்கான உறவுகளுக்குள்ளும் நுழைகிறது. இந்த அம்சம்தான் கண்டுபிடித்துக் குணமாக்குகிறது,

ஆறுதலளித்து மறுசீரமைக்கிறது, அற்புதங்களை நிகழ்த்துகிறது. அன்பு மனித இனத்தின் நோய்க்கான மருந்து. நம்மிடம் அன்பு இருந்தால் நம்மால் வாழ முடியும்."

இதயத்தின் தலைசிறந்த உணர்ச்சியான அன்புதான் ஒவ்வொரு நிலையிலும் வெற்றி பெறுவதற்கான திறவுகோல். வாழ்வில் உள்ள பிற சிறந்த பொக்கிஷங்களைப்போலவே, இதையும், நாம் பயன்படுத்தாவிட்டால் இழந்துவிடுவோம். அன்பு செய்வதன் மூலம் நாம் அன்பைப் பற்றிக் கற்றுக் கொள்ளும்போது, நமது நேசிக்கும் திறன் பெருமளவில் அதிகரிக்கிறது. எழுத்தாளர் கேத்தரீன் ஆனா போர்ட்டர் இவ்வாறு கூறியுள்ளார்: "அன்பு மீண்டும் மீண்டும் கற்றுக் கொள்ளப்பட வேண்டும். அதற்கு முடிவே கிடையாது. வெறுப்பிற்கு எந்த போதனைகளும் தேவையில்லை, அதைத் தூண்டினால் போதும்."

அன்பைத் தேடிக் கவலையுடன் அலைந்து திரியும் மக்கள் பலர், தங்கள்மீது காட்டப்படும் அன்பை உணரும் அனுபவத்தைத் தவறவிட்டுவிடுகின்றனர். அவர்களைப் பொறுத்தவரை, இதயபூர்வமான நேசம் குறித்தத் தேடல் என்பது, நரிகளையும் காட்டு நாய்களையும் விரிவான விதிமுறைகளைப் பின்பற்றி வேட்டையாடுவதுபோல் ஆகிவிடுகிறது. இதன் விளைவாக அது ஓர் உணர்ச்சிமிக்க அனுபவமாக ஆவதற்குப் பதிலாக ஒரு மனப்பயிற்சியாக ஆகிவிடுகிறது.

தன் கதவைத் தட்டும் எவரொருவருக்கும் விடையளிப்பதற்காக இதயம் எப்போதும் தயாராக உள்ளது என்பதை உணர்ந்து கொள்வது முக்கியம். கல்கத்தாவில் உள்ள ஏழைகளுக்குக் கருணையின் திருவுருவாக மாறிய அன்னை தெரேசா, "அன்பு என்பது எல்லாக் காலங்களிலும் கிடைக்கும் ஒரு பழம். அது ஒவ்வொரு கைக்கும் எட்டும் தூரத்தில்தான் இருக்கிறது," என்று கூறியுள்ளார்.

ஒருவர்மீது அன்பையும் நேசத்தையும் செலுத்தும் உங்கள் திறனைப் பற்றி யாரேனும் விவரிப்பாரேயானால், அவர் என்ன கூறுவார்? இதயத்தால் வழிநடத்தப்படும் ஒருவராக நீங்கள் சித்தரிக்கப்படுவீர்களா? அல்லது மூளையால் வழிநடத்தப்படுபவராக அவர் உங்களைச் சித்தரிப்பாரா?

பல வருடங்களுக்கு முன் ஜார்ஜ் வாஷிங்டன் கார்வர் இவ்வாறு கூறியுள்ளார்: "வாழ்வில் நீங்கள் எவ்வளவு தூரம் செல்கிறீர்கள் என்பது இளைஞர்களுடன் நீங்கள் கனிவாக நடந்து கொள்வது, முதியவர்களிடம் மனிதாபிமானத்துடன் நடந்து கொள்வது, கடுமையாக முயற்சிப்பவர்களிடம் இரக்கத்துடன் நடந்து கொள்வது, பலவீனமானவர்களையும் வலிமையானவர்களையும் பொறுத்துக் கொள்வது ஆகியவற்றைச் சார்ந்துள்ளது. ஏனெனில், உங்கள் வாழ்நாளில் என்றேனும் ஒரு நாள் நீங்கள் இவை ஒவ்வொன்றாகவும் இருந்திருப்பீர்கள்."

ஒரு சுத்தமான இதயம்

அன்பின் மூலமோ அல்லது மன்னிப்பின் மூலமோ தங்கள் இதயம் பரிபூரணமாகத் தூய்மையாகும் உணர்வைப் பலர் ஒருபோதும் அறிந்திருப்பதில்லை. கொலராடோ மாநிலத்தில் ஒரு தம்பதியர் தங்கள் வீட்டை விற்கக் கடும் முயற்சி செய்து கொண்டிருந்தனர். பலர் அதில் ஆர்வம் காட்டினாலும், ஒருவர்கூட அதை வாங்க முன்வரவில்லை.

"என்ன பிரச்சனை?" என்று அவர்கள் வீடுமனை விற்பனை முகவர் ஒருவரிடம் கேட்டனர்.

"உங்கள் வீட்டின் வெளிப்புறம் அழகாக இருக்கிறது. ஆனால் உட்புறம் ஏமாற்றம் அளிப்பதாக இருக்கிறது," என்று அந்த முகவர் கூறினார். அது உண்மைதான். வெளிப்புறம் புதிய வர்ணப்பூச்சைப் பெற்றிருந்தது. ஆனால் உட்புறம் பன்றிக் கொட்டில்போல் காட்சியளித்தது.

உடனடியாக அத்தம்பதியர் ஒவ்வோர் அறையாகத் தேய்த்துக் கழுவி, சுத்தப்படுத்தி, நேர்த்தியான வர்ணங்களைப் பூசினர். மூன்று வாரங்களுக்குள் அவர்கள் எதிர்பார்த்த விலையில் அவர்களது வீட்டை வாங்குவதற்கு ஒருவர் முன்வந்தார்.

எனவே, இது நம் இதயம் சமபந்தப்பட்டது. உள்ளே நாம் தூய்மையாக, சுத்தமாக ஆகாதவரை, ஒரு சுத்தமான புறத்தோற்றம் அவ்வளவு அதிகமாக ஒன்றும் விளைவிக்காது. ஆன்மீக மாற்றத்தின் மூலமாகவே நம் இதயங்கள் தூய்மையாகும்.

தனிமனித நம்பிக்கை அல்லது ஒரு மதமாற்ற அனுபவம் என்பது வாழ்நாள் முழுக்கத் தேடி வருவதல்ல, ஆனால் ஒரு குறிப்பிட்டக் கணத்தில் ஏற்படும் மாற்றம் என்ற உண்மைக்குக் கோடிக்கணக்கானவர்கள் சாட்சி கூறுவர். உடனடி விமோசனம் அல்லது மறுபிறவி அனுபவம் ஆகிய கருத்துக்களைப் பலர் கேலி செய்துள்ளனர். ஆனால் அத்தகைய மாற்றத்தை அனுபவித்தவர்கள் அவற்றை விமர்சனம் செய்பவர்களைப் பற்றிக் கவலைப்படுவதில்லை. உள்ளிருந்து புறமாக மாறுவதென்றால் என்ன என்பதை அவர்கள் அறிந்துள்ளனர்.

கடந்தகால வேதனைகள், உடல்நீதியான மற்றும் உளரீதியான நோய்கள், அல்லது தீய பழக்கங்களின் அடிமைத்தளைகளிலிருந்து மீண்டு கொண்டிருக்கும் மக்களும் இதே போன்ற அனுபவத்தைப் பெறுகின்றனர். தூய்மை மற்றும் குணமாதல் செயல்முறை சில சமயங்களில் மெதுவானதாகவும் நீளமானதாகவும் இருக்கிறது என்பது நிச்சயமான உண்மைதான். இருந்தாலும், பரிபூரண மாற்றம் ஏற்பட்டுவிட்டது என்பதை சந்தேகத்திற்கு இடமின்றி அவர்கள் அறிந்து கொண்ட ஓர் இடம் அல்லது நிகழ்வு ஏற்பட்ட ஒரு குறிப்பிட்டக் கணம் உண்டு என்பதை அவர்களால் விவரிக்க முடியும் என்பது உண்மை.

ஓர் இதயப் பரிசோதனை

உங்கள் இதயம் சம்பந்தப்பட்ட விஷயங்கள் குறித்து சௌகரியமாகவும் பாதுகாப்பாகவும் நீங்கள் உணரும்போது, உங்கள் தன்னம்பிக்கை உங்கள் நடவடிக்கையின் பிற பகுதிகளிலும் வெளிப்படும். வில்லியம் ஃபாக்னர் இவ்வாறு எழுதியுள்ளார்: "எந்த ஒரு பிரச்சனையையும் கண்ணியத்துடனும், சுயமதிப்புடனும், அதற்குத் தேவைப்படும் துணிச்சலுடனும் எதிர்கொள்வதற்கு உங்களுக்குக் கிடைக்கக்கூடிய பேருதவி, நீங்கள் எந்த நிலையில் இருக்கிறீர்கள் என்பதை அறிந்து கொள்வதுதான்."

நம்மில் பலர், நாம் வெறுக்கும் விஷயங்களைக் கொண்டு நம் வாழ்க்கையை வரையறை செய்கிறோம். ஆனால், நாம் எதை விரும்புகிறோம் என்பதை முடிந்தவரை நேர்மறையான வார்த்தைகளில் தெரிவிக்கும்போது, முன்னேறிச் செல்வதற்கு நாம் நமக்கு அதிகாரத்தை வழங்கிக் கொள்கிறோம்.

மீண்டும் மீண்டும் ஒரு புதிய துவக்கத்தை மேற்கொள்வதற்கான திறன் நம்மிடம் உள்ளது. நாம் தோற்கும்போது மன்னிப்பைக் கோரலாம். குழந்தைகள் நடக்கக் கற்றுக் கொள்வதைப்போல, நாமும் எழுந்து நின்று இன்னொரு முறை முயற்சிக்கலாம்.

உங்கள் இதயத்தைப் பரிசோதிப்பதற்கு உங்கள் உள்ளூர் மருத்துவமனைக்குச் செல்ல வேண்டியதில்லை. உங்கள் இதயத்தை நீங்களே உடனடியாகப் பரிசோதித்துக் கொள்ள முடியும். உங்கள் பரிசோதனையில் என்னவெல்லாம் சேர்த்துக் கொள்ளப்பட வேண்டும்? உங்களிடம் கீழ்க்கண்ட கேள்விகளைக் கேளுங்கள்: "பிறர் உங்களுக்கு என்ன செய்ய வேண்டும் என்று நீங்கள் விரும்புவீர்களோ, அதையே நீங்களும் பிறருக்குச் செய்யுங்கள்" என்னும் பொன்விதியை நான்

பின்பற்றுகிறேனா? நான் மன்னிக்கத் தயாராக இருக்கிறேனா? பிறர் எனக்கு வழங்கும் மன்னிப்பை என்னால் ஏற்றுக்கொள்ள முடிகிறதா? நான் பிறரைப் பற்றி அக்கறை கொண்டிருக்கிறேனா? எதை விதைக்கிறோமோ அதையே அறுவடை செய்கிறோம் என்ற விதிக்கு ஏற்ப, நீங்கள் பிறருக்கு எதைச் செய்கிறீர்களோ அதையே நீங்கள் பெறுவீர்கள். கசடுகள் மலைபோல் குவிய அனுமதிக்காதீர்கள். இல்லையென்றால் ஒரு பெரும் அறுவைச் சிகிச்சை செய்ய வேண்டிய நிலை வரும். மாறிய ஓர் இதயம் வாழ்வின் நதிகள் உங்களுக்குள் தடையின்றிப் பாய அனுமதிக்கும். ஒவ்வொரு தினத்தையும் நான் என் இதயத்தைத் தூய்மையாக்குவதன் மூலம் துவங்குவேன் என்று உங்களுக்கு நீங்களே உறுதிமொழி கூறிக் கொள்ளுங்கள். உங்கள் இதயம் கோபத்தால் நிறைந்திருந்தால், மன்னிப்பதென்று தீர்மானித்துக் கொள்ளுங்கள். அது பொறாமையால் நிறைந்திருந்தால், ஈகை, மரியாதை, மற்றும் பாராட்டை வெளிப்படுத்துவதற்கான வழிகளைத் தேடுங்கள். அது முரண்பாடுகளாலும் அழுத்தத்தாலும் நிறைந்திருந்தால், ஓய்வெடுப்பதற்கும் பிரார்த்திப்பதற்கும் நேரத்தை ஒதுக்கிக் கொள்ளுங்கள்.

சியாட்டில் நகரில் ஒரு வாகன சேவை நிலையத்தில் இப்படி ஓர் அறிவிப்பு காணப்பட்டது: “ஒரு சுத்தமான இஞ்சின் எப்போதும் சக்தியை அளிக்கும்.” உங்கள் புதிய இதயத்தையும் நீங்கள் அவ்வாறே விவரிக்க முடியும்.

மணி 19

எஜமானனிலிருந்து சேவகனாக மாறுங்கள்

இவ்வுலகம் சுயசேவை புரியும் மக்களால் நிறைந்துள்ளது. அவர்கள் உரையாடல்கள் முழுவதும் 'நான்' மற்றும் 'என்னுடைய' போன்ற வார்த்தைகளால் நிறைந்திருக்கும். இத்தகைய மக்களின் சிந்தனையில் ஒரு மாற்றம் ஏற்படாதவரை, இவர்களுக்கு ஒரு சேவகனின் மனபோக்கு ஒருபோதும் வரப் போவதில்லை. நீங்கள் உங்கள் மனப்போக்கை மாற்றிக் கொள்ள விரும்பினால், உங்களைப் பற்றிய ஒரு புதிய கண்ணோட்டத்தை உருவாக்கிக் கொள்ள வேண்டும். அதோடு பிறரை அன்போடும், மன்னிக்கும் மனப்பான்மையோடும் நடத்துவதற்கான விருப்பத்தையும் வளர்த்துக் கொள்ள வேண்டும். இந்தப் பரிபூரண மாற்றம் உங்களோடு தொடர்பு கொள்பவர்களுக்கு மட்டும் நன்மை பயப்பதில்லை, உங்களுக்கும் அது மிகவும் நன்மையளிக்கும்.

ஓர் அதிர்ச்சியூட்டும் ஆய்வு இக்கருத்தைத் தெளிவாக்குகிறது. சான்பிரான்சிஸ்கோ மருத்துவ ஆய்வு நிறுவனத்தில் சமூக உளவியலாளராக இருக்கும் லேரி ஷெர்விட்ஸ், சுயநலமான நடத்தைக்கும் இதய நோய்க்கும் இடையே ஓர் இணைப்பு இருப்பதைக் கண்டறிந்தார். ஷெர்விட்ஸ் இவ்வாறு அறிவித்துள்ளார்: "பொதுவாகத் தங்களைப் பற்றிக் குறிப்பிடும்போது நான், எனது, எனக்கு போன்ற வார்த்தைகளை அதிகமாகப் பயன்படுத்துகின்ற மக்களுக்கு, அதாவது, தங்களைப் பற்றியே அதிகமாகப் பேசிக் கொண்டிருப்பவர்களுக்கு இதய நோய் வருவதற்கான வாய்ப்புகள் அதிகம் உள்ளது — ஆரோக்கியத்தைப் பாதிக்கும் பிற நடத்தைகள் அனைத்தும் அவர்களுடைய கட்டுப்பாட்டில் இருந்தாலும்கூட."

'எஜமான்' என்று அழைக்கப்படுவது ஒருவரது உச்சகட்ட சாதனை அல்ல என்பதை மக்கள் உணர்ந்து கொள்ள வேண்டியது அவசியம். வாழ்வின் உயர்ந்த இலக்குகள், ஆரோக்கியம், மற்றும் தனிமனித வெற்றி ஆகியவை சேவையைத் தேர்ந்தெடுப்பவர்களால் அடையப்படுகின்றன.

வெற்றி பெறும் குழு

சான்பிரான்சிஸ்கோவில் உள்ள கலிபோர்னியா பல்கலைக்கழகத்தில் மருத்துவராகப் பணியாற்றும் டீன் ஆர்னிஷ், குணமாதலில் சேவை மனப்பான்மை ஒரு பெரும் பங்கு வகிப்பதாகக் கூறுகிறார். பல இதய நோயாளிகள் தங்களைத் தனிமைப்படுத்தப்பட்டவர்களாகப் பார்க்கின்றனர், அது மன அழுத்தத்திற்கும் அதிக நோய்களுக்கும் வழிவகுக்கும் என்று 'ஸ்ட்ரெஸ், டயட், அன்ட் யுவர் ஹார்ட்' என்ற தன் புத்தகத்தில் டாக்டர் ஆர்னிஷ் குறிப்பிட்டுள்ளார். பிறருக்கு ஏதேனும் சேவை செய்வதில் ஈடுபடுவதற்கு அவர் அவர்களை ஊக்கப்படுத்துகிறார். எடுத்துக்காட்டாக, ஒருமுறை,

ஒருவரையொருவர் வெறுத்த இரு நோயாளிகளை அழைத்து, அவர்கள் இருவரையும் அடுத்தவரது துணிகளைத் துவக்குமாறு கூறினார். இத்தகைய சுயநலமற்றச் செயல்கள் நாம் நலமடைவதற்கான திறனை மேம்படுத்துவதாக டாக்டர் ஆர்னிஷ் நம்புகிறார்.

வெற்றி பெறும் ஒரு குழுவின் உறுப்பினராக உங்களை நீங்கள் பார்க்கும்போது, சேவை செய்யும் கலையைக் கற்றுக் கொள்வது எளிதாகிறது. ஏனெனில், குழு வெற்றி பெறும்போது, யாருக்கு அதன் புகழ் சென்று சேர்கிறது என்பதைப் பற்றிக் கவலையில்லை. இது விளையாட்டிற்கும் இசைக்கும் கச்சிதமாகப் பொருந்தும். ஒரு பெரும் சிம்பொனி கச்சேரியை நடத்தும் ஓர் இசையமைப்பாளரிடம், அவரைப் பொறுத்தவரை எந்த இசைக்கருவி வாசிப்பதற்குக் கடினமானது என்று கேட்கப்பட்டது. அவர் ஒரு கணம் யோசித்துவிட்டு, "ஒத்து வாசிப்பதுதான் கடினமானது. முதலாவதாக வாசிப்பதற்கு எனக்கு ஏராளமன வயலின் கலைஞர்கள் கிடைப்பார்கள். ஆனால் உற்சாகத்துடன் ஒத்து வாசிப்பதற்கு ஒருவரைக் கண்டுபிடிப்பது ஒரு பெரும் பிரச்சனை. ஒத்து வாசிப்பவர்கள் இல்லாமல் இசையில் இணக்கம் இருக்காது," என்று பதிலளித்தார்.

வியாபாரத்தைக் கணிப்பவர்களிடம் கேட்டுப் பாருங்கள். எதிர்காலத்தில் சிறப்பாக வளர்ச்சியுறும் தொழிற்துறைகள் உற்பத்தித் துறைகள் அல்ல, சேவைத் துறைகள்தான் என்பதை நீங்கள் அறிவீர்கள். தொழில்முனைவோர் வில்லியம் லியர் இதை ஒப்புக் கொள்கிறார். "சேவை குறித்த யோசனையைக் கொண்டிருக்கும் இளைஞனுக்கு அதிக வாய்ப்புகள் உள்ளன என்று நான் கூறுவேன். தன் கருத்தை நடைமுறைப்படுத்துவதற்கு அவனுக்கு எந்தவிதமான இயந்திரமும் தேவையில்லை," என்று லியர் கூறுகிறார்.

உங்கள் தொழில் எவ்வளவு முக்கியமானதாக இருந்தாலும், நீங்கள் சேவை செய்வதை மறந்தால், டென்னிஸ் மட்டை இல்லாத டென்னிஸ் வீரரைப்போல் ஆகிவிடுவீர்கள்.

மருத்துவர்கள் சார்லஸ் மேயோவும் வில்லியம் மேயோவும், மினசோட்டா மாநிலத்தில் உள்ள ராச்செஸ்டரில் அவர்கள் துவங்கிய மேயோ மருத்துவமனையால் நம் நினைவில் இன்றளவும் நிற்கிறார்கள்.

டாக்டர் சார்லி என்று அழைக்கப்படும் டாக்டர் சார்லஸின் வீட்டிற்கு, ஒருமுறை, இங்கிலாந்தின் பிரபுக்கள் குடும்பத்தைச் சேர்ந்த ஒருவர் விஜயம் செய்தார். இரவு படுக்கப் போகும் முன்பு, அவர் தன் காலணிகளைக் கழற்றி, ஒரு வேலையாள் அவற்றைப் பளிச்சூட்டி வைப்பார் என்ற எதிர்பார்ப்புடன் கதவிற்கு வெளியே அவற்றை வைத்துவிட்டுப் படுக்கச் சென்றுவிட்டார்.

அடுத்த நாள் காலையில், அவரது காலணிகள் பளிச்சூட்டப்பட்டு, பிரகாசமாக மின்னின. டாக்டர் சார்லியே அவற்றைப் பளிச்சூட்டியிருந்தார்.

சேவகனாக இருப்பதற்கு ஓர் அன்பான இதயம் தேவை. புனிதர் அகஸ்டீன் இதைச் சிறப்பாக விளக்கினார். "அன்பு எப்படி இருக்கும்?" என்று அவரிடம் கேட்கப்பட்டபோது, "பிறருக்கு உதவி செய்வதற்கு அதனிடம் கைகள் உள்ளன. ஏழைகளிடமும் தேவையில் இருப்பவர்களிடமும் விரைந்து செல்வதற்கு அதனிடம் கால்கள் இருக்கின்றன. துன்பம் மற்றும் தேவைகளைக் காண்பதற்கு அதனிடம் கண்கள் உண்டு. ஏக்கப் பெருமூச்சுகளையும் வருத்தங்களையும் கேட்பதற்கு அதனிடம் காதுகள் உள்ளன. அன்பு அப்படித்தான் காட்சியளிக்கிறது," என்று அவர் பதிலளித்தார்.

மன்னிப்பதும் மறப்பதும்

பலரால் எஜமானனாக இருப்பதிலிருந்து சேவகனாக ஒருபோதும் மாற முடிவதில்லை. அதற்குக் காரணம் அவர்கள் மன்னிக்க மறுப்பதுதான். அவர்கள் தனிப்பட்டப் பழியுணர்வை வளர்த்துக் கொண்டு, கடந்தகாலத் தவறுகளை மறக்கத் தவறுகின்றனர். "என்னால் மன்னிக்க முடியும், ஆனால் மறக்க முடியாது," என்று கூறும் ஒருவன் உண்மையிலேயே, "நான் மன்னிக்க மறுக்கிறேன்," என்று கூறுகிறான்.

அந்த அணுகுமுறையைப் பற்றி, நூலாசிரியரும் பேச்சாளருமான ஜாஷ் மெக்டாவல் இவ்வாறு கூறுகிறார்: "நான் மன்னிக்க மறுக்கும்போது, என்றேனும் ஒரு நாள் நான் கடந்து செல்ல வேண்டிய ஒரு பாலத்தை எரித்துக் கொண்டிருக்கிறேன்."

நம் உறவுகள், சரிசெய்யப்படாத கடந்தகாலக் காயங்களால் அடிக்கடி தடுமாறுகின்றன. இதற்கு என்ன தீர்வு? மன்னிப்புக் கேட்பது. நார்மன் வின்சென்ட் பீலே இவ்வாறு கூறியுள்ளார்:

> "உண்மையான மன்னிப்புக் கோருதல் என்பது வெறுமனே ஒரு தவறை உணர்ந்துகொள்வதைவிட அதிகமானது. நீங்கள் செய்த அல்லது கூறிய ஏதோ ஒன்று ஓர் உறவைப் பாதித்துள்ளது என்பதை உணர்ந்து, அந்த உறவின்மீது நீங்கள் அதிக அக்கறை கொண்டுள்ளதால் அதற்கு ஏற்பட்டப் பாதிப்பை நீங்கள் சரிசெய்து மீட்டெடுக்க விரும்புகிறீர்கள் என்று அது பொருள்படுகிறது."

இல்லினாய் மாநிலத்திலுள்ள வெற்றிகரமான ஒரு நிறுவனத்தின் தலைவர், முரண்பாட்டைத் தீர்ப்பதற்கு மூன்று வார்த்தைகள் கொண்ட ஒரு தீர்வைக் கொண்டிருக்கிறார். வாடிக்கையாளர்கள் அல்லது

வியாபாரக் கூட்டாளிகள் தங்கள் மனக் குறையை அவரிடம் கொண்டுவரும்போது, அவர் அவர்களைப் பெரும்பாலும் அவர்களது அலுவலகத்திலோ அல்லது வீட்டிலோ வைத்து சந்தித்து, “நீங்கள் என்னை மன்னிப்பீர்களா?” என்று கேட்கிறார்.

ஒரு நிறுவனத்தின் தலைவரிடமிருந்து நேரடியாக வரும் இவ்வார்த்தைகள் ஓர் ஆற்றல்மிக்க விளைவை ஏற்படுத்துகின்றன. கிட்டத்தட்ட எல்லா விஷயங்களிலும், பாதிக்கப்பட்ட நபர் அவரது மன்னிப்பை ஏற்றுக் கொள்வதால் பிரச்சனை கைவிடப்படுகிறது.

கொடுப்பவர்களும் எடுத்துக்கொள்பவர்களும்

பிறரைக் குறை கூறுவதை நாம் நிறுத்தும்போது தனிமனித மாற்றம் துவங்குகிறது. பிறர்மீது பழியைப் போடுவதை ஒரு பழக்கமாக உருவாக்குகின்ற மக்கள் உண்மையிலேயே, “என் வாழ்வு அடுத்தவர்களுடைய நடவடிக்கைகளின் விளைவு,” என்று கூறுகிறார்கள்.

ஒரு சேவகனின் இதயத்தை நீங்கள் உங்களிடம் உருவாக்க விரும்பினால், உங்கள் வழியில் வரும் எதிர்மறையான நிகழ்வுகளை விரைவாக ஒதுக்கித் தள்ள வேண்டும். ஓர் அரேபியப் பழமொழி இவ்வாறு கூறுகிறது: “உங்களுக்கு இழைக்கப்பட்டத் தவறுகளை மண்ணில் எழுதுங்கள், ஆனால் உங்களுக்கு நிகழும் நல்லவைகளைப் பளிங்கில் எழுதுங்கள்.” நம்மைக் கீழே இழுக்கும் வெறுப்பு, ஆசை, அல்லது பதிலடி கொடுத்தல் ஆகிய உணர்வுகளை விடுவித்துவிட்டு, நம்மை உயர்த்தும் நன்றியுணர்வு மற்றும் மகிழ்ச்சி ஆகியவற்றை நாம் இறுகப் பற்றிக் கொள்ள வேண்டும்.

ஒரு சேவகன் என்பவன் எடுத்துக் கொள்பவனல்ல, மாறாக, கொடுப்பவன். பண்டைக் கால அரசன் ஒருவன், தான் இறந்த பிறகு, தன் உள்ளங்கைகளில் எதுவும் இல்லை

என்று வெளிக்காட்டும் விதத்தில் தன் கைகள் திறந்திருக்கும்படியாகத் தன் சடலம் மக்களின் பார்வைக்கு வைக்கப்பட வேண்டும் என்று கோரியிருந்ததை நாம் நினைத்துப் பார்க்க வேண்டும். இந்தக் கொடுக்கும் மனப்போக்கு நம்முடையதாகவும் ஆக வேண்டும். நம்மால் எதுவும் எடுத்துக் கொண்டு போக முடியாதபோது, இப்போதே நாம் அதைப் பிறருடன் பகிர்ந்து கொண்டால் என்ன?

'த ஆர்ட் ஆஃப் லவிங்' என்ற தன் புத்தகத்தில், பிரபல உளவியலாளர் எரிக் ஃப்ரம், அவரைப் பொறுத்தவரை வாழ்க்கை என்றால் என்ன என்பதை நமக்குத் தொகுத்துக் கூறுகிறார்.

> "ஆக்கபூர்வமான நடத்தை உடையவர்களுக்கு, கொடுத்தல் என்பது ஒட்டுமொத்தமாக வித்தியாசமாகப் பொருள்படும். கொடுத்தல் என்பது ஆற்றலின் மிக உயர்ந்த வெளிப்பாடு. கொடுப்பதன் மூலம், நான் என் வலிமையையும், என் செல்வத்தையும், என் சக்தியையும் அனுபவிக்கிறேன். உயர்ந்த வலிமை மற்றும் ஆற்றலை அனுபவிப்பது என்னை மகிழ்ச்சியல் நிரப்புகிறது. நான் பெருக்கெடுத்து ஓடுவதாகவும், செலவிடுவதாகவும், உயிர்த்துடிப்புடன் இருப்பதாகவும், அதனால் மகிழ்ச்சியாகவும் உணர்கிறேன். கொடுத்தல், பெறுதலைவிட அதிக மகிழ்ச்சியைத் தருகின்றது. கொடுத்தல் என்ற செயலில்தான் என் உயிர்த்துடிப்பின் வெளிப்பாடு உள்ளது."

உண்மையான சேவை மனப்பான்மைக்கும் பரஸ்பர சார்புத்தன்மைக்கும் இடையே ஒரு வேறுபாடு உள்ளது என்பதை அறிந்துகொண்டு நாம் எச்சரிக்கையாக இருக்க வேண்டும். உங்கள் சொந்தத் தேவைகளைப் பூர்த்தி செய்து கொள்வதற்காக நீங்கள் பிறருக்கு ஏதேனும் செய்கிறீர்கள்

என்றால், உங்களது குறிக்கோள், பிறருக்கு நீங்கள் தேவைப்பட வேண்டும் என்ற ஒரு தனிமனிதத் தேவையிலிருந்து வருகிறது. ஒரு வலிமையான தனிமனித அடையாள உணர்வு இல்லாமல், பிறரது ஒப்புதலை உணர்ச்சிரீதியாகச் சார்ந்திருக்கும் நிலைக்கு நீங்கள் எளிதில் ஆளாகக்கூடும். இது உங்களுடையச் சொந்தப் பரிபூரண மாற்றத்தைத் தாமதப்படுத்துவதோடு, நீங்கள் யாருக்கு உதவி செய்வதாக நினைத்துக் கொண்டிருக்கிறீர்களோ அவர்கள் உங்களைச் சார்ந்திருக்கவும், அதன் காரணமாகப் பொறுப்பின்றி இருக்கவும் வழிவகுக்கிறீர்கள்.

உண்மையான சேவகன், தான் கொடுக்கும்போது, யார் கொடுக்கிறார்கள் என்பதைப் பெறுபவர் அறியாதவாறு கொடுப்பான். மிசௌரி மாநிலத்தில் ஒரு தொழிலதிபர், விமான நிலையத்தில் ஒரு குறிப்பிட்டப் போர்ட்டரை உதவிக்கு அழைப்பதை வழக்கமாகக் கொண்டிருந்தார். ஒருமுறை அவரது உதவியைப் பெற்ற பின், அவருக்கு டிப்ஸ் கொடுப்பதற்காகத் தன் பாக்கெட்டிற்குள் கையை விட்டார். தன் பையில் பணமில்லாததைக் கண்டு திகைத்தார்.

அதற்கு அந்தப் போர்ட்டர், “கவலை வேண்டாம். பதிலுக்கு எதையும் எதிர்பார்க்காமல் ஒரு நண்பருக்கு என்னால் உதவி செய்ய முடியாவிட்டால் நான் இங்கு வேலை செய்வதில் அர்த்தமே இல்லை,” என்று கூறினார்.

பல மாதங்களுக்குப் பிறகு, கிறிஸ்துமஸ் தினத்தன்று, அந்தத் தொழிலதிபர் அந்தப் போர்ட்டரின் முகவரியைத் தேடிக் கண்டுபிடித்து அவரது வீட்டிற்குச் சென்றார். போர்ட்டரின் வீட்டுக் கதவைத் தட்டினார். ஒரு குழந்தை வந்து கதவைத் திறந்தபோது, “கிறிஸ்துமஸ் நல்வாழ்த்துக்கள். இதை உன் தந்தையிடம் கொடுத்துவிடு,” என்று கூறிவிட்டுச் சென்றுவிட்டார். கையெழுத்திடப்படாத ஒரு கிறிஸ்துமஸ் வாழ்த்து அட்டைக்குள் ஐந்து புதிய நூறு டாலர் நோட்டுக்கள் இருந்தன.

யூத நூலான 'தால்முன்ட்'இல் இவ்வாறு கூறப்பட்டுள்ளது: "கொடுப்பவர் ஒருபோதும் தான் கொடுப்பதை நினைவில் வைத்துக் கொள்ளக்கூடாது; அதைப் பெறுபவர் தான் வாங்கியதை ஒருபோதும் மறக்கக்கூடாது."

தங்கள் இதயத்திலிருந்து கொடுக்கும் மக்கள் எப்போதும் அதற்கான வெகுமதியைப் பெறுவார்கள். இந்தப் பழமொழியை நீங்கள் கேள்விப்பட்டு இருக்கலாம்: "பெறுபவர்கள் நன்றாகச் சாப்பிடுவார்கள், ஆனால் கொடுப்பவர்கள் நன்றாக உறங்குவார்கள்."

சில சமயம் கொடுப்பதற்கு உங்களிடம் சிறப்பாக எதுவும் இல்லாததுபோல் தோன்றலாம், ஆனால் அது உண்மையல்ல. நீங்கள் உங்களையே கொடுக்கும்போது, அனைத்தையும்விடச் சிறந்த பரிசை நீங்கள் கொடுக்கிறீர்கள். நீங்கள் எதிர்பார்ப்பதைவிட அதிகமான பலன்களைப் பெறுவீர்கள். "மக்களை உங்களிடம் ஆர்வம் கொள்ளச் செய்ய முயன்று இரண்டு வருடங்களில் உங்களுக்குக் கிடைக்கும் நண்பர்களைவிட அதிகமான நண்பர்களை, இரண்டே மாதங்களில் நீங்கள் அவர்களிடம் அதிக ஆர்வம் கொள்வதன் மூலம் பெறுவீர்கள்," என்று டேல் கார்னகி கூறியுள்ளார்.

ஒரே ஒரு வாக்கியத்தை உங்கள் நினைவில் பதிய வைக்க வேண்டும் என்றால் அது இதுதான்: என்னால் உங்களுக்கு எவ்வாறு உதவி செய்ய முடியும்? ஒவ்வொரு நாளும் உங்களால் முடிந்த அளவு இக்கேள்வியை திரும்பத் திரும்பக் கேட்பதை உங்கள் இலக்காக்கி கொள்ளுங்கள். ஒரு சேவகனாவதற்கு நிச்சயமான வழி இதுதான்.

ஒரு பெருநிறுவனத் தலைவரிடம், "என்னால் உங்களுக்கு எவ்வாறு உதவி செய்ய முடியும்?" என்று கேளுங்கள்.

உங்கள் அண்டை வீட்டாரிடம், "என்னால் உங்களுக்கு எவ்வாறு உதவி செய்ய முடியும்?" என்று கேளுங்கள்.

இன்று நீங்கள் சந்திக்கும் ஒரு சிறு குழந்தையிடம், "என்னால் உனக்கு எவ்வாறு உதவி செய்ய முடியும்?" என்று கேளுங்கள்.

அவர்கள் கூறும் பதிலை நீங்கள் கேட்பதற்கு முன்னரே, நீங்கள் 'கொடுப்பவர்' என்பதை அறிந்துகொள்ளும் வெகுமதியைப் பெறுவீர்கள். இந்த அணுகுமுறை, கொடுப்பவர், பெறுபவர் ஆகிய இருவருக்குமே பலனளிக்கும். அன்றைய நாள் நீங்கள் எதிர்பார்த்திராத அளவு சிறப்பானதாக அமையும் என்பதைக் காண்பீர்கள்.

ஒவ்வொரு நாள் காலையிலும் தன் அலுவலகத்திற்குச் செல்லுமுன், ஒஹையோ மாநிலத்திலுள்ள ஒரு கார் விற்பனையாளர் தானமாகக் கொடுப்பதற்காக ஏதேனும் ஒன்றைத் தன் சட்டைப் பைக்குள் எடுத்து வைத்துக் கொள்வார். அது ஒரு பேனாவாகவோ, ஒரு சிறு பொம்மையாகவோ, அல்லது ஒரு பத்து டாலர் நோட்டாகவோ இருக்கும். அன்றைய தினம் மெல்ல மெல்ல நகரும்போது, அவரது பரிசுக்கு ஏற்றவராக தான் உணரும் ஒரு நபரை அவர் தேடிக் கொண்டே இருப்பார். "கொடுப்பதற்கான ஒரு வாய்ப்பை நான் தொடர்ந்து தேடிக் கொண்டிருப்பதால், என் நாள் மிகவும் அற்புதமானதாக இருக்கிறது," என்று அவர் கூறினார்.

ஓர் எஜமானனாக இருப்பதிலிருந்து ஒரு சேவகனாக மாறுவதில் வெற்றி பெற்றவர்கள், அது கொண்டுவரும் திருப்தியை அறிவார்கள். அது உங்களது இலக்காகவும் இருக்க வேண்டும்.

இன்று உங்கள் முன்னேற்றத்தை அளவிடுவதற்கான பரிசோதனைப் பட்டியல் இது:

- என் தீர்மானங்கள் என்னைவிட மற்றவர்களுக்கு அதிகப் பலன் அளிக்குமா?
- நான் ஒரு குழுவின் உறுப்பினர் என்பதை நான் வெளிப்படுத்துவேனா?
- தவறுகளுக்கு நான் மற்றவர்களைக் குறை கூறுவதைத் தவிர்ப்பேனா?
- நான் விரைவாக மன்னிப்பேனா?
- நான் பெறுவதைவிட அதிகமாகக் கொடுப்பேனா?
- என் நடவடிக்கைகள் ஒரு சேவகனின் இதயத்தைப் பிரதிபலிக்குமா?

மணி 20

குதூகலச் சிரிப்புடன்கூடிய வாழ்க்கைமுறை

"நான் நகைச்சுவை உணர்வோடு பிறந்திருந்தால் நன்றாக இருந்திருக்கும்," என்று பில் தன் ஆலோசனையாளரிடம் கூறினார்.

"அது ஏன் அவ்வளவு முக்கியம்?" என்று ஆலோசனையாளிடமிருந்து பதில் வந்தது.

"நான் வேலை பார்க்கும் இடத்தில் உள்ளவர்கள், நான் எல்லாவற்றையும் மிகவும் தீவிரமாக எடுத்துக் கொள்வதாகக் கூறுகின்றனர்."

பிறர் தன்னைப் பற்றி என்ன நினைக்கிறார்கள் என்பதை அறிந்து கொண்ட பில், அது குறித்து ஏதேனும்

செய்ய வேண்டும் என்று தீர்மானித்தார். ஆனால், அவர் முதலில் கற்றுக்கொள்ள வேண்டிய விஷயம், நகைச்சுவை உணர்வு என்பது நம்மோடு ஒட்டிப் பிறக்கும் ஒன்றல்ல, மாறாக நாம் உருவாக்கிக் கொள்ளும் ஒன்று என்பது.

நாள் முழுவதும் நீங்கள் நகைச்சுவைத் துணுக்குகளைக் கூறிக் கொண்டிருந்தால்தான் உங்களிடம் நகைச்சுவை உணர்வு இருக்கிறது என்று அர்த்தமல்ல என்பதை நாம் உணர்ந்து கொள்வது அவசியம். சிரிப்பை உங்கள் வாழ்வில் இணைத்துக் கொள்ள வேண்டும் என்பதற்கு, எப்போதும் பல்லைக் காட்டிக்கொண்டு திரிய வேண்டும் என்பதும் அர்த்தமல்ல.

வாழ்வை நாம் சற்று லேசாக அணுக வேண்டும். வேலை வாய்ப்பு, குற்றம், ஆரோக்கியம், குடும்ப உறவுகள், நிதி என்று, நாம் தீவிரமாக எடுத்துக்கொள்ள வேண்டிய பல விஷயங்கள் இருக்கின்றன. இப்பட்டியலுக்கு முடிவே கிடையாது. இவற்றைச் சமாளிப்பதற்கு நகைச்சுவையுணர்வு போன்ற ஏதேனும் உத்தி இல்லாமல், வாழ்வின் சுமைகள் நம்மால் சுமக்க முடியாத அளவுக்கு அதிகரித்துவிடும்.

நல்ல ஆரோக்கியத்தில் சிரிப்பு ஒரு சிறப்புப் பங்காற்றுகிறது என்று மருத்துவ அறிவியல் கூறுகிறது. சிரிக்கும்போது குறைந்த இடைவெளிகளில் வேக வேகமாக மூச்சை உள்ளிழுத்து வெளிவிடுவதால், உங்கள் நுரையீரல்களுக்கும் இரத்த ஓட்டத்திற்கும் கிடைக்கும் பிராண வாயுவின் அளவை அதிகரிக்கிறது. அது குறைந்த இரத்த அழுத்தத்தை அதிகரிப்பதாகவும், அதிக இரத்த அழுத்தத்தைக் குறைப்பதாகவும் மருத்துவர்கள் சுட்டிக் காட்டுகின்றனர். சிரிப்பு இரத்த ஓட்டத்தையும் மேம்படுத்துகிறது. அனைத்திலும் சிறந்ததாக, அது உங்கள் உற்சாகத்தை அதிகரிக்கிறது, மனக் கலக்கத்திலிருந்து உங்களை விடுவிக்கிறது, மனச்சோர்வை மாயமாய் மறையச் செய்கிறது.

பிரபல நூலாசிரியர் பெர்னி சீகல், "சிரிப்பதன்மூலம் நெஞ்சு, அடி வயிறு, மற்றும் முகத்தின் தசைகளுக்கு நல்ல பயிற்சி கிடைக்கிறது. துணுக்கு, கீழே விழுந்து விழுந்து சிரிக்கும் அளவுக்கு மிகவும் நகைச்சுவையானதாக இருந்தால், கைகளும் கால்களும்கூடப் பலன் பெறும்," என்று கூறுகிறார்.

ஒரு நல்ல சிரிப்பின் மதிப்பு நெடுங்காலத்திற்கு முன்பே அங்கீகரிக்கப்பட்டுவிட்டது. சிரிப்பை, "ஆரோக்கியத்திற்கு மிகவும் மதிப்பு வாய்ந்த ஓர் உடற்பயிற்சி," என்று அரிஸ்டாட்டில் அழைத்தார். "சிரிக்காதவர்கள் அல்லது சிரிக்க முடியாதவர்களைவிட, சிரிக்கின்ற மக்கள் நீண்ட நாட்கள் வாழ்கின்றனர்," என்று ஜேம்ஸ் வால்ஷ் என்ற மருத்துவர் கூறுகிறார்.

நம் குரலைக் கொண்டு நம் மகிழ்ச்சியை வெளிப்படுத்துவது என்று வரும்போது, மனிதர்களை மற்ற அனைத்துப் படைப்புகளிலிருந்தும் வேறுபடுத்திக் காட்டுவது சிரிப்புதான். நாம் நம்மைச் சுற்றிப் பார்த்தால், கடவுள் நல்ல நகைச்சுவையுணர்வோடு இருந்திருக்க வேண்டும் என்பதை உணர முடியும். கடவுள் ஓர் ஒட்டகச்சிவிங்கியை வடிவமைக்கும்போது எப்படி இருந்திருப்பார் என்பதை உங்களால் கற்பனை செய்து பார்க்க முடிகிறதா? நெருப்புக் கோழியை வடிவமைக்கும்போதும் அது அவரது உதட்டில் சில புன்முறுவல்களை பூக்கச் செய்திருக்க வேண்டும்.

இன்று, நகைச்சுவைக்கென்று ஏராளமான தொலைக்காட்சி நிகழ்ச்சிகள் அர்ப்பணிக்கப்பட்டு, நகைச்சுவையுணர்வு நம்மைச் சூழ்ந்திருக்கும்போது, வெகு சிலரே அதைத் தங்கள் ஆளுமையின் ஒரு பகுதியாக ஆக்கிக் கொள்கின்றனர். சிரிப்பைத் தங்கள் வாழ்க்கைமுறையாகக் கொண்டிருப்பவர்களுடன் நீங்கள் பங்கு கொள்வதற்கு சில குறிப்பிட்ட வழிகள் உள்ளன.

விரைவாகப் புன்னகைக்கக் கற்றுக் கொள்ளுங்கள்

வேறொருவர் முதலில் புன்னகைத்தால்தான் நான் புன்னகைப்பேன் என்று காத்திருக்காதீர்கள். நீங்கள் முதலில் புன்னகை புரியுங்கள். பியானோ கலைஞர் விக்டர் போர்ஜ் இவ்வாறு கூறியுள்ளார்: "இரு நபர்களுக்கு இடையே உள்ள மிகக் குறைவான தூரம் புன்னகைதான்."

தங்கள் வாழ்நாள் முழுவதும் எப்போதும் ஒரு நிரந்தரமான சிடுசிடுப்புடன் வாழ்கின்ற மக்கள், தாங்கள் உணர்வதைவிட அதிகமான பிரச்சனைகளைத் தங்களுக்கு உருவாக்கிக் கொண்டிருக்கின்றனர். சிடுசிடுப்பு, நண்பர்களை உருவாக்குவதில்லை. முகத்தில் சுருக்கங்களை மட்டும்தான் உருவாக்குகிறது. ஒரு புன்னகை உங்கள் முகத்தில் அற்புதமான விளைவுகளை ஏற்படுத்த முடியும் எனும்போது, உரிய வயதை அடையும் முன்பே மிகவும் வயதானதுபோல் தோன்றுவது அவசியமற்றது. ஏதோ ஒரு நல்ல விஷயம் உங்களுக்கு நடந்து கொண்டிருக்கிறது என்பதை உலகிற்குத் தெரியப்படுத்துங்கள். எப்போதும் சிரித்த முகத்தோடு இருங்கள்!

உங்களை ஆசுவாசப்படுத்திக் கொள்வதற்கு விரைவான வழி, நகைச்சுவைகளை உங்களுடன் பகிர்ந்து கொள்வதற்குத் தயாராக இருக்கும் மக்களோடு இருப்பதுதான். வேடிக்கையானவராக இருக்க நீங்கள் வலுக்கட்டாயமாக முயற்சிக்கத் தேவையில்லை; வேடிக்கையானவர்கள் கூறுவதைக் கேட்டு அனுபவித்தாலே போதும். அத்தகைய விஷயங்களை அளவிடும் வல்லுனர்கள், ஒரு நல்ல சிரிப்பிற்குப் பின் கிடைக்கும் ஆசுவாசம் சுமார் நாற்பத்தைந்து நிமிடங்கள்வரைகூட நீடிக்கும் என்று கூறுகின்றனர். தளர்வு பெற்றத் தசைகளால் மனக் கலக்கத்துடன் சேர்ந்து இருக்க முடியாது. சிரிப்பு ஒரு நல்ல விருப்பத்தேர்வு என்பதில் துளிக்கூட சந்தேகம் இருக்க முடியாது.

மீண்டும் ஒரு குழந்தையாக மாறுங்கள்

மனத்தைக் குதூகலமாக வைத்திருப்பது குறித்துத் தற்போது வெளிவரும் புத்தகங்களில் உள்ள ஒரு பிரபலமான கருத்து, நம் 'உள்ளிருக்கும் குழந்தை'யை மீண்டும் கண்டறிவது. குழந்தைத்தனமான விருப்பங்களை அடக்கி வைக்காமல், எந்தத் தயக்கமும் இன்றி அவற்றை வெளிப்படுத்துங்கள். பெருநிறுவனங்களில் பயிற்சியளிக்கும் தலைவர்கள், தாங்கள் கற்றுக் கொடுக்கவிருக்கும் தீவிரமான கருத்துக்களை, பயிற்சி பெறுபவர்கள் சிறப்பாகக் கற்பதற்கு அவர்களைச் சமநிலைப்படுத்தும் 'விளையாட்டு நேர'த்தின் மகத்துவத்தை அறிந்துள்ளனர்.

சிரிப்பதற்கும், இளைஞர்களைபோல் வேடிக்கையை அனுபவிப்பதற்கும் நாம் வெட்கப்படவோ கூனிக்குறுகவோ தேவையில்லை. நமக்குள் ஒளிந்திருக்கும் குழந்தை நமக்குள் இப்போதும் வாழ்ந்து கொண்டிருக்கிறது என்பது மட்டுமல்ல, நம் வாழ்வில் பொருத்தமான நேரங்களில் தான் விரும்புவதை வெளிப்படுத்தும் உரிமையும் அதற்கு உண்டு.

உங்களைச் சுற்றி மகிழ்ச்சியான, நேர்மறையான மக்கள் இருக்குமாறு பார்த்துக் கொள்ளுங்கள்

எப்போதும் குறைகூறிக் கொண்டிருப்பவர்களுடன் நாம் நிரந்தரமாக இருக்க வேண்டும் என்று எந்தச் சட்டமும் நம்மை வற்புறுத்துவதில்லை. நம் நண்பர்களைத் தேர்ந்தெடுக்கும் வாய்ப்பு நமக்கு உள்ளது என்பதால், அடிப்படையில் மகிழ்ச்சியாகவும் நன்னம்பிக்கையோடும் இருக்கும் மக்களுடன் நாம் நம் நேரத்தைச் செலவிடத் தீர்மானிக்கலாம்.

முப்பது வயதான ஒரு பெண் கணக்காளர் அடிக்கடித் தான் மனச்சோர்வுற்றிருப்பதாகக் குறைகூறிக் கொண்டே இருந்ததால், ஓர் ஆசோசனையாளரிடம்

அனுப்பி வைக்கப்பட்டார். "என் வாழ்நாள் முழுவதும் நான் எல்லோருடனும் சகஜமாகக் கலந்து பழகிக் கொண்டிருந்தேன். ஆனால், இப்போது என்னால் புன்னகைக்கக்கூட முடிவதில்லை," என்று அவர் அந்த ஆலோசனையாளரிடம் கூறினார்.

சதா வேலையிலேயே குறியாக இருந்த ஒரு நபருடன், அலுவலகத்தில் இவர் இரண்டு வருடங்களாக ஒரே அறையில் வேலை பார்த்து வந்துள்ளார் என்பதைக் கண்டுபிடிக்க அதிக நேரமாகவில்லை. அந்நபர் எப்போதாவதுதான் பேசுவார்; ஒருபோதும் புன்னகைப்பதில்லை. உற்சாகமற்ற அந்த மனிதர் மகிழ்ச்சியற்று இருக்கவில்லை, ஆனால் அவரது இயல்பே அதுதான். ஆனால், முன்பு உற்சாகமாக இருந்த ஒருவரின்மேல் அவரது இயல்பு ஏற்படுத்திய பாதிப்பு மிகவும் அதிகம்.

அப்பிரச்சனை எளிதில் தீர்க்கப்பட்டது. அப்பெண் தன் மேலாளரிடம் கூறித் தன் அறையை மாற்றிக் கொண்டார். அவரது புதிய வேலைச் சூழலில், அவரது பழைய நகைச்சுவையுணர்வு மீண்டும் திரும்பி வந்தது. நீங்கள் யாருடன் நேரத்தைச் செலவிடுகிறீர்கள் என்பது ஒரு வித்தியாசத்தை ஏற்படுத்துமா? நிச்சயமாக ஏற்படுத்தும்.

விரைவான நகைச்சுவையைப் பயன்படுத்துங்கள்

உங்களது வேடிக்கையான நண்பர்களைப் பற்றி நினைத்துப் பாருங்கள். பல விஷயங்களில் அவர்கள் நீண்ட கதைகளைக் கூறுவதற்கு பதிலாக, தங்கள் சாதுரியமான, சரளமான பேச்சினால் உங்களைச் சிரிக்கச் செய்வார்கள்.

முதன்முதலாக நகைச்சுவையாகப் பேச முயற்சிப்பவர்கள், உணவு இடைவேளையின்போது நண்பர்களுடன் பகிர்ந்து கொள்வதற்காக ஒரு நகைச்சுவைத் துணுக்கையோ அல்லது வேடிக்கையான கதையையோ ஒரு

மணிநேரம் பயிற்சி செய்து மனப்பாடம் செய்வார்கள். அவரது நண்பர்கள் அதைக் கேட்டுச் சலிப்படையும்போதும், அதிலுள்ள நகைச்சுவையைச் சரியாக வெளிப்படுத்த முடியாதபோதும் அவர்கள் திகைத்து நிற்பர்.

மாறாக, நீங்கள் என்ன செய்து கொண்டிருக்கிறீர்களோ அதிலிருந்து ஒரு மிகச் சிறிய கதையைக் கூற முயற்சி செய்யுங்கள். எடுத்துக்காட்டாக, நீங்கள் ஒரு மெனு கார்டைப் பார்க்கும்போது, "ஸ்பெயின் நாட்டின் தலைநகரான மேட்ரிட்டிற்குச் சென்ற ஓர் அமெரிக்கரைப் பற்றி நான் கேள்விப்பட்டேன். அவர் அங்குள்ள ஓர் உணவகத்திற்குச் சென்றபோது, மாட்டிறைச்சியும் நாய்க்குடையும் சாப்பிட விரும்பினார். எனவே அவர் ஒரு மாடு மற்றும் நாய்க்குடையின் படங்களை வரைந்து அவர்களிடம் காண்பித்தார். ஆனால் அவருக்குக் கிடைத்தது, எருதுச் சண்டைக்கான ஒரு நுழைவுச் சீட்டும், ஒரு குடையும்," என்று நீங்கள் கூறலாம்.

உங்கள் நண்பர்களும் உங்களுடன் சேர்ந்து கொண்டு, தங்கள் பங்கிற்கு ஓரிரு கதைகளைக் கூறக்கூடும்.

ஆட்சேபிக்கத்தக்க உட்பொருள் கொண்ட நகைச்சுவையைத் தவிர்த்துவிடுங்கள்

ஆபாசமான துணுக்குகளைக் கூறும் மக்கள், எந்த யோசனையும் இன்றி, தங்களையும் அறியாமல் தங்களைப் பற்றி அதிகமான விஷயங்களைப் பிறருக்குத் தெரிவித்துக் கொண்டிருக்கிறார்கள். இப்படிப்பட்டத் துணுக்குகளைக் கூறுபவர்கள், குறிப்பாக அலுவலகத்தில், பிரச்சனையை இழுத்துவிட்டுக் கொள்கின்றனர். சமீபத்தில் தொடுக்கப்பட்டப் பாலியல் தொந்தரவு வழக்குகளில் தேவையற்றத் 'துணுக்கு'களும் இடம்பெற்றிருந்தன. மேலும், அத்துணுக்குகள் ஒரு தனிநபரின் உரிமையில் இடையூறு செய்வதாகவும் ஒப்புக்கொள்ளப்பட்டது.

இனம் அல்லது ஜாதியின் அடிப்படையில் அமைந்த நகைச்சுவை அந்த வகையைச் சேர்ந்ததுதான். 'சந்தேகமாக இருந்தால், அதைச் செய்யாதீர்கள்!' என்பது நாம் பின்பற்றுவதற்கு ஏற்ற ஒரு நல்ல விதி.

"நான் அத்தகையக் கதைகளைக் கூறுவதில்லை. ஆனால், என்னிடம் அக்கதைகள் கூறப்படும்போது நான் எவ்வாறு நடந்து கொள்ள வேண்டும்?" என்று நீங்கள் கேட்கலாம்.

கதையைக் கேட்டு நீங்கள் சத்தம்போட்டுச் சிரித்தால், ஆட்சேபிக்கத்தக்கக் கதையைக் கூறுவதில் நீங்களும் பங்கு கொள்கிறீர்கள் என்று அர்த்தம். மாறாக, எந்தவிதமான உணர்ச்சியையும் வெளிப்படுத்தாமல் அமைதியாக அவ்விடத்தைவிட்டு நகர்ந்துவிடுங்கள் அல்லது பேசிக் கொண்டிருக்கும் விஷயத்தை மாற்றுங்கள். கதையைக் கூறிக் கொண்டிருப்பவர் உங்கள் எண்ணத்தைப் புரிந்து கொள்வார்.

உங்களுக்குக் கிடைத்துள்ள சிரிப்பு என்னும் பரிசை அனுபவியுங்கள்

நல்ல நகைச்சுவை என்பது நீங்கள் அமைதியாக அனுபவிக்க வேண்டிய ஏதோ ஒன்றல்ல. நம் ஒவ்வொருவரிடமும் ஒரு தனித்துவமான 'சிரிப்புப் பெட்டி' இருக்கிறது. அது நமக்கு மட்டுமே சொந்தம். அது நம் கையெழுத்து அல்லது கைரேகையைப் போன்றது.

அதைத் துணிச்சலுடன் பயன்படுத்துங்கள். மொத்தத்தில், பிறர் சிரிப்பதைக் கேட்டு நீங்கள் மகிழ்கிறீர்கள். உங்கள் சிரிப்பையும் கேட்டு மகிழுங்கள். புன்னகைக்கென்று ஓர் இடம் இருக்கிறது. அதே சமயத்தில், தானாக வரும் சிரிப்பிற்கும் ஓரிடம் இருக்கிறது. அதை மறைத்து வைக்காதீர்கள்.

உங்களுக்குக் கிடைத்துள்ள சிரிப்பு என்னும் பரிசை உருவாக்குவதை உங்கள் முன்னுரிமையாக்கிக் கொள்ளுங்கள். ஒருவர் முகத்தில் புன்னகையை வரவழைக்க முயற்சிப்பதிலிருந்து நீங்கள் துவங்கலாம். அது நிறைவேற்றப்பட்டவுடன் அடுத்த அடியை எடுத்து வையுங்கள். பிறரைச் சத்தம்போட்டுச் சிரிக்க வைக்கும் ஏதேனும் ஒன்றைக் கூறுங்கள்.

சிரிப்பினால் வரும் உடல்ரீதியான பலன்களும் உணர்ச்சிரீதியான பலன்களும் புறக்கணிக்கப்பட முடியாதவை. வேறு எந்தக் காரணங்களுக்காக இல்லையென்றாலும், உங்கள் சிறந்த ஆரோக்கியத்தைக் கருத்தில் கொண்டாவது நகைச்சுவையை உங்கள் நாளின் ஒரு நிரந்தரப் பகுதியாக ஆக்கிக் கொள்வதென்று தீர்மானித்துக் கொள்ளுங்கள்.

வாழ்க்கையை மிகவும் தீவிரமானதாக எடுத்துக் கொள்வதை நீங்கள் நிறுத்தும்போது, நீங்களும் நீங்கள் சந்திப்பவர்களும் இவ்வுலகை ஒரு நல்ல மகிழ்ச்சியான இடமாக மாற்றுவீர்கள்.

மணி 21

உற்சாகத் துள்ளல் மிளிரட்டும்

மாபெரும் கால்பந்துப் பயிற்றுவிப்பாளர்களைப் பற்றி மக்கள் நினைத்துப் பார்க்கும்போது, வின்ஸ் லொம்பார்டி அவர்கள் நினைவிலிருந்து தப்புவதில்லை. 1959இல் அவர் கிரீன் பே பேக்கர்ஸ் குழுவிற்குப் பொறுப்பேற்றுக் கொண்டபோது, அக்குழுவினர் மிகவும் அடிமட்டத்தில் இருந்தனர். அதற்கு முந்தைய வருடம், பன்னிரண்டுப் போட்டிகளில் அவர்கள் பத்துப் போட்டியில் தோற்றனர்; ஒரு போட்டியில் இரண்டு அணியும் சமநிலையில் இருந்தன; ஒரே ஒரு போட்டியில் அவர்கள் வெற்றி பெற்றனர்.

லொம்பார்டி தன் குழு வீரர்கள் முன்னால் நின்று, "நாம் ஒரு கால்பந்து அணியை உருவாக்கப் போகிறோம். சில போட்டிகளில் வெற்றி பெறப் போகிறோம். அதை நினைவில் கொள்ளுங்கள்!" என்று கூறினார்.

அவரது திட்டம் என்ன?

லொம்பார்டி தன் குழுவினரைப் பார்த்து, "தடுப்பது எப்படி, ஓடுவது எப்படி, சமாளிப்பது எப்படி என்பதை நீங்கள் கற்றுக் கொள்ளப் போகிறீர்கள். உங்களை எதிர்த்து விளையாடும் அனைத்து அணியினரையும்விட நீங்கள் மிகச் சிறப்பாக விளையாடப் போகிறீர்கள்," என்று கூறினார்.

அதன் பிறகு ஒரு முக்கியமான விஷயத்தைக் கூறினார். பரிந்துரை என்ற தொனியில் இல்லாமல், ஓர் அதிகாரத்துடன் அவர் இவ்வாறு கட்டளையிட்டார்: "நீங்கள் என்மீது உறுதியான நம்பிக்கையும், என் அமைப்பின்மீது உற்சாகமும் கொள்ள வேண்டும். இப்போதிலிருந்து, நீங்கள் மூன்று விஷயங்களைப் பற்றி மட்டுமே நினைக்க வேண்டும்: உங்கள் வீடு, உங்கள் மதம், மற்றும் கிரீன் பே பேக்கர்ஸ். உற்சாகம் உங்களை ஆட்கொள்ளட்டும்!"

சிறந்த தனிநபர்களை ஓர் அற்புதமான குழுவாக ஒன்றிணைப்பதில் லொம்பார்டி திறமை வாய்ந்த ஒரு வல்லுனர். குழுவில் உள்ள ஒவ்வொருவரும் நாளுக்கு நாள் ஒரு தொழில்முறை விளையாட்டு வீரரைப் போல் விளையாடவில்லை என்றால், பேக்கர்ஸ் அணி தேசியக் கால்பந்துப் போட்டிகளில் வரும் வலுவான அணிகளை எதிர்கொண்டு வெற்றி பெறுவது இயலாத காரியம் என்பதை அவர் அறிந்திருந்தார்.

ஒவ்வொரு விளையாட்டும் துவங்குவதற்கு முன்னதாக அவர் தன் விளையாட்டு வீரர்களிடம் ஒரு செய்தியை வலியுறுத்தினார். அவரது வார்த்தைகள் அவர்களது தலைக்கவசத்தில் ஒலித்துக் கொண்டிருப்பதை அவர்களால் கேட்க முடிந்தது. "உற்சாகம் பொங்க உங்களால் நடந்து கொள்ள முடியாவிட்டால், உற்சாகத்துடன் நீங்கள் இந்த அணியிலிருந்து வெளியேற்றப்படுவீர்கள்."

அவர்கள் புரிந்து கொண்டனர்.

ஆற்றல் கொப்பளிக்கும்படி நடந்து கொள்ளுதல்

நம் சமுதாயத்தில் வெற்றியாளர்களையும் வெறுமனே வாழ்க்கையை ஓட்டிக் கொண்டவர்களையும் வேறுபடுத்தி அடையாளம் காட்டுவது, அவர்களுக்குள் கொழுந்துவிட்டெறியும் உற்சாக நெருப்புதான். மக்களிடம் அத்தகையப் பண்பு இருக்கிறதா என்பதைக் கண்டுபிடிப்பது எளிது. அது அவர்கள் செய்யும் அனைத்திலும் வெளிப்படையாகத் தெரியும்.

அனைவரும் பரபரப்பை விரும்புகின்றனர். மக்கள் தனிமனித ஆற்றல் கொப்பளிக்கும்படி நடந்து கொள்ளும்போது, அவர்களைச் சூழ்ந்திருப்பதை மற்றவர்கள் மகிழ்ச்சியுடன் அனுபவிக்கின்றனர். வணிக நிறுவனங்கள் தங்கள் நிறுவனத்திற்கு ஆர்வத்தைக் கொண்டு வரும் ஊழியர்களை நியமனம் செய்ய விரும்புகின்றனர். எடுத்துக்காட்டாக, சில பிரபல உணவகங்கள், ஊழியர்கள் அனைவரும் எந்தவிதமான முன்னேற்பாடும் இல்லாமல் ஒன்றுகூடி, பொருத்தமான நாட்களில் தங்கள் வாடிக்கையாளார்களுக்குப் ‘பிறந்தநாள் நல்வாழ்த்துக்கள்’ அல்லது ‘திருமணநாள் நல்வாழ்த்துக்கள்’ போன்ற வாழ்த்துக்களைப் பாட அவர்களுக்குப் பயிற்சி அளித்துள்ளன. அது வாடிக்கையாளர்களின் மனத்தைத் தொடுகிறது. மக்கள் மீண்டும் மீண்டும் அங்கு வந்து கொண்டேயிருக்கின்றனர்.

ஹென்ரி ஃபோர்டு ஒரு மாபெரும் கார் சாம்ராஜ்யத்தைக் கட்டியெழுப்பினார். விளைவுகளை உருவாக்குவதற்கு எது தேவை என்பதை அவர் அறிந்திருந்தார். “உற்சாகம்தான் அனைத்து முன்னேற்றத்திற்குமான அடிப்படை. அது இருந்தால், அங்கு சாதனை இருக்கும். அது இல்லையென்றால், வெறும் சாக்குப்போக்குகள்தான் மிச்சம் இருக்கும்,” என்று அவர் கூறினார்.

இன்று, பெரும் நிறுவனங்கள் தங்கள் ஊழியர்களை உத்வேகப்படுத்துவதற்காகப் பல கோடிகளைச் செல்வு செய்கின்றன. விற்பனையை அதிகரிப்பதற்காக, உல்லாச விடுமுறைகளிலிருந்து விலையுயர்ந்த நகைகள்வரை அவர்கள் ஊக்கத் தொகையாகக் கொடுக்கின்றனர். இருந்தாலும், ஒரு சிறு குழுவினரே அனைத்துப் பரிசுகளையும் மீண்டும் மீண்டும் வெல்கின்றனர் என்பதைப் பல நிறுவனங்கள் கண்டுகொண்டுள்ளன. தாங்கள் செய்யும் அனைத்திலும் முழுமூச்சக உற்சாகத்தையும் பரபரப்பையும் நடைமுறைப்படுத்துபவர்கள்தான் அக்குழுவினர். இவர்கள் மார்க் டுவைனைப் போன்றவர்கள். ஒருமுறை மார்க் டுவைனிடம் அவரது வெற்றிக்கான காரணத்தைப் பற்றிக் கேட்டபோது, “நான் உற்சாகமாகப் பிறந்தேன்,” என்று அவர் பதிலளித்தார்.

கழுகைப்போல

கை கால்களை உதைத்துகொண்டும், கத்திக் கொண்டும் நாம் இவ்வுலகிற்குள் வந்தோம். ஆனால், நம்மை அமைதிப்படுத்தி, தாலாட்டுப் பாடித் தூங்க வைக்க மக்களுக்கு வெகு நேரம் ஆகவில்லை.

பின்னர், நாம் ஒரு கழுகைப்போல் பறக்க விரும்புவதற்கான அறிகுறிகளை வெளிக்காட்டியபோது, கோட்டிற்குள் வண்ணம் தீட்ட வேண்டும், சேற்று நீரிலிருந்து விலகியிருக்க வேண்டும், சொந்த ஊரைச் சேர்ந்தவரைத் திருமணம் செய்ய வேண்டும், பெற்றோர் இருக்குமிடத்திற்கு அருகில் குடியேற வேண்டும், உள்ளூர்த் தொழிற்சாலையில் வேலை பார்க்க வேண்டும் என்று நம்மிடம் கூறபட்டது.

நீறுபூத்த நெருப்பாய் உங்களுக்குள் உறைந்திருக்கும் உற்சாகத்தை மீண்டும் தூண்டுவதற்குக் காலம் இன்னும் கடந்துவிடவில்லை. வெற்றி கொள்ள வேண்டிய புதிய உலகங்களும் வெற்றி பெறுவதற்கான பல புதிய முயற்சிகளும்

இன்னும் இருக்கின்றன. முன்னோக்கும் ஆழ்விருப்பமும் கொண்ட ஒருவரிடம் இருக்கும் ஒரு படைப்புக் கருத்திற்கு மாற்று எதுவும் இல்லை. ஐபிஎம் நிறுவனத்தின் நிறுவனர் டாம் வாட்சன், "மனிதனின் மாபெரும் சாதனைகள், கருத்துக்களும் உற்சாகமும் பிறருக்குத் தெரிவிக்கப்பட்டதன் விளைவுகளே," என்று கூறியுள்ளார்.

பிரபல ஊக்குவிப்புப் பேச்சாளராக ஆவதற்கு முன்பு, சிக் சிக்லர், விற்பனையில் பல சாதனைகளைப் படைத்த ஒரு தேசிய நிறுவனத்தில் பணியாற்றி வந்தார். அவர் தன் இலக்குகளைத் தனிப்பட்ட உற்சாகத்தின் மூலம் அடைந்தார். 'சீக்ரெட்ஸ் ஆஃப் குளோசிங் த சேல்' என்ற தன் புத்தகத்தில் அவர், "அளவுக்கதிகமான உற்சாகத்தால் நீங்கள் தவறவிடும் ஒவ்வொரு விற்பனைக்கும், போதுமான உற்சாகம் இல்லாததால் நீங்கள் நூறு விற்பனைகளைத் தவறவிடுவீர்கள்," என்று கூறுகிறார்.

மிகவும் உயர்வாகக் கருத்தப்பட்ட, பெண்களுக்கான தன் சொந்த நவீனப் படைப்புகளை உருவாக்குவது குறித்து அவர் ஏன் மிகவும் உற்சாகமாக இருந்தார் என்று ஹென்ரி ஃபோர்டின் மகளான ஷார்லட் ஃபோர்டிடம் கேட்கப்பட்டபோது, "ஏனெனில், காலையில் எழுந்து, செய்வதற்கு ஏதேனும் இருப்பது மிகுந்த உற்சாகத்தை அளிக்கிறது," என்று அவர் பதிலளித்தார்.

வலுக்கட்டாயமாக உற்சாகமாக இருப்பதுபோல் தொடர்ந்து பயிற்சி செய்வதன் மூலம் சுயமாகத் தன்னிடம் உற்சாகத்தை உருவாக்கும் அணுகுமுறை, இயல்பான ஆற்றலைக் கொண்டிருக்கும் ஒரு நபரைப்போல் பலனளிக்குமா? நீங்கள் மகிழ்ச்சியுடனும் ஆர்வத்துடனும் தோற்றமளிப்பது என்று வரும்போது, சரியானது அல்லது தவறானது என்று எதுவும் கிடையாது. அது நீங்கள் விரும்பும் ஒரு பண்புநலன், அதை நீங்கள் எப்படி உருவாக்குகிறீர்கள் என்பது முக்கியமல்ல.

உற்சாகமான மக்களைப் பற்றி நாம் அறிந்துள்ளது இதுதான். காரணம் எதுவாக இருந்தாலும், ஒரு யோசனை குறித்து உற்சாகமடையக்கூடிய எவராலும், தொடர்ந்து மீண்டும் மீண்டும் அது குறித்து உற்சாகமடைய முடியும். பழக்கங்களை உருவாக்குவது உங்கள் வாழ்க்கை முறையாகும்வரை, அது உங்கள் ஆளுமையின் ஒரு பகுதியாகும்வரை, கற்றுக் கொள்ளப்படும் பிற நடத்தைகளைப்போல, உற்சாகத்தை மீண்டும் மீண்டும் சுயமாக உருவாக்கிக் கொள்ள முடியும்.

பல சிறந்த மேடைப் பேச்சாளர்கள் அவ்வாறு பிறக்கவில்லை. சிலரது விஷயங்களில், பார்வையாளர்கள் முன்னால் நின்று பேசுவதற்கு அவர்கள் பயந்திருக்கின்றனர். அப்பிரச்சனையை அவர்கள் நேரடியாக எதிர்கொள்ள வேண்டியிருந்தது. ஒரு குழுவின் முன்னால் தங்களை வலுக்கட்டாயமாக உற்சாகமானவர்களாகவும் ஊக்கம் மிக்கவர்களாகவும் ஆக்கிக் கொண்டதன் மூலம், மேடை பயத்தை வெற்றி கொள்ள அவர்கள் கற்றுக் கொண்டனர். எது அவர்களது மாபெரும் பயமாக இருந்ததோ, அதுவே அவர்களது மாபெரும் சுதந்திரத்திற்கான களமாக மாறியது.

உற்சாகத்தைத் தக்க வைத்துக் கொள்ளுதல்

நீங்கள் மேற்கொள்ளும் நடவடிக்கைகளில் உங்களால் உற்சாகத்துடன் ஈடுபட முடியும் என்று உங்களுக்கு நீங்களே நிரூபித்துக் கொண்ட பிறகு, மற்றவர்கள் உங்கள் ஆர்வத்தைக் குலைக்க அனுமதிக்காதீர்கள்.

விளம்பரத் துறையைச் சேர்ந்த உயரதிகாரி ஒருவர், ஒருவரை ஒருவர் உற்சாகமிழக்கச் செய்வதைக் கண்டு வெறுப்புற்று, உற்சாகத்தைத் தடுத்து நிறுத்தும், ஒருபோதும் தவறாமல் வேலை செய்யும் சொற்றொடர்களைப் பட்டியலிட்டார். அதிக உற்சாகத்துடன் இருக்கும் ஒருவரை, கீழ்க்கண்ட வாக்கியங்கள் உற்சாகமிழக்கச் செய்துவிடும்.

"இப்படியிருந்தால் நன்றாக இருக்கும் . . ."

"அது எனக்குப் பிடித்திருக்கிறது, ஆனால் . . ."

"நீங்கள் கூறுவதிலுள்ள நியாயம் எனக்குப் புரிகிறது, ஆனால் . . ."

"அதை இந்தக் கண்ணோட்டத்தில் பாருங்கள்."

"வழக்கமாக நாங்கள் இதை இப்படித்தான் செய்வோம்."

"அதை நாம் எவ்வாறு நியாயப்படுத்துவது?"

"அது சரிதான், ஆனால் . . ."

"அதைப் பற்றி நான் யோசிக்கிறேன்."

உங்களிடம் இத்தகைய வார்த்தைகளைப் பயன்படுத்திய மக்களை நீங்கள் சந்தித்திருக்கக்கூடும். அடுத்த முறை அவ்வாறு நிகழும்போது, என்ன நடக்கிறது என்பதைக் கவனியுங்கள். அதோடு, அது உங்கள் உற்சாகத்தின் வேகத்தைக் குறைக்காமல் பார்த்துக் கொள்ளுங்கள்.

உற்சாகத்தை உங்கள் வாழ்க்கையில் சேர்த்துக் கொள்வதை நீங்கள் தேர்ந்தெடுக்கும்போது, மக்கள் உடனடியாக அதைக் கண்டுகொண்டு, அடிக்கடி அது குறித்துத் தங்கள் அபிப்பிராயத்தைத் தெரிவிப்பர். "அவள் உயிர்த்துடிப்புடன் உற்சாகமாக இருக்கிறாள்," அல்லது "அவன் செய்யும் எல்லாவற்றிலும் உற்சாகம் தெறிக்கிறது,"என்று அவர்கள் கூறுவர்.

உற்சாகத்துடன், அதே நேரத்தில், தோல்வி மனப்போக்கு உள்ள ஒரு தனிநபரைத் தேடிக் கண்டுபிடிக்க நீங்கள் பெரும் முயற்சி மேற்கொள்ள வேண்டியிருக்கும். நீங்கள் உற்சாகமாக இருக்கும்போது, உங்கள் மனப்போக்கும் அதற்கு ஏற்றாற்போலவே இருக்கும். நூலாசிரியர் டெனிஸ் வெயிட்லி இவ்வாறு கூறுகிறார்: "உற்சாகம் பிறரை எளிதில்

தொற்றிக் கொள்ளக்கூடியது. ஒரு நேர்மறையான சிந்தனையாளர் முன்னிலையில் நாம் இருக்கும்போது நம்மால் நடுநிலையிலோ அல்லது அக்கறையற்ற நிலையிலோ இருப்பது கடினம்."

தனிப்பட்ட உற்சாகத்திற்கான முதன்மைக் காரணம் எது? வரலாற்றாசிரியர் அர்னால்டு டாயின்பீ இவ்வாறு எழுதியுள்ளார்: "உற்சாகத்தை இரண்டு விஷயங்களைக் கொண்டு வரவழைக்கலாம்: முதலில், கற்பனையை அபாரமாக முடுக்கிவிடும் ஒரு யோசனை; இரண்டாவது, அந்த யோசனையை நடைமுறைப்படுத்துவதற்கான ஒரு திட்டவட்டமான, அறிவார்ந்த திட்டம்."

இருந்தாலும், உங்களை ஊக்கப்படுத்திக் கொள்ள வேண்டிய நேரங்கள் உண்டு. அதை எப்படிச் செய்வது? எதுவும் தானாகவே செயல்படுவதில்லை. உங்களுக்குள் இருக்கும் நெருப்பைத் தொடர்ந்து எரிய வைக்க, புதிய நடவடிக்கைகள், புதிய கனவுகள், மற்றும் புதிய இலக்குகள் ஆகிய எரிபொருட்களை அதற்குக் கொடுக்க வேண்டும்.

உங்களை உற்சாகப்படுத்துவதற்குத் தினமும் காலையில் எழுந்து உங்களுக்கு நீங்களே ஒரு சுயஊக்குவிப்புச் சொற்பொழிவைக் கொடுத்துக் கொள்வதைவிட ஒரு சிறந்த அணுகுமுறை உள்ளது. சொற்பொழிவுகளும் பொதுப்படையானவைகளும் அவ்வளவு சரியாக வேலை செய்வதில்லை. மாறாக, வெற்றிகரமாகச் செய்து முடிக்கப்படுவதற்கு ஒரு சிறப்பு ஆழ்விருப்பமோ அல்லது உற்சாகம் கலந்த பேரார்வமோ தேவைப்படும் ஏதேனும் ஒரு குறிப்பிட்ட விஷயத்தை உங்கள் அட்டவணையிலிருந்து தேர்ந்தெடுத்துக் கொள்ளுங்கள். இன்று அந்த ஒரு குறிப்பிட்ட விஷயத்தில் மட்டும் ஆழ்ந்து கவனம் செலுத்துங்கள். இச்செயல்முறையை ஒவ்வொரு நாளும் தவறாது செய்யுங்கள்.

ஒரு விஷயத்தில் உங்களால் உற்சாகத்துடன் ஈடுபட முடியும் என்று நீங்கள் நிரூபிக்கும்போது, வேறு ஏதேனும் ஒன்றைக் குறித்தும் உங்களால் குதூகலமாக ஈடுபட முடியும். நீங்கள் செய்யும் அனைத்திலும் உற்சாகம் ஒரு முழுமையான, நிரந்தரமான பங்கு வகிப்பதை உறுதி செய்வதுதான் உங்கள் இலக்காக இருத்தல் வேண்டும்.

மணி 22

தினசரிப் புதுப்பித்தலுக்கான திறவுகோல்

"நான் என் வேலையை வெறுக்கிறேன்," என்று ஒரு புதிய பெண் விற்பனையாளர் தன் தோழியிடம் கூறினார். "பிரச்சனை என்னவாக இருக்குமென்று நீ நினைக்கிறாய்?" என்று தோழி கேட்டார்.

"என் நிறுவனம் என்னைக் குழந்தையைப்போல் நடத்துகிறது. நான் எதை அணிய வேண்டும், எதைப் பேச வேண்டும், எப்போது மதிய உணவருந்த வேண்டும், இவ்வளவு ஏன், நான் எப்போது ஓய்வறைக்குச் செல்ல வேண்டும் என்பதைக்கூட அவர்கள்தான் கூறுகின்றனர். இப்பொழுதெல்லாம் காலையில் எழுந்திருக்கக்கூட எனக்குப் பிடிக்கவில்லை," என்று அவர் கூறினார்.

இதில் இவர் மட்டும் தனியாக இல்லை. தாங்கள் தேர்ந்தெடுக்காத வேலையில் நியமிக்கப்பட்டு, அடிப்படையில் தங்களுக்கு விருப்பமில்லாதவர்களிடம் வேலை பார்த்துக் கொண்டு, தங்கள் நண்பர்களாக வைத்துக் கொள்ள விரும்பாதவர்களைப் போன்ற வாடிக்கையாளர்களை அடிக்கடி சமாளித்துக் கொண்டிருக்கும் எண்ணற்ற மக்கள் இருக்கின்றனர்.

தொழிற்சாலைகள், சில்லறை விற்பனைக் கடைகள், உணவகங்கள், மற்றும் பிற பணிகளில் வேலை செய்பவர்கள், தினசரி ஊக்குவிப்பு குறித்த பிரச்சனையை எதிர்கொள்ள வேண்டியுள்ளது. மற்றவர்களுக்கு, தினசரி ஊக்குவிப்பு குறித்த பிரச்சனை இன்னும் அதிகத் தீவிரமானது. உள்ளூரில் புராதனப் பொருட்களை விற்கும் கடை ஒன்றைப் புதிதாகத் துவங்குவதற்காகத் தன் வேலையிலிருந்து விலகும் ஒரு பெண் அல்லது தன்னிடம் இருப்பதைக் கொண்டு சுயமாகப் பழைய கார் விற்பனை நிலையம் ஒன்றைத் துவங்கும் ஒரு மனிதரைப் பற்றி எண்ணிப் பாருங்கள். சுயதொழில்முனைவோராக ஆவதைத் தேர்ந்தெடுப்பவர்கள் இன்னும் அதிக இக்கட்டான சூழ்நிலையில் இருக்கின்றனர். அவர்களுக்கு உடல்நலம் சரியில்லாமல் போனால் என்ன ஆகும்? நண்பகல்வரை அவர்கள் தூங்கினால் அவர்கள் செலுத்த வேண்டிய கட்டணத் தொகைகளை அவர்கள் எப்படிச் செலுத்துவார்கள்? அவர்களது தினசரி ஊக்குவிப்புதான் அவர்களது வியாபாரத்தில் அவர்கள் வெற்றி பெறுகிறார்களா இல்லையா என்பதைத் தீர்மானிக்கும்.

ஒருவரது தொழிலும், அவரது அன்றாட வழக்கமான வேலைகளும் எதுவாக இருந்தாலும் சரி, ஒரே மாதிரியான கேள்விகள்தான் மக்களிடமிருந்து எதிரொலிக்கின்றன. "நான் அதை எப்படிச் சமாளிக்கப் போகிறேன்?" "மற்றுமொரு நாளை எதிர்கொள்வதற்கு வேண்டிய வலிமையை நான் எங்கு தேடி அலைவேன்?"

உங்கள் குறிக்கோள் வாசகம்

ஒரு பெரும் நிறுவனம் தன்னைத் தினமும் புதுப்பித்துக் கொள்வதற்கு எது இன்றியமையாததோ, அதுதான் ஒரு தனிநபர் தன்னைப் புதுப்பித்துக் கொள்வதற்கும் தேவை. இருவருமே இக்கேள்வியைக் கேட்டு, அதற்கான விடையைக் கூற வேண்டும்: என் குறிக்கோள் வாசகம் எது?

உங்கள் வாழ்க்கையின் குறிக்கோள் மற்றும் உங்கள் வேலை அல்லது தொழிலில் என்ன சாதிக்க வேண்டும் என்பதை எழுத்துபூர்வமாக உருவாக்குவதற்கு நீங்கள் எப்போதேனும் நேரத்தைச் செலவிட்டிருக்கிறீர்களா? அதை நீங்கள் செய்யும்போது, உங்கள் அன்றாடப் பொறுப்புகள் உங்களது பெரிய திட்டத்திற்குள் எவ்வாறு பொருந்துகின்றன என்பதை நீங்கள் உணரத் துவங்குவீர்கள்.

உங்கள் தனிப்பட்டக் குறிக்கோள் வாசகம், கீழ்க்காணும் வாசகங்களில் ஏதேனும் ஒன்றை உள்ளடக்கியிருக்கலாம்.

1. என் வியாபாரத்தைவிட என் குடும்பத்திற்கு நான் முன்னுரிமை கொடுப்பேன்.

2. என் நெறிமுறைகளை நான் ஒருபோதும் விட்டுக்கொடுக்க மாட்டேன்.

3. நான் இவ்வருடம் ஒரு புதிய செயற்திறமையை உருவாக்குவேன்.

4. நான் என் உடனடி வேலைகளில் கவனம் செலுத்துவேன்.

5. தீர்மானங்களை மேற்கொள்வதற்கு முன் நான் எப்போதும் கடவுளின் விருப்பத்தைத் தெரிந்து கொள்ள முயற்சிப்பேன்.

நீங்கள் தெளிவான கவனத்துடன் இருக்கும்போது நேர்மறையான நிகழ்ச்சிகள் நிகழத் துவங்கும். ஸ்பெயின் நாட்டவருக்கும் அமெரிக்கர்களுக்கும் இடையே நடைபெற்றப் போரில் நிகழ்ந்த ஒரு நிகழ்ச்சியைப் பற்றி நூலாசிரியர் எல்பர்ட் ஹப்பார்ட் கூறுகிறார். அச்சமயத்தில், கலகக்காரர்களின் தலைவனிடம் அதிபரின் செய்தியைக் கொண்டு சேர்க்க வேண்டிய தவிர்க்க முடியாத சூழ்நிலை ஏற்பட்டது. அந்தத் தலைவனின் பெயர் கார்சியா. போர் நிகழ்ந்து கொண்டிருந்த கியூபா நாட்டின் ஏதோ ஒரு மலையில் அவன் இருப்பது தெரிய வந்தது. ஆனால் தபால் மூலமாகவோ அல்லது தந்தி முலமாகவோ அவனைத் தொடர்பு கொள்ள முடியவில்லை.

"ரோவான் என்ற பெயர் கொண்ட ஒருவன் இருக்கிறார். கார்சியாவை யாரேனும் கண்டுபிடிக்க முடியுமென்றால், அது அவரால்தான் முடியும்," என்று யாரோ ஒருவர் கூறினார்.

எந்தத் தயக்கமும் இன்றி ரோவான் அக்கடிதத்தை எடுத்துக் கொண்டார். ஒரு தோல் பையில் அதைப் போட்டுக் கொண்டு, தன் இதயத்தின்மேல் அதை வைத்து இறுக்கமாகக் கட்டிக் கொண்டார். ஒரு நள்ளிரவில் அவர் கியூபா நாட்டின் கடற்கரையில் வந்து இறங்கினார். மலைப் பாதையைக் கண்டறிந்து, மிகுந்த சிரமத்திற்குப் பின் கார்சியாவைக் கண்டுபிடித்தார். கார்சியாவிடம் அக்கடிதத்தை ஒப்படைத்துவிட்டு, தான் வந்த வழியே வீடு திரும்பினார்.

'எ லெட்டர் டு கார்சியா' என்ற புத்தகத்தில் ஹப்பார்ட் இக்கதையைக் கூறுகிறார். "கார்சியா சரியாக எந்த இடத்தில் இருக்கிறான்?" என்று ரோவான் கேட்கவில்லை. "என்னால் செய்ய முடியுமா," என்று யோசிக்கவில்லை. செய்து முடிக்கப்பட வேண்டிய ஒரு வேலையை அவர் செய்து முடித்தார்.

ஒரு வேலையை ஏன் செய்ய முடியாது என்பதற்கு ஒரு டஜன் சாக்குப்போக்குகளைக் கூறுவதற்கு மாறாக, ரோவானைப் பற்றி எண்ணிப் பாருங்கள். வேலை எதுவாக இருந்தாலும், அதைச் செய்து முடிப்பதாகத் தீர்மானம் எடுத்துக் கொள்ளுங்கள்.

நீங்கள் எதை நோக்கிப் போய்க் கொண்டிருக்கிறீர்கள் என்பது குறித்த ஒரு தெளிவான யோசனை உங்களுக்கு இருந்தால், அன்றாட கவனச் சிதறல்களைப் பற்றி நீங்கள் மிகக் குறைவாகவே கவலைப்படுவீர்கள். நீங்கள் இருக்கும் சூழ்நிலைகளுக்கு வானிலை, உங்கள் நண்பர்கள், பொருளாதாரம், அல்லது பிற ஆற்றல்களைக் குறை கூறுவதை நிறுத்துங்கள். நெப்போலியன் போனபார்ட்டின் வார்த்தைகளைக்கூட நீங்கள் முணுமுணுக்கலாம்: "சூழல்களா? எது சூழல்கள்? நான்தான் சூழல்களை உருவாக்குகிறேன்."

பொறுப்பை ஏற்றுக்கொள்ளுங்கள்

வெளியே உள்ளவற்றை மட்டுமே உதவிக்கு அழைப்பவர்கள் ஏமாற்றமடைவார்கள். ஓர் ஊக்குவிப்பு எழுத்தாளரின் வார்த்தைகளைப் படிப்பது உங்களுக்குப் பெரும் மதிப்பு வாய்ந்ததாக அமையலாம். ஓர் ஆன்மீகப் பேச்சாளர் அல்லது ஓர் ஊக்குவிப்புப் பேச்சாளர் உங்களுக்கு விடுக்கும் சவால்கள் பலனளிக்கக்கூடும். ஆனால், ஒரு கருத்தோ, ஒரு காரணமோ, அல்லது ஒரு முன்னோக்கோ உங்களுடையதாகும்போது மட்டும்தான் ஓர் அடிப்படை மாற்றம் உங்கள் வாழ்வில் ஏற்படும். ஒரு கனவிற்கு நீங்கள் பொறுப்பேற்றுக் கொள்ளும்போது, தினமும் உங்களைப் படுக்கையைவிட்டு உற்சாகமாகத் துள்ளி எழச் செய்யும் ஓர் இயக்க ஆற்றலாக அது மாறும்.

மறுபுறம், தாங்கள் சந்திக்கும் முட்டுக்கட்டைகள் ஒரு போர்க்களத்தில் உள்ள கண்ணி வெடிகள் என்று

நம்புபவர்கள் உண்டு. அவர்கள் தவறான முடிவுக்கு வந்துள்ளனர். அவர்கள் எதிர்கொள்ளும் பிரச்சனைகள் எப்போதும் அவர்களைத் தாக்குவதற்குக் காத்துக் கொண்டிருக்கும் எதிரிகள் அல்ல. மாறாக, அனைத்துப் பிரச்சனைகளும் பெரும்பாலும் அவர்களது மனப்போக்குகளிலும் எதிர்பார்ப்புகளிலும் அவர்களுக்கு உள்ளாகவே குடிகொண்டுள்ளன.

எந்தவிதமான மனக்கலக்கமோ அல்லது மனச்சோர்வோ 'வெளியே' இல்லை. உங்களைத் தாக்குவதற்காக இருட்டில் காத்துக் கொண்டிருக்கவும் இல்லை. ஒவ்வொரு விமானத்திலும் பயம் ஒளிந்து கொண்டிருப்பதுபோல் சிலர் பேசுவர். அத்தகைய மக்கள் விமானத்தில் ஏறியவுடன், அந்த பயம் அவர்களைப் பிடித்து ஆட்கொண்டுவிடும். அது அப்படி வேலை செய்வதில்லை. பயம் என்பது விமானத்தில் ஒளிந்து கொண்டிருப்பதில்லை. அது உங்கள் சொந்தக் கண்ணோட்டத்தின் விளைவுதான்.

அழகு, மகிழ்ச்சி, அல்லது வெற்றியைப் பற்றி என்ன நினைக்கிறீர்கள்? அவையும் வெளியுலகில் எங்கும் காணப்படுவதில்லை. மாறாக, அவை உங்கள் கண்ணோட்டத்திலேயே உள்ளன. அவை இதயத்திலும் ஆன்மாவிலும் இருக்கின்றன. எரிக் ஹாஃபர், "மக்கள் சலிப்பாக உணரும்போது, முக்கியமாக அவர்கள் தங்கள்மீதுதான் சலிப்படைகின்றனர்," என்று கூறியுள்ளார்.

நீங்கள் மேற்கொள்ளவிருக்கும் ஒவ்வொரு செயலைப் பற்றியும் நீங்கள் என்ன நினைக்கிறீர்களோ, அதன் அடிப்படையிலேயே நீங்கள் அவற்றை அணுகுவீர்கள். தன் வேலையைக் கண்டிப்பானதாகவும், தன்மீது கட்டாயமாகத் திணிக்கப்பட்ட ஒன்றாகவும் பார்க்கும் ஒரு விற்பனையாளர் எப்போதும் மனச்சோர்வுடனேயே இருப்பார். அதற்கு மாறாக, தன் வேலை தன் பௌதீகத் தேவைகளைப் பூர்த்தி செய்வதிலும்,

திறமைகளை உருவாக்குவதிலும், மக்களுக்குச் சேவை செய்வதிலும் எவ்வளவு முக்கியப் பங்கு வகிக்கிறது என்பதை அவர் பார்க்கத் துவங்கும்போது, அவரது கண்ணோட்டம் பெருமளவில் மாறும்.

'த ஸ்கை இஸ் த லிமிட்' என்ற புத்தகத்தின் ஆசிரியர் வெயின் டயர், "எண்ணங்கள்தான் சகலமும்," என்று கூறுகிறார். இருந்தாலும், அவை யதார்த்தமாவதற்கு மூன்று படிகளைக் கொண்ட ஒரு செயல்முறையைக் கடக்க வேண்டியுள்ளது.

முதலில் நாம் அறிவை எதிர்கொள்கிறோம். அடுத்து, அந்த அறிவு நம் எண்ணங்களைத் தூண்டுகிறது. இறுதியில், நம் எண்ணங்கள் பொருட்களாகப் பரிணமிக்கின்றன.

பிரார்த்தனையும் தியானமும்

ஆழ்ந்த, உள் பிரதிபலிப்புகள் மூலம் சுயபுதுப்பித்தல் பெரிதும் மேம்படும். அதனால்தான் தினமும் சிறிது நேரம் தனிமையில் உங்கள் எண்ணங்கள்மீது கவனம் செலுத்துவதற்கு நேரத்தை ஒதுக்கி வைப்பது நல்லது.

திக்குமுக்காடச் செய்யும் அளவுக்குத் தூண்டுதல்களை ஏற்றுக் கொள்ளும் திறன் உங்கள் மனத்திற்கு உள்ளது. சில சமயம் இந்த மன ஆற்றலை ஒரே ஒரு குறிக்கோளைக் கொண்ட ஒரு குறிப்பிட்ட இலக்கை நோக்கி இயக்குவதற்காக, நம் மனத்தைக் கவனக்குவிப்பு செய்ய வேண்டியது அவசியம். சிக்கல் நிறைந்த, இயந்திரத்தனமான நம் சமுதாயத்தில், பிரார்த்தனையும் தியானமும் கவனக்குவிப்பிற்கு உதவும் ஆற்றல்மிக்க சாதனங்களாக நிரூபிக்கப்பட்டுள்ளன. நம் பிரச்சனைகள் குறித்துக் கடவுளிடம் பிரார்த்தனையின் மூலமாகப் பேசுவதும், அப்பிரச்சனைகளுக்குக் கடவுள் அளிக்கும் பதில்களைத் தியானத்தின் மூலம் கேட்பதும் தனிமனிதப் புதுப்பிப்பில் முக்கியச் செயல்களாகும்.

உங்கள் மனத்தை வெறுமையாக்குவதா அல்லது உங்களை இவ்வுலகத்திலிருந்து முழுவதுமாக விலக்கிக் கொள்வதா என்று சிந்திப்பதையும் தாண்டி, உங்கள் இலக்கு இன்னும் பெரிதாக இருக்க வேண்டும். புதுப்பித்தல் என்பது கடவுளைச் சார்ந்திருப்பது மற்றும் அவரது படைப்புத்திறனால் ஊக்குவிக்கப்படுவது ஆகியவற்றை உள்ளடக்கியது. உங்கள் குறிக்கோளை முன்னெடுத்துச் செல்ல உதவும் கருத்துக்களால், அதாவது, உற்சாகமூட்டும் ஆற்றலையும் உங்களையும் இணைக்கும் கருத்துக்களால் உங்கள் எண்ணங்களை நிரப்புவது சிறந்தது.

நம்மைப் புதுப்பித்துக் கொண்டு, ஆனால் அதை வெளிப்படுத்தாமல் இருப்பது, ஒருவரது பிறந்த நாளை நினைவு வைத்துக் கொண்டு அவர்களுக்கு வாழ்த்துத் தெரிவிக்காமல் இருப்பது போன்றது. ஒரு பறவைக் குஞ்சால் அதன் தாய்ப் பறவை உயரப் பறப்பதைக் காண முடியும், தான் பறப்பதுபோல் கற்பனை செய்யவும் முடியும். ஆனால் அப்பறவைக் குஞ்சு தன் கூட்டைவிட்டு வெளியேறித் தன் சிறகுகளை விரிக்கும்போதுதான் பறக்கும் அனுபவத்தை அதனால் பெற முடியும்.

தினசரிப் புதுப்பித்தலின் முக்கியத்துவத்தை உணர்ந்து கொண்டவர்கள், தங்களுக்கு எது சிறப்பாக வேலை செய்கிறதோ அதில் தங்கள் கவனத்தைச் செலுத்துகிறார்கள். பிலடெல்பியா மாநிலத்தில் வீடுமனை விற்பனை செய்து கொண்டிருந்த ஒரு பெண், “ஒவ்வொரு நாள் காலையிலும் நான் வேலைக்குச் செல்வதற்கு முன் நான் செய்து முடித்த ஒரு பெரும் விற்பனையை என் மனத்தில் மீண்டும் உருவாக்குவேன். அதன் பிறகு, வெளியே சென்று அதை மீண்டும் செய்ய முயற்சிப்பேன்,” என்று கூறினார்.

தன்னை மிகவும் பயமுறுத்தும் பொருள் தட்டச்சு இயந்திரத்திலுள்ள ஒரு வெற்றுக் காகிதம்தான் என்று ஒரு

வெற்றிகரமான எழுத்தாளர் ஒருமுறை ஒப்புக் கொண்டார். அப்பிரச்சனையைத் தீர்ப்பதற்கு அவர் ஒரு திட்டத்தை உருவாக்கினார். ஒவ்வொரு நாளும், தான் எழுதி முடிக்கப்போகும் வேளையில், பாதி எழுதப்பட்ட ஒரு வாக்கியத்துடன் ஒரு காகிதத்தைத் தன் தட்டச்சு இயந்திரத்தில் விட்டுவிடுவார். அடுத்த நாள் காலையில், அந்த வாக்கியத்தை முடிப்பதுதான் அவர் செய்யும் முதல் வேலையாக இருக்கும். விரைவில் அவர் தான் எழுதிக் கொண்டிருக்கும் விஷயத்தில் மூழ்கிவிடுவார். அதன் பிறகு அன்றைய தினம் அவருக்கு ஓர் ஆக்கபூர்வமாக நாளாக அமையும்.

வேறு சிலர் பழைய விஷயங்களைப் புதிய வழிகளில் செய்வதன் மூலம் தங்கள் படைப்பு சக்தியை வெளிக்கொணர முயற்சிப்பார்கள். "ஒரு மந்தமான மனத்திற்குச் சிறந்த சிகிச்சை அதன் வழக்கத்திற்கு இடையூறு செய்வதுதான்," என்று வில்லியம் டான்ஃபோர்த் கூறினார்.

மீண்டும் முதலிலிருந்து துவங்குதல்

தன்னை ஊக்கப்படுத்துவதற்கு ஒரு விற்பனையாளர் வேறொரு அணுகுமுறையைக் கொண்டிருந்தார். அவரால் எப்படி அவ்வளவு நேர்மறையான விளைவுகளைப் பெற முடிகிறது என்று அவரிடம் கேட்கப்பட்டபோது, "ஒவ்வோர் இரவும் நான் படுக்கைக்குச் செல்லும் முன், நான் என் வேலையை இழந்துவிட்டதாகவும், மீண்டும் ஆரம்பத்திலிருந்து நான் துவங்க வேண்டியுள்ளது என்றும் நானே எனக்குக் கூறிக் கொள்வேன்," என்று அவர் கூறினார்.

ஹென்றி டேவிட் தோரோ தன் படுக்கையைவிட்டு எழுவதற்கு முன், தன்னால் நினைக்க முடிந்த நல்ல விஷயங்கள் அனைத்தையும் பற்றி எண்ணியவாறு சிறிது நேரம் படுக்கையிலேயே படுத்திருப்பார். தன் ஆரோக்கியமான உடல், விழிப்பான மனம், சுவாரசியமான

வேலை, ஒளிமயமான எதிர்காலம், தன்மீது நம்பிக்கை கொண்டுள்ள ஏராளமான மக்கள் ஆகியவற்றை அவர் நினைத்துப் பார்ப்பார். பிறகு, தனக்காகக் காத்திருக்கும் நல்ல விஷயங்களையும், அற்புதமான மனிதர்களையும், உற்சாகமூட்டும் வாய்ப்புகளையும் எதிர்கொள்ள, உற்சாகத்துடன் அவர் எழுந்திருப்பார். தன் நாளைத் துவங்குவதற்குமுன் உற்சாகத்தை முடுக்கிவிடுவதன் மூலம், தன் வெற்றிக்கான வழியைத் தானே அவர் வகுத்துக் கொண்டார்.

தினசரிப் புதுப்பித்தல் என்பது தானாகவே நிகழும் ஒன்றல்ல. அதற்கு எண்ணமும் செயலும் தேவை. உங்கள் வாழ்க்கைக்கான குறிக்கோளுடன்கூடிய முழுப் படத்தையும் நீங்கள் உருவாக்கிய பிறகு, அதை நிறைவேற்றுவதற்காக ஒவ்வொரு நாளும் நீங்கள் ஏதேனும் ஒன்றைச் செய்யத் தயாராக இருக்கிறீர்கள். இதற்கான ஓர் எளிய வழி, ஒரு நேர்மறையான சுயபிரகடனத்துடன் உங்கள் நாளைத் துவங்குவது. “இன்று நான் (இதைச்) செய்வேன்,” போன்ற ஓர் எண்ணத்தை உதாரணமாகக் கூறலாம்.

உங்கள் எண்ணத்தை நீங்கள் வெறுமனே நினைத்துப் பார்க்கலாம் அல்லது சத்தமாக வாய்விட்டுக் கூறலாம்.”இன்று நான் ஒரு புதிய நண்பரைத் தேர்ந்தெடுப்பேன்,” அல்லது “நான் இன்று ஒரு பிரச்சனையைக் கண்டுபிடித்து அதற்குப் புன்முறுவலுடன் தீர்வு காண்பேன்.”

நீங்கள் உங்கள் வழக்கமான வேலைகளை ஒவ்வொன்றாக முடித்துக் கொண்டுவரும் அதே நேரத்தில், உங்கள் குறிக்கோளை நடைமுறைப்படுத்துவதற்குத் தொடர்ந்து உங்களுக்கு நினைவூட்டிக் கொள்ளுங்கள். பிறகு, ஒவ்வோர் இரவும் நீங்கள் தூங்கச் செல்லும் முன், “நான் என்னால் முடிந்த அளவுக்கு சிறப்பாகச் செய்தேன்,” என்று உங்களால் கூற முடியும்.

கடவுள் நமக்கு வசந்தகாலத்தைக் கொடுத்தது நம்மைப் புதுப்பித்துக் கொள்வதற்குத்தான். அந்த நேரத்தில்தான் மலர்களும் செடி கொடிகளும் நம்மைச் சுற்றிப் பூத்துக் குலுங்குகின்றன. விலங்குகள் தங்கள் குளிர்காலப் போர்வையை உதறிவிட்டு, குளிர்கால உறக்கத்திலிருந்து வெளிவந்து, புதிய குட்டிகளை ஈன்றெடுக்கின்றன.

உங்களையும் என்னையும் பொறுத்த அளவில், வசந்தகாலம் என்பது வருடாந்திர விஷயமாக வடிவமைக்கப்படவில்லை. அது நாம் தினசரிக் கடைபிடிக்க வேண்டிய ஒன்று.

மணி 23

விடாமுயற்சியின் சக்தி

பல வருடங்களாக, பத்திரிகைகளில் வெளிவரும் 'செல்வத்தை அடைவதற்கு ஒரு சோம்பேறியின் வழி' அல்லது 'உங்கள் எஞ்சிய நேரத்தில் மாபெரும் செல்வத்தைக் குவிக்கலாம்' போன்ற செய்திகளுக்கு மக்கள் நல்ல வரவேற்பளித்து வந்துள்ளனர். இந்த வெற்று வாக்குறுதிகள் முரண்பாடுகள் மிக்கவை என்பதைப் பெரும்பாலான மக்கள் அறிவர். ஒன்றைக் கொடுக்காமல் வேறொன்றைப் பெற முடியாது. ஆனால், தங்களால் நிச்சயமாக முடியும் என்று அவர்கள் நம்புகின்றனர்.

பெரிதாக உடலுழைப்பு ஏதுமின்றி செல்வந்தராகிவிட வேண்டும் என்று பெரும்பாலான மக்கள் விரும்புகின்றனர் என்பதை லாட்டரித் துறையின் வளர்ச்சி நமக்குச் சுட்டிக்காட்டுகிறது. தாங்கள் வேலையிலிருந்து நீக்கப்படாமல் இருக்க வேண்டும் என்பதற்காகப்

போதுமான அளவு மட்டுமே வேலை செய்பவர்கள் சிலர் உண்டு. அதனால், அவர்கள் வேலையிலிருந்து நின்றுவிடாமல் இருப்பதற்குப் போதுமான ஊதியம் மட்டுமே அவர்களுக்கு வழங்கப்படுகிறது.

"நீ எத்தனை நாட்களாக இங்கே வேலை பார்த்து வருகிறாய்?" என்று சியாட்டில் நகரத்தின் ஒரு கடையில் வேலை பார்த்த ஓர் இளைஞனிடம் கேட்கப்பட்டது.

அவன் சிரித்துவிட்டு, "என்னை வேலையிலிருந்து நீக்கிவிடுவதாக அவர்கள் என்னைப் பயமுறுத்தியதிலிருந்து," என்று பதில் கூறினான்.

ஒருசிலர் மட்டுமே ஏன் வெற்றி பெறுகின்றனர் என்று வியக்கும் மக்கள், அதற்கான விடையை அறிந்துகொள்ள வெகுதூரம் பார்க்க வேண்டியதில்லை. நீங்கள் செய்ய வேண்டியதெல்லாம், தொழிலாளர்களின் பணிநேரம் முடிவடையும் வேளையில் ஒரு பெரும் உற்பத்தித் தொழிற்சாலையின் வாசற்கதவருகே நிற்க வேண்டியதுதான். வேலை நேரம் முடிவடைந்துவிட்டதை அறிவிக்கும் சங்கு ஒலித்ததும், கால்நடைகள் வெளியே வருவதுபோல் நூற்றுக்கணக்கான தொழிலாளர்கள் கூட்டமாக வேக வேகமாக வெளியேறுகின்றனர். நீங்கள் விரைவாக ஒதுங்கவில்லை என்றால், கூட்டத்தில் நீங்கள் மிதிபட வேண்டியிருக்கும்.

மறுபுறம், வேலையை முற்றிலும் வித்தியாசமான உத்தியில் அணுகும் குறிப்பிட்ட சில மக்கள் இருக்கின்றனர். அவர்கள் தாங்கள் எதை நோக்கிச் சென்று கொண்டிருக்கிறோம் என்பதை மிகச் சரியாக அறிவர். அதனால், ஒவ்வொரு நாளும், அவர்களை அவர்களது இலக்கிற்கு அருகில் அழைத்துச் செல்கின்றது. தாங்கள் வேலை பார்த்துக் கொண்டிருக்கும் நிறுவனத்துடன் சேர்ந்து வளர அவர்கள் திட்டமிட்டால், தங்கள் மேலதிகாரிகளுடன்

கலந்து விவாதிப்பதற்காகத் தங்கள் வேலை முடிந்தவுடன் சில நிமிடங்கள் கூடுதலாக அலுவலகத்தில் செலவிடுகின்றனர். வேறொரு நிறுவனத்தில் சேர அவர்கள் திட்டமிட்டுக் கொண்டிருந்தால், தாங்கள் இப்போது பணியாற்றும் நிறுவனத்திடமிருந்து தங்களுக்குச் சாதகமான, திடமான பரிந்துரை கிடைப்பதற்காகச் சிறப்பாகப் பணியாற்றுவதன்மூலம் தங்கள் அர்ப்பணிப்பை வெளிப்படுத்துகின்றனர். சொந்தத் தொழில் தொடங்க விரும்புவோர், அதற்காகப் பணம் சேர்க்கும் பொருட்டு, முடிந்தபோதெல்லாம் கூடுதலாக சில மணிநேரம் வேலை பார்க்கின்றனர்.

உங்கள் குறிக்கோள் எதுவாக இருந்தாலும் சரி, அதை நிறைவேற்றுவதற்கு ஒரு நிச்சயமான வழி உள்ளது. உங்கள் குறிக்கோளுக்கு மிக அருகில் உங்களை அழைத்துச் செல்லக்கூடிய ஏதோ ஒரு விஷயத்தை நீங்கள் தினமும் செய்வதை வழக்கமாக்கிக் கொள்ளுங்கள்.

சிலவற்றில் நேரத்தைச் செலவிடுவது மிகுந்த பலனளிக்கும்

மாபெரும் வெற்றியாளர்களாகப் புகழப்படுவோரின் வரலாற்றை ஆராய்ந்து பார்த்தால், அவர்களது சாம்ராஜ்யங்கள் கீழ்க்கண்ட 3 வழிகளில் ஏதேனும் ஒரு வழியில் கட்டப்பட்டிருப்பதை உங்களால் காண முடியும்:

1. அவர்கள் தங்கள் குடும்பத்திலிருந்து பரம்பரைச் சொத்தின் மூலமாக நிதியைப் பெற்றிருந்தனர்.

2. அவர்கள் சரியான நேரத்தில் சரியான இடத்தில் இருக்க அதிர்ஷ்டம் பெற்றிருந்தனர்.

3. அவர்களிடம் ஒரு யோசனை இருந்தது. அத்திட்டம் வெற்றி பெறும்வரை அவர்கள் அயராது உழைத்தனர்.

அதிர்ஷ்டமும், பரம்பரைச் சொத்தும் நம்பத் தகாதவை. அவை உங்கள் கட்டுப்பாட்டிற்கு அப்பாற்பட்டவை. எனவே, மூன்றாவது பிரிவுதான் வெற்றிக்கான மாபெரும் வாக்குறுதியைக் கொண்டுள்ளது. இப்பிரிவில் உள்ள மக்கள் விடாமுயற்சியின் சக்தியை வெளிப்படுத்தினர்.

சாம் வால்ட்டன் ஒரே இரவில் உலகின் மிகப் பெரிய பல்பொருள் அங்காடியான வால்—மார்ட்டை உருவாக்கிவிடவில்லை. அர்கன்சாஸ் மாநிலத்தின் பென்டன்வில் நகரில் ஒரு சிறிய தள்ளுபடிக் கடையாகத்தான் அவர் வால்—மார்ட்டைத் துவங்கினார். குறைந்த விலையும், தோழமையான, ஊக்கப்படுத்தப்பட்ட ஊழியர்களும் வாடிக்கையாளர்களைக் கவர்ந்திழுப்பார்கள் என்பதை அவர் நிரூபித்தார். கவனமாகக் கணிக்கப்பட்டத் திட்டத்துடன், மெல்ல மெல்ல அவர் புதிய கடைகளை உருவாக்கத் துவங்கினார். காலப்போக்கில் அது விரிவடைந்து, அமெரிக்காவின் மிகப் பெரிய, மிக அதிக இலாபகரமான நிறுவனமாக வளர்ந்தது.

'உள்ளிருந்து வளர்தல்' என்ற கொள்கையைத் தழுவி உருவாக்கப்பட்ட வால்—மார்ட் போன்ற பெருநிறுவனங்கள், நிறுவனத்தின் துப்புரவுத் தொழிலாளியாக வேலை பார்க்கத் துவங்கி, அதன் துணைத் தலைவர்களாக உயர்ந்த வெற்றிகரமான மக்களால் நிரம்பியுள்ளது. அவர்கள் செய்த தரமான வேலை அவர்களது மேலதிகாரிகளால் அங்கீகரிக்கப்பட்டு, அவர்கள் பதவி உயர்வு பெற்றனர். இந்திரா காந்தி இவ்வாறு கூறியுள்ளார்: "இரண்டு வகையான மக்கள் உள்ளனர் என்று என் தாத்தா ஒருமுறை என்னிடம் கூறினார்: வேலை பார்ப்பவர்கள் ஒரு வகையினர்; அதற்கான புகழை எடுத்துக் கொள்பவர்கள் இன்னொரு வகையினர். முதல் வகையைச் சேர்ந்தவராக இருக்க முயற்சிக்க அவர் என்னிடம் கூறினார். ஏனெனில், அங்குதான் போட்டி மிகவும் குறைவாக உள்ளது."

ஒரு நிறுவனத்தில் சேர்ந்து உயர்ந்த நிலையை அடைய நீங்கள் தீர்மானித்தாலும் சரி, அல்லது உங்கள் சொந்த நிறுவனத்தைத் துவங்கும் கனவுகளை நீங்கள் கொண்டிருந்தாலும் சரி, நீங்கள் உங்கள் இலக்கை அடையும்வரை அதற்குத் தேவையான அனைத்தையும், அவை எவ்வளவு காலம் பிடித்தாலும் சரி, தொடர்ந்து செய்யுங்கள். தன் பெயரில் உள்ள அகராதியின் முதல் வெளியீட்டிற்காக வெப்ஸ்டர் முப்பத்தாறு வருடங்கள் தொடர்ந்து உழைத்து வந்தார். 'த டிக்லைன் அன்ட் ஃபால் ஆஃப் த ரோமன் எம்பயர்' என்ற புத்தகத் தொகுதியை எழுதுவதற்குக் கிப்பான் இருபத்தாறு வருடங்களைச் செலவிட்டார்.

நீங்கள் உங்களாலான அனைத்தையும் முயற்சித்துப் பார்த்த பிறகும் காரியம் கைகூடவில்லை என்றால் நீங்கள் என்ன செய்ய வேண்டும்? தொடர்ந்து முயற்சித்துக் கொண்டே இருக்க வேண்டும். செய்தியாளரும் சமூக சீர்திருத்தவாதியுமான ஜேகப் ரிஸ் நியூயார்க் நகரில் ஏழ்மையை எதிர்த்துப் பல வருடங்களாக போராடி வந்துள்ளார். தான் கூறுவதைக் கேட்கும் எவரிடமும் அவர் தன் முன்னோக்கைப் பகிர்ந்து கொண்டார். ஆனால் எதிர்பார்த்த விளைவுகள் ஏற்படாத காரணத்தால் சில சமயம் ஊக்கமிழந்தார். நம்பிக்கையற்ற அக்கணங்களில் அவர் இவ்வாறு கூறுவார்:

ஒன்றுமே உதவாத நிலையில், பெரிய பாறையைத் தன் சுத்தியலால் சிறு கற்களாக உடைத்துக் கொண்டிருக்கும் ஒரு கல் உடைப்பவனை நான் சென்று பார்ப்பேன். பாறையில் ஒரே ஒரு கீறல் விழுவதற்கு நூறு முறை அதில் சுத்தியலால் அவர் அடிக்க வேண்டியுள்ளது. இருந்தாலும் நூற்றியோராவது முறை அப்பாறை இரண்டாகப் பிளக்கிறது. அந்தக் கடைசி அடி அப்பாறையைப் பிளக்கவில்லை, ஆனால் அதற்கு முன்னால் நிகழந்தவைதான் பாறையை உடைத்தன என்பதை நான் அறிவேன்.

1957இல் டொயோபெட் என்ற ஒரு சிறிய காரை விற்பதற்காக டொயோட்டா நிறுவனம் முதன்முதலாக அமெரிக்காவிற்குள் காலெடுத்து வைத்தது. அந்த முயற்சி பெருமளவில் தோல்வியுற்றதால், அமெரிக்கக் கார்ச் சந்தையிலிருந்து அந்நிறுவனம் தன்னைக் கிட்டத்தட்ட விலக்கிக் கொண்டது. லேண்ட் குரூசர் என்ற வாகன விற்பனையின் மூலம் டொயோடா அங்கு தாக்குப் பிடித்துத் தன்னைச் சமாளித்துக் கொண்டிருந்தது.

கார்ச் சந்தையை அந்நிறுவனம் பல வருடங்கள் கவனமாக ஆய்வு செய்து, 1965இல் கொரோனா என்ற புதிய காரை அறிமுகம் செய்ததன் மூலம் முழுவீச்சில் மீண்டும் கார்ச் சந்தைக்குள் நுழைந்தது. அவர்கள் அந்த ஆண்டு வெறும் 5,400 கார்களை மட்டுமே விற்றனர். இருந்தாலும், ஒருசில வருடங்களுக்குப் பிறகு, அமெரிக்காவிற்கு மிக அதிகமாகக் கார் ஏற்றுமதி செய்யும் மாபெரும் நிறுவனமாக டொயோடா கொண்டாடப்பட்டது.

பொதுவாக தாங்கள் உருவாக்கியுள்ள பொருட்களையோ, அளிக்கவிருக்கும் சேவைகளையோ, அல்லது பகிர்ந்து கொள்ள இருக்கும் யோசனைகளையோ விரைவாக ஏற்றுக் கொள்ளவில்லை என்றால், பெரும்பாலான மக்கள் தங்களுடைய முயற்சியைக் கைவிட்டு விடுகின்றனர். ஆனால் விடாமுயற்சி என்னும் கொள்கையின் அடிப்படையில் செயல்படுபவர்கள் அவ்வளவு எளிதில் ஊக்கமிழப்பதில்லை. பங்குச் சந்தை நிலவரம் எப்படி இருந்தாலும் சரி, ஒவ்வொரு மாதமும் அதே அளவு பங்குகளையோ பரஸ்பர நிதியையோ வாங்கும் முதலீட்டாளர்களைப் போன்றவர்கள் இவர்கள். பங்குகளின் விலை குறையும்போது இந்த முதலீட்டாளர்கள் உண்மையிலேயே உற்சாகப்படுகின்றனர். ஏனெனில், அடுத்த மாதம் அதே அளவு பணத்தைக் கொண்டு இப்பொது வாங்கியதைவிட அதிகமான பங்குகளைத் தங்களால் வாங்க முடியும் என்பதை அவர்கள் அறிந்திருந்தனர். பங்குகளின்

விலை உயரும்போது அவர்களது சொத்துக்களின் மதிப்பு வானளாவ உயரும். விடாமுயற்சியுடன் நீண்ட காலம் பங்குச் சந்தையில் நிலைத்து நிற்கும் முதலீட்டாளர்கள் காலப்போக்கில் செல்வந்தராகிறார்கள்.

நிஜ உலகில் தோல்விகள் சகஜம் என்பதை உணராத மக்கள் எல்லா இடங்களிலும் உள்ளனர். நீங்கள் முயற்சித்த ஏதோ ஒன்று நீங்கள் எதிர்பார்த்தபடி வேலை செய்யவில்லை என்ற யதார்த்தம் ஒரு படிப்பினையே. வெற்றிக்கான உங்கள் பயணத்தில் நீங்கள் தவிர்க்க வேண்டிய மற்றுமொரு செயல்முறையை இப்படிப்பினை உங்களுக்குக் கற்றுத் தந்துள்ளது.

உங்கள் திட்டத்தை நீங்கள் ஒட்டுமொத்தமாகப் நிராகரிக்காதவரை தோல்வி ஏற்படுவதில்லை. பின்னடைவுகள் நிகழத்தான் செய்யும். ஆனால், அவை நீங்கள் கற்றுக் கொண்டுள்ள படிப்பினைகளை ஒருங்கிணைத்து, உங்கள் உத்தியை மாற்றியமைக்க உங்களுக்கு உதவும்.

ஜார்ஜ் பெர்னார்ட் ஷா இவ்வாறு கூறியுள்ளார்: “நான் இளைஞனாக இருந்தபோது, நான் செய்த பத்து விஷயங்களில் ஒன்பது விஷயங்கள் தோல்வியில் முடிந்ததைக் கண்டறிந்தேன். நான் தோல்வியாளனாக இருக்க விரும்பவில்லை. எனவே, நான் கூடுதலாகப் பத்து மடங்கு வேலை செய்தேன்.”

உங்கள் பார்வை உங்கள் இலக்கின்மீது இருக்கட்டும்

இலக்குகளை அடையும் பயணத்தில் நீங்கள் தவறுகள் செய்வீர்களா? நிச்சயமாக அதை நீங்கள் நம்பலாம். “தவறு செய்வது மனித இயல்பு. பென்சிலைக் காட்டிலும் விரைவாக உங்கள் அழிப்பான் கரைந்துவிடும்போதுதான் நீங்கள் அளவுக்கு அதிகமான தவறுகளைச் செய்கிறீர்க்ள என்பதை அறிவீர்கள்,” என்று யாரோ கூறியுள்ளனர்.

நீங்கள் செய்ய வேண்டியதை நீங்கள் அறியும்போது, அதன்மீது உடனடியாக நடவடிக்கை எடுங்கள். உங்கள் இலக்கை அடையும்வரை நிறுத்தாதீர்கள். நீங்கள் மும்முரமாக ஈடுபட்டுள்ளீர்கள். நீங்கள் தவறுகள் எதுவும் செய்யவில்லை என்றாலோ அல்லது எந்தவிதமான பின்னடைவுகளையும் எதிர்கொள்ளவில்லை என்றாலோ, நீங்கள் எதுவுமே செய்யவில்லை என்று பொருள்.

கடற்கரையிலிருந்து ஒரு மைல் தூரம் கடலுக்குள் சென்று இருவர் மீன் பிடித்துக் கொண்டிருந்தனர். அப்போது திடீரென்று அவர்களது படகு கசியத் துவங்கியது. படகிற்குள் வந்த தண்ணீரை அவர்கள் வெளியேற்றுவதைக் காட்டிலும் அதிக வேகத்தில் படகிற்குள் தண்ணீர் நிரம்பிக் கொண்டிருந்தது. “நாம் இதை ஒரு கணம் நிறுத்திவிட்டு, பத்திரமாக நீந்திக் கரை சேர நாம் பிரார்த்திக்கலாம்,” என்று ஒருவர் கூறினார்.

அவரது நண்பர் தண்ணீருக்குள் குதித்து, “வா, நாம் நீந்திக் கொண்டே பிரார்த்திக்கலாம்,” என்று கூறினார்.

அது கடற்கரையாக இருக்கட்டும் அல்லது மிக உயர்ந்த மலையாக இருக்கட்டும், ஒருமுறை நீங்கள் முடிவு செய்துவிட்டால், உங்கள் இலக்கைவிட்டு உங்கள் பார்வையை அகற்றாதீர்கள்.

நாம் அனைவரும் ஏதோ ஒரு சிறப்புப் பரிசோடுதான் பிறக்கிறோம். அதை நீங்கள் கண்டறியும்போது, அத்திறமையை உருவாக்குவதற்கு ஒரு யதார்த்தமான திட்டத்தை வகுத்துக் கொள்ளுங்கள். நீங்கள் இருக்கும் வசதியான இடத்தைவிட்டு வெளியே வந்து, உங்கள் குறிக்கோள் குறித்துச் சீராக, ஆழ்ந்த விருப்பத்துடன் செயல்படுங்கள்.

முன்னே செல்லுங்கள்

உங்கள் இலக்கு சரியானது என்பதை நீங்கள் அறிந்தால், அதை ஒருபோதும் விட்டுக் கொடுக்காதீர்கள். ஏராளமான தடைகளை மீறி வந்த, நம்மிடம் பகிர்ந்து கொள்ளத்தக்கக் கதைகள் வெற்றி பெற்ற ஒவ்வொரு மனிதரிடமும் இருக்கின்றன என்பதை நினைவில் கொள்ளுங்கள். இருப்பதிலேயே மிகப் பெரிய தடைகள் பிற மக்கள்தான் என்பதைப் பலர் கண்டுகொண்டுள்ளனர். உங்கள் இலக்குக் குறித்தத் தேடலில் யாரும் உங்களை அச்சுறுத்த நீங்கள் அனுமதிக்காமல் இருப்பது இன்றியமையாதது. நீங்கள் தோற்பதற்கு ஆதாரமாகச் சில உண்மைகளையோ அல்லது புள்ளி விபரங்களையோ யாரேனும் உங்களிடம் கொடுக்கும்போது, தொடர்ந்து முன்னேறிச் செல்வதற்கான உங்கள் தீர்மானத்தை உங்கள் அனுபவத்தைக் கொண்டு வலுவேற்றிக் கொள்ளுங்கள்.

கிறிஸ்டபர் கொலம்பஸின் நாட்குறிப்பேட்டைப் பார்க்கும்போது, ஒரே விஷயம் திரும்பத் திரும்ப எழுதப்பட்டதுபோல் தோன்றும்.

“இன்று நாங்கள் தொடர்ந்து படகில் பயணித்தோம்.” புயல்கள் கப்பல்களை ஆட்டம் காணச் செய்தன.

“இன்று நாங்கள் தொடர்ந்து படகில் பயணித்தோம்.” எங்களது கப்பல் உடையத் துவங்கியது.

“இன்று நாங்கள் தொடர்ந்து படகில் பயணித்தோம்.” பசியும் இருளும் வாட்டி எடுத்தன. அவர்கள் தொடர்ந்து பயணித்தனர். அதை ஏன் உங்களது குறிக்கோள் வாசகமாக ஆக்கிக் கொள்ளக்கூடாது? நீங்கள் மேற்கொண்ட தீர்மானம் சரியானதுதான் என்று நீங்கள் உறுதியாக அறிந்திருக்கும்போது, மன உறுதியுடன் தொடந்து பயணியுங்கள்.

உங்களைச் சுற்றி இருக்கும் போட்டியாளர்கள் என்ன செய்கிறார்கள் என்பதைக் கவனிப்பதற்கு மாறாக, உங்கள் சொந்த முன்னேற்றத்தில் கவனம் செலுத்துங்கள். எந்த வழியிலாவது சிகரத்தை அடைந்தே தீருவது என்று போட்டி போட்டுக் கொண்டிருக்கும் மக்களைப் பற்றி நீங்கள் கவலைப்படாதீர்கள். ஏணியின் உச்சத்தை அவர்கள் அடைந்ததும், தாங்கள் ஏறி வந்த ஏணி தவறான சுவரில் சாய்த்து வைக்கப்பட்டிருப்பதை அவர்கள் அறிவார்கள்.

உங்கள் ஏற்றம் சீரானதாகவும் கவனத்துடனும் இருக்க வேண்டும். உங்கள் பாதம் ஏணியின் ஒவ்வொரு படியையும் தொட்டுச் செல்லும்படிப் பார்த்துக் கொள்ளுங்கள்.

உங்கள் இலக்கை அடைவதில் உங்களுக்கு உதவுவதற்காக, ஒரு கேள்வியை நீங்கள் தினசரி உங்களிடம் கேட்டுக் கொள்ளுங்கள்: “என் குறிக்கோளுக்கு மிக அருகில் செல்வதற்கு உதவும் எந்த விஷயத்தை நான் இன்று செய்திருக்கிறேன்?” விடாமுயற்சி நிச்சயம் பலன் தரும்.

மணி 24

பிரம்மாண்டமான, புதிய உங்களைக் கொண்டாடுங்கள்!

வெறும் இருபத்து நான்கு மணிநேரத்தில் நீங்கள் சாதித்திருப்பவற்றைப் பார்த்தால் ஆச்சரியமாக இருக்கிறது.

நீங்கள் சராசரி எடை கொண்ட ஒரு மனிதராக இருந்தால் ஒரு நாளில் உங்கள் இதயம் 1,03,689 முறைகள் துடிக்கின்றது; நீங்கள் 23,040 முறைகள் சுவாசிக்கிறீர்கள், 438 கன அடிக் காற்றை உள்ளிழுக்கிறீர்கள்; சுமார் ஒன்றேகால் கிலோ உணவை உட்கொள்கிறீர்கள், கிட்டத்தட்ட மூன்று குவார்ட் திரவத்தைக் குடிக்கிறீர்கள்; 25,000 வார்த்தைகளைப் பேசுகிறீர்கள், மூளையிலுள்ள 70 இலட்சம் உயிரணுக்களுக்குப் பயிற்சியளிக்கிறீர்கள். ஒரு நாளில் நீங்கள் அதிகமாகவே சாதிக்கிறீர்கள்.

இப்போது, உங்கள் சாதனை குறித்த இன்னொரு நீண்ட பட்டியலையும் இணைத்துக் கொள்ளுங்கள். இப்புத்தகத்தோடு நீங்கள் செலவழித்த நேரங்களில் நீங்கள் எடுத்துக்கொண்ட உறுதிமொழிகளை நீங்கள் பின்பற்றினால், அதன்மூலம் நீங்கள் சாதிக்க இருப்பவைகளும் உங்கள் பட்டியலில் இடம் பெறும்.

வாழ்வின் மாபெரும் மாற்றங்கள் அனைத்தும் உறுதியான தனிமனிதத் தீர்மானங்களின் விளைவுதான். நீங்கள் அர்ப்பணிப்புடன் மேற்கொண்டுள்ள காரியங்கள் நிறைவேறுவதற்குப் பல வாரங்கள், மாதங்கள், அல்லது ஒருசில வருடங்கள்கூட ஆகலாம். ஆனால், மாறுவதற்கான தீர்மானத்தை எடுப்பதற்கு நீங்கள் உங்கள் நேரத்தைச் செலவிட்டால், மாற்றம் கண்டிப்பாக நிகழும்.

உங்கள் புதிய பிறவி தூர தேசத்தில் உங்களுக்குப் புகழை ஈட்டித் தராமல் போகலாம். உங்கள் சுற்றுச்சூழலும் மாறாமல் அதே மாதிரியாக இருக்கலாம். ஆனால், நீங்கள் புதிதாய்ப் பிறந்துள்ளீர்கள். ‘ஏக்க்ர்ஸ் ஆஃப் டயமன்ட்ஸ்’ என்ற புகழ்பெற்ற ஊக்குவிப்புப் புத்தகத்தின் ஆசிரியர் ரஸ்ஸல் கான்வெல், “எந்தவோர் இடத்திலும் மகத்துவம் வாய்ந்தவராக விளங்க விரும்பும் ஒருவர் முதலில் தன் சொந்த இடத்தில் மகத்துவம் மிக்கவராகத் திகழ வேண்டும்,” என்று கூறியுள்ளார்.

கடந்த காலத்தைப் பற்றி என்ன கூறுவது?

மக்கள் மாறும்போது தங்கள் கடந்த காலத்தைத் தற்காத்துக் கொள்ள முற்படுவார்கள். மாறாக, புதிய கனவின்மீது கவனம் செலுத்துவதும், தங்கள் ஆற்றலைத் தங்களுக்கு அப்பாலுள்ளவற்றை அடைவதற்குப் பயன்படுத்துவதும் மிக முக்கியமானது. முன்னோக்கு நமக்கு அதிகாரத்தை வழங்கும். கடந்த காலம் நம் ஆற்றலை உறிஞ்சிவிடும்.

ஃபுல்லர்டன் நகரத்தில் உள்ள கலிபோர்னியா மாநிலப் பல்கலைக்கழகத்தில் உளவியல் பேராசிரியராக பணியாற்றி வரும் ஜெரால்டு கோரி இவ்வாறு கூறுகிறார்:

"பலர் நிகழ்காலத்தின் சக்தியைத் தொலைத்துவிடுகின்றனர். நிகழ்கணத்தில் இருப்பதற்கு மாறாக, அவர்கள் தங்கள் கடந்தகாலத் தவறுகளைப் பற்றி வருந்துவதிலும், வாழ்க்கை எப்படி இருந்திருக்கக்கூடும், இருந்திருக்க வேண்டும் என்று அசைபோடுவதிலும் தங்கள் ஆற்றல்களை முதலீடு செய்கின்றனர். அல்லது எதிர்காலம் குறித்த முடிவில்லாத் தீர்மானங்கள் மற்றும் திட்டங்களில் அவர்கள் தங்களை ஈடுபடுத்திக் கொள்கின்றனர். ஒரு விஷயம் எப்படி இருந்தது அல்லது எப்படி இருந்திருக்க வேண்டும் என்பதில் அவர்கள் தங்கள் ஆற்றலை இயக்கியதால், நிகழ்காலத்தின் சக்தியைப் பயன்படுத்திக் கொள்ளும் அவர்களது திறன் மங்கிவிடுகிறது."

உங்கள் வெற்றிச் சின்னங்கள்மீது நீங்கள் இளைப்பாறத் துவங்கும் அக்கணத்தில், நீங்கள் கடந்த காலத்தில் வாழத் துவங்குகிறீர்கள். எப்போதும் மாறிக் கொண்டிருப்பவராக நீங்கள் உங்களைப் பார்ப்பது முக்கியம்.

தனிப்பட்ட உரையாடல்கள்

நீங்கள் அனுபவிக்கும் மாற்றம் பல பகுதிகளில் தன்னை வெளிப்படுத்திக் கொள்ளும். குறிப்பாக, அது நீங்கள் பயன்படுத்தும் வார்த்தைகளில் வெளிவரும். வார்த்தைகள் என்பது உங்களுக்குள் நிகழ்பவற்றின் பிரதிபலிப்பு. நீங்கள் அவற்றின் சக்தி குறித்து விழிப்புணர்வுடன் இருக்க வேண்டியது அவசியம். நீங்கள் என்ன பேசுகிறீர்கள் என்பதை ஆழ்ந்து கவனிப்பதன் மூலம், உங்கள் உரையாடலை உங்கள் கட்டுப்பாட்டில் வைத்திருக்கலாம். சில திட்டவட்டமான உரையாடல்கள் கீழே கொடுக்கப்பட்டுள்ளன.

'என்பது' என்ற வார்த்தையைக் கொண்ட உரையாடலை முடிந்தவரை தவிர்த்துவிடுங்கள். எடுத்துக்காட்டாக, "ஓர் உடற்பயிற்சித் திட்டத்தைத் துவங்குவது என்பது மிகவும் சிரமமான விஷயம்," என்று கூறும்போது, நீங்கள் உண்மையில், "எனக்கு சிரமமாக உள்ளது . . ." என்று கூறுகிறீர்கள். 'எனக்கு' என்ற வார்த்தையை எடுத்துவிட்டு 'என்பது' என்ற வார்த்தையை நீங்கள் பயன்படுத்தும்போது, உங்கள் பிரச்சனையைப் பொதுப்படையானதாக ஆக்குகிறீர்கள். அதை இப்படிச் சிந்தித்துப் பாருங்கள்: "மூன்று முறை நீங்கள் 'என்பது' என்ற வார்த்தையைக் கூறிவிட்டால், நீங்கள் வெளியேறிவிட வேண்டியதுதான்."

'நீங்கள்' என்ற வார்த்தையையும் நீங்கள் அதே முறையில் பயன்படுத்தலாம். "மக்கள் உங்களிடம் நன்றி தெரிவிக்காதபோது நீங்கள் ஏமாற்றமடைகிறீர்கள்," என்று நாம் கூறும்போது, நாம் உண்மையிலேயே, "நான் ஏமாற்றமடைகிறேன்," என்று கூறுகிறோம். ஒரு பிரச்சனையைத் தீர்க்க வேண்டுமென்றால், நாம் அதை நம் தனிப்பட்டப் பிரச்சனையாக ஏற்றுக்கொள்ள வேண்டும்.

"நான் மாட்டேன்," என்று நாம் கூறுவதற்குப் பதிலாக, "என்னால் முடியாது," என்று கூறுகிறோம். "என்னால் முடியாது," என்று நாம் கூறும்போது, நாம் சக்தியற்றவர்களாகவும் கட்டுப்பாட்டை இழந்தவர்களாகவும் உணர்கிறோம். "நான் செய்வேன்," அல்லது "நான் செய்ய மாட்டேன்," என்று நாம் கூறுவதன் மூலம் நாம் தனிப்பட்டப் பொறுப்பை ஏற்றுக் கொண்டுள்ளோம். அது நமக்கு அதிகாரத்தையும் சக்தியையும் வழங்குகிறது.

'வேண்டும்' என்ற வார்த்தையைப் புதைப்பதற்கான நேரமும் இதுதான். அந்த வார்த்தையைப் பற்றி நீங்கள் சிந்தித்துப் பார்த்தால், அது எப்படி நமக்குள் குற்ற உணர்வை ஏற்படுத்துகிறது என்பதை நம்மால் காண

முடியும். "நான் செய்ய வேண்டும்," என்று நான் கூறினால், "இதைச் செய்ய எனக்கு விருப்பமில்லை. இருந்தாலும், யாரோ ஒருவர் நான் இதைச் செய்ய வேண்டும் என்று விரும்புகிறார்," என்று நான் கூறுகிறேன். "நான் செய்ய விரும்புகிறேன்," என்று கூறுங்கள். தேர்ந்தெடுப்பதற்கான தனிப்பட்ட சக்தியை அது உருவாக்கி, உங்கள் குறிக்கோள் தெளிவு பெற அது உங்களுக்கு உதவும்.

நீங்கள் கேள்விகளைக் கேட்கும் விதம் குறித்து விழிப்புணர்வுடன் இருக்க வேண்டும். நீங்கள் நினைவில் வைத்துக் கொள்ள வேண்டிய விதிமுறை இது: 'என்ன' மற்றும் 'எப்படி' என்று தொடங்கும் கேள்விகளைக் கேளுங்கள். அக்கேள்விகள் உங்களை ஏதேனும் ஓர் இடத்திற்கு இட்டுச் செல்லும். நீங்கள் என்ன செய்ய வேண்டும், அவற்றை எப்படி நிறைவேற்ற வேண்டும் போன்றவற்றை நீங்கள் கற்றுக் கொள்ளத் துவங்குவீர்கள். 'என்ன' மற்றும் 'எப்படி' ஆகிய கேள்விகள் உங்களுக்குத் தகவல்களையும் அறிவையும் பெற்றுத் தரும்.

'ஏன்' என்ற வார்த்தையுடன் நீங்கள் கேள்வி கேட்கத் துவங்கும்போது, உடனடியாக அது மக்களைத் தற்காப்பு மனநிலைக்கு இட்டுச் செல்லும். "அதை ஏன் அப்படிச் செய்தீர்கள்?" என்று கேட்பது, "நீங்கள் அதை வேறு விதமாகச் செய்திருக்க வேண்டும்," என்று விமர்சிப்பதற்குச் சமம். அது உங்களை நியாயப்படுத்தவும் தூண்டும். நடந்து முடிந்த ஒரு விஷயத்தை எப்படி மாற்றி அமைப்பது, அது குறித்து நிகழ்காலத்தில் என்ன செய்ய வேண்டும் என்று உங்களைச் சிந்திக்க வைப்பதற்குப் பதிலாக, அந்த விஷயம் ஏன் அவ்வாறு நிகழ்ந்தது என்று பேச வைத்து உங்களை உங்கள் கடந்த காலத்திற்கு அழைத்துச் செல்லும். "இப்பொழுது உங்கள் வாழ்வில் என்ன நிகழ்ந்து கொண்டிருக்கிறது? நீங்கள் என்ன செய்ய விரும்புகிறீர்கள்? அதைப் பற்றி என்ன நினைக்கிறீர்கள்?" போன்ற கேள்விகளை நம்மையும் பிறரையும் நாம் கேட்பதன் மூலம்,

நாம் நிகழ்காலத்தில் கவனம் செலுத்துகிறோம். தாங்கள் பொறுப்பேற்றுக் கொள்ள உதவும் தனிப்பட்ட வாசகங்களை அமைத்துக் கொள்ள ஆலோசனையாளர்கள் மக்களை ஊக்குவிக்கின்றனர். 'என்பது,' 'நீங்கள்,' மற்றும் 'ஏன்' என்ற வார்த்தைகள் கொண்ட வாசகங்கள் தனிப்பட்டவை அல்ல. உங்கள் வாழ்க்கைக்கு நீங்கள் பொறுப்பேற்றுக் கொண்டதைப் பிரதிபலிக்கும் வகையில் உங்கள் பேச்சை உங்களால் மாற்றிக் கொள்ள முடியும்.

உள்ளிருந்து வெளியே

இந்த இருபத்து நான்கு மணிநேரத்தில், உள்ளிருந்து உருவாகி வெளியே தோன்றும் மாற்றங்களின் முக்கியத்துவத்தை நாங்கள் வலியுறுத்தியுள்ளோம். ஒட்டுமொத்தமாகப் பார்த்தால், உங்கள் குணநலன் உங்கள் வாழ்வின் ஒவ்வொரு நடவடிக்கையிலும் ஒளிரும். குறிப்பாக, நெருக்கடியான சூழ்நிலைகளில் நீங்கள் இருக்கும்போது இது மிகவும் உண்மை. உங்கள் ஆடை, உங்கள் பேச்சு, மற்றும் உங்கள் முகபாவம் ஆகியவை நீங்கள் உண்மையிலேயே என்னவாக இருக்கிறீர்களோ அதன் பிரதிபலிப்புதான்.

உங்கள் வாழ்க்கைப் பயணத்தின் ஒவ்வொரு படியிலும், உங்கள் அடையாளம் வேறொருவரால் வரையறுக்கப்பட வேண்டியதில்லை என்பதை நீங்கள் தொடர்ந்து உங்களுக்கு நினைவுபடுத்திக் கொள்ளுங்கள். பிறர் உங்களைப் பற்றி என்ன கூறுகிறார்களோ, அதைத் தழுவி நீங்கள் யார் என்பதை நீங்கள் வரையறை செய்யும்போது, நீங்கள் உங்களுக்கே அன்னியப்பட்டு விடுகிறீர்கள்.

நீங்கள் உங்களைப் பற்றி நினைக்கும் விதம் உங்கள் செயலைச் சார்ந்ததல்ல, உங்கள் இருத்தலைச் சார்ந்தது. "இருத்தல் என்பது மகிழ்ச்சியாக சாதிப்பது, செய்தல் என்பது மகிழ்ச்சியாக இருக்க முயற்சிப்பது," என்று கூறப்பட்டுள்ளது.

பெரும்பாலானோர் 'வளரும் வேதனைகள்' என்ற சொல்லைக் குழந்தைகளுடன் தொடர்புபடுத்துகின்றனர். ஆனால், வளர்ந்தவர்கள் என்ற முறையில் மாற்றங்களை மேற்கொள்ளும்போது ஏராளமான காயங்களையும் வலிகளையும் நாம் உணர்கிறோம்.

பலம் பொருந்திய கழுகிடமிருந்து நீங்கள் கற்றுக் கொள்ள வேண்டியது ஏராளமாக உள்ளது. புயல் வருவதற்கான முதல் அறிகுறி தென்பட்டவுடனேயே அது தன் இறக்கைகளை விரித்துப் புயலுக்கு மேலே பறக்கும். உண்மையில், சாதகமற்ற ஒரு சூழல் அக்கழுகு மிகக் குறைந்த முயற்சியில் தான் செய்ய வேண்டிய செயல்களை மேற்கொள்ள உதவுகிறது. கழுகு காற்றில் மிதப்பதற்காக வடிவமைக்கப்பட்டுள்ளது. காற்று எவ்வளவு பலமாக இருக்கிறதோ, அவ்வளவு உயரமாக அதனால் பறக்க முடியும்.

காற்றுக் கொந்தளிப்புகளும் கழுகு வேகமாகப் பறப்பதற்கு உதவுகிறது. கழுகின் இயல்பான வேகம் மணிக்கு சுமார் 80 கிலோ மீட்டர் ஆகும். ஒரு புயலில், சுமார் 128 கிலோ மீட்டர் அல்லது அதற்கும் மேலான வேகத்தில் அது பறக்கும். ஆனால், அதிக உயரம் செல்லச் செல்ல, அது அதிகமான அழுத்தத்தை எதிர்கொள்ள வேண்டியிருக்கும்.

சிலர் பஸ்ஸார்ட் பறவையைப் போன்று நடந்து கொள்கின்றனர். பாறைகளுக்கு நடுவில் மறைந்து கொள்ள முயற்சித்து, தங்களைத் தாக்க வருபவர்களால் துன்புறுத்தலுக்கு ஆளாகின்றனர். அவர்கள் புயலை விரும்புவதில்லை, வெறுமனே அதைப் பொறுத்துக் கொள்கின்றனர்.

உங்களால் ஒரு கழுகைப்போல் மாறி, ஒரு கடினமான சூழ்நிலையை உங்களுக்குச் சாதகமாக வேலை செய்ய வைக்க முடியும்.

கொண்டாட்டத்திற்கான நேரம் இது!

இந்த இருபத்து நான்கு மணிநேரத்தில், உங்கள் வாழ்வின் பல பகுதிகளில் குறிப்பிடத்தக்க மாற்றங்களை ஏற்படுத்துவதற்கு உங்களுக்குச் சவால்கள் விடப்பட்டுள்ளன. ஒரு விஷயத்தின் பல பகுதிகளைப் புரிந்து கொள்வதற்கு அதை முதலில் முழுவதுமாகப் பார்ப்பது அவசியம் என்ற அடிப்படையில் சில உளவியல் கோட்பாடுகள் அமைந்துள்ளன. நீங்கள் முழுவதுமாகப் பார்ப்பதற்கு நாங்கள் அவற்றின் பாகங்களில் கவனம் செலுத்தியுள்ளோம். இப்போது நீங்கள் சற்று விலகி நின்று, உங்கள் புதிருக்கான விடை ஒன்றிணைந்து வருவதைக் காணலாம்.

உச்சகட்ட வெற்றிக்கு எது தேவை?

உங்கள் குடும்பம் உங்களுக்கு ஆதரவாக இருந்தால், அது உங்களுக்கு உதவும்!

நீங்கள் ஒரு செல்வ வளமிக்கக் குடும்பத்தில் பிறந்திருந்தால், அது உங்களுக்கு உதவும்!

நீங்கள் நல்ல மதிப்புடன் விளங்கினால், அது உங்களுக்கு உதவும்!

நீங்கள் ஆரோக்கியமாக இருந்தால், அது உங்களுக்கு உதவும்!

இக்காரணிகள் ஒவ்வொன்றும் ஒரு பங்கு வகிக்கின்றன, ஆனால் ஒரே ஒரு திறவுகோல் மட்டுமே உள்ளது — அது நீங்கள்தான்! அதுதான் வித்தியாசத்தை ஏற்படுத்துகிறது.

உங்கள் வாழ்க்கையின் இனிவரும் அத்தியாயங்கள் எழுதப்பட வேண்டியுள்ளன. இரண்டு அல்லது மூன்று பகுதிகளில் மட்டும் நீங்கள் மாறப் போவதாகத் தீர்மானம் மேற்கொண்டிருந்தீர்கள் என்றாலே, வளர்ச்சி

துவங்கிவிட்டது என்று அர்த்தம். உங்கள் மாற்றம் எவ்வாறு நிகழும் என்பதைக் கற்பனை செய்யப் படைப்புத்திறன் உதவும் என்பதை நினைவில் கொள்ளுங்கள். என்ன செய்யப்பட வேண்டும், அதை எவ்வாறு செய்யலாம் என்பதை மனக்காட்சியில் பார்ப்பது மாற்றத்தை ஏற்படுத்துவதற்கான துணிச்சலையும் வலிமையையும் உங்களுக்குத் தரும். இது நடவடிக்கை மற்றும் பேரார்வத்திற்கு முன்பாக வருவது. இதன் மூலம் உங்களுக்குப் புதிய ஆற்றல் கிடைக்கிறது. அந்த ஆற்றல் உங்கள் மாற்றம் பரிபூரணமாவதை உறுதி செய்யும்.

உங்கள் முன்னேற்றத்தை அளவிடுவதற்கு இப்புத்தகத்தை இன்றிலிருந்து ஓராண்டிற்குப் பிறகு மீண்டும் படிக்குமாறு நாங்கள் உங்களைக் கேட்டுக் கொள்கிறோம். நீங்கள் உங்களைச் சுற்றி இருப்பவர்களோடு உங்களை ஒப்பிடப் போவதில்லை. இப்புத்தகத்தில் குறிப்பிடப்பட்டுள்ள குறிக்கோள்களுடன்கூட ஒப்பிடப்போவதில்லை. நீங்கள் துவங்கிய இடத்திலிருந்து எவ்வளவு தூரம் வந்திருக்கிறீர்கள் என்று பார்ப்பதுதான் உண்மையான பரிசோதனை. அதற்கடுத்த வருடம், இப்பரிசோதனையை மீண்டும் மேற்கொள்ளுங்கள். ஒவ்வொரு பகுதியிலும் உங்கள் இலக்கை அடையும்வரை தொடர்ந்து இதைச் செய்யுங்கள். அதற்குப் பிறகும்கூட, உங்கள் வேர்கள் ஆழமாக வளர்வதற்கும், உங்கள் கிளைகள் பரந்து விரிவதற்கும் இன்னும் இடமிருக்கின்றது.

இந்த இருபத்து நான்கு மணிநேரத்தில் நீங்கள் ஓர் அங்குலமோ அல்லது ஒரு மைல் நீளமோ வளர்ந்திருக்கலாம். உங்கள் வளர்ச்சி எதுவாக இருந்தாலும் சரி, புதிய பிறவி எடுத்திருக்கும் உங்களைக் கொண்டாடுங்கள்!

நாகலட்சுமி சண்முகம்

மொழிபெயர்ப்பாளர்

நாகலட்சுமி மிகச் சிறந்த ஊக்குவிப்புப் பேச்சாளர். மக்களிடம் பரிபூரண மாற்றம் கொண்டுவரும் கருத்தரங்குகளை இவர் இந்தியா முழுவதும் நடத்தி வருகிறார். அமெரிக்காவின் தலைசிறந்த ஊக்குவிப்புப் பயிற்சியாளர்களில் ஒருவரும் Chicken Soup for the Soul புத்தகங்களின் இணையாசிரியருமான ஜாக் கேன்ஃபீல்டிடம் அமெரிக்கா சென்று நேரடிப் பயிற்சி பெற்றவர். முழுநேரப் பேச்சாளராக ஆவதற்கு முன்பு, பத்து வருடங்கள் கணினித் துறையில் தலைமைப் பொறுப்பு உட்பட, பல பதவிகளை வகித்தவர்.

தமிழக நாடகத் துறையின் முன்னோடி மேதைகளான டிகேஎஸ் சகோதரர்களில் ஒருவரான திரு முத்துசாமி அவர்களின் பேத்தியான நாகலட்சுமியிடம் இருந்த இயல்பான தமிழ்ப் பற்றும் புலமையும் அவரைத் தமிழ் மொழிபெயர்ப்புத் துறைக்கு இழுத்து வந்துள்ளது. அவருடைய சமீபத்திய மொழிபெயர்ப்புப் புத்தகங்களில், டாக்டர் ஜோசப் மர்ஃபியின் 'ஆழ்மனத்தின் அற்புத சக்தி,' ஜான் மேக்ஸ்வெல்லின் 'உங்களுகக்குள் இருக்கும் தலைமைத்துவத்தை வளர்த்தெடுக்க' ஆகிய புத்தகங்களும் அடங்கும்.

தற்போது நாகலட்சுமி தனது கணவருடனும் இரு குழந்தைகளுடனும் மும்பையில் வசித்து வருகிறார்.